எரியும் பூந்தோட்டம்

உள் அட்டையில் காணும் சிற்பக் காட்சியில், பகவான் புத்தரின் அன்னை மாயாதேவி கண்ட கனவின் பலனை மன்னர் சுத்தோதனருக்கு நிமித்திகர் மூவர் விளக்குகின்றனர். அவர்களுக்குக் கீழே அமர்ந்து அந்த விளக்கத்தை எழுதுகிறார் ஓர் எழுத்தர். எழுதும் கலையைச் சித்திரிக்கும் முதல் இந்தியச் சிற்பம் இதுவாகவே இருக்கலாம்.

நாகார்ஜுன் மலைச்சிற்பம் கி.பி. இரண்டாம் நூற்றாண்டு: (பட உதவி: நேஷனல் மியூசியம், புது தில்லி)

எரியும் பூந்தோட்டம்
(சாகித்திய அகாதெமி விருது பெற்ற தெலுங்கு நாவல்)

தெலுங்கு மூலம்:
சலீம்

தமிழில்:
சாந்தா தத்

சாகித்திய அகாதெமி

Yeriyum Poonthottam: Tamil Translation by Shantha Dutt Sahitya Akademi A.W. *Telugu Novel 'Kaluthunna Poolathota'* by Salem Sahitya Akademi, 2015, Rs.145/-

@ சாகித்திய அகாதெமி

முதல் பதிப்பு: 2015

தலைமை அலுவலகம்:

சாகித்திய அகாதெமி 'இரவீந்திர பவன்' 35, பெரோஸ்ஷா சாலை, புது தில்லி — 110 001.

விற்பனை அலுவலகம்:

'ஸ்வாதி' மந்திர் சாலை, புது தில்லி — 110 001.

மண்டல அலுவலகங்கள்:

மத்திய கல்லூரி வளாகம், பல்கலைக் கழகக் கட்டிடம், டாக்டர் அம்பேத்கர் வீதி, பெங்களூரு — 560 001.

4, டி.எல்.கான் சாலை, கொல்கத்தா — 700 025.

172, மும்பை மராத்தி கிரந்த சங்கிரகாலய சாலை, தாதர், மும்பை — 400 014.

சென்னை அலுவலகம்:

குணா பில்டிங்ஸ், 443, அண்ணா சாலை, தேனாம்பேட்டை, சென்னை — 600 018.

ISBN-978-81-260-4816-8

Rs. 145/-

Visit our website at http://www.sahitya-akademi.gov.in

ஒளி அச்சு: Murali Digital, Chennai - 17
அச்சகம்: V.P.K. Offset, Chennai

1. எரியும் பூந்தோட்டம்

சென்னையில் நடைபெற்ற நிர்வாகவியல் கருத்தரங்கில் கலந்து கொண்டு ஊர் திரும்பி இரு வாரங்கள் கடந்தும் அந்நினைவுகளை மறக்க இயலவில்லை.

இனிய ஞாபகங்கள்...! மெரினா கடற்கரையின் மங்கிய வெளிச்சத்தில் அருவிச் சாரல்களாய்ச் சலசலத்து அசையும் அலைகளைப் பார்த்தபடி.... படகு மறைவில் அமர்ந்து அவள் குரலினின்று வழியும் இனிமையான பாடலைக் கேட்டபடி... தாயின் பாசம் போன்ற தண்மையான நிலவொளித் தொடுகைப் பின்னணியில் என் மீது மெல்லச் சாய்ந்து... அப்படியே என் மடியில் சாய்ந்த அவள் உடல் வெப்பத்தை அனுபவித்தபடி.... சொர்க்கம் என்பது வேறெங்குமில்லை... இதோ... இங்கேதான்.. எனப் பரவசித்தபடி அங்குமிங்கும் கலவரத்துடன் நோட்டமிட்டபடி ஜனநடமாட்டமற்ற சமயம் பார்த்து சட்டென முத்தமிட்டு... போதை போல் கவ்விக் கொண்டிருக்கும் அந்த ஆனந்தத்தைக் கட்டுப்படுத்தும் முயற்சியில் வெகுவாய் தோல்வியுற்று...

"சூடாய் வேர்க்கடலை சாப்பிடலாமா?" ஆசையாய்க் கேட்டாள் அவள்.

"வேர்க்கடலையா.. நாம் என்ன சிறுபிள்ளைகளா?"

"சரிதான். இங்க கடலை அதிகமாய்ச் சாப்பிடுவது காதலர்கள்தான், தெரியுமா?"

"நாம் காதலர்களா?"

"காதலர்கள் என்றால் அப்படி என்ன உசத்தி? சரி... நாமும் காதலர்கள்தாம். நீ மஜ்னு, நான் லைலா. நீ சலீம், நான் அனார்கலி.. சரியா?" சிற்றோடை நீர் சலங்கை அணிந்தாற்போல் கலகலவெனச் சிரித்தாள்.

"அவர்கள் காதலெல்லாம் சோகக் கதைகள்..."

"வாழ்க்கை சோகங்களுடன் முடிந்துவிடுகிறதோ என்னவோ; காதலுக்கு முடிவேது? காதல் அமரத்துவமானது. அதனால்தான் அவர்கள் காதல் சரித்திரத்தில் நிரந்தர இடம் பெற்றிருக்கிறது. சரி விடு. மற்றவர்களுடன் ஒப்பிடும் அவசியம் என்ன? நமக்கு நாமே இணை..."

எதுவும் பேசவில்லை நான்.

"இந்த நிலவொளியில் உன் காதலான வார்த்தைகளுடன் சூடான கடலையைத் தொட்டுக் கொண்டு சாப்பிட்டால் எவ்வளவு மஜாவா இருக்கும் தெரியுமா?" வேர்க்கடலை விற்கும் சிறுவனைக் கூப்பிட்டு இரண்டு பொட்டலங்கள் வாங்கி ஒன்றை என் கையில் வைத்தான்.

வாயில் போட்டுக் கொள்ளப் போனபோது...

"நீ எங்கிருந்து கிடைத்தாய் எனக்கு. சுத்த புத்தாவதாரம். சரசம் தெரியாத மனஷன். இங்க பார் மக்குப் பையா.. என் பொட்டலத்திலிருந்து நீ சாப்பிடு. உன்னுடையதிலிருந்து நான்..."

"அதென்ன...?"

"அது அப்படித்தான். அது வேண்டான்னா இன்னொரு வழி இருக்கு. உன் பொட்டலத்திலிருந்து நீ எனக்கு ஊட்டி விடு. என்னுடையதிலிருந்து நான் உனக்கு ஊட்டறேன். மஜாவா இருக்கும்..."

"இப்படி எல்லாவற்றுக்கும் மஜா மஜான்னு சொல்றயே, இது உன் மானரிஸமா?"

"மானரிஸம் இல்லே. இந்த வார்த்தை என் வாழ்க்கை வேதம்னு சொல்லலாம். மஜா இல்லாமல் எதற்கு இந்த வாழ்க்கை? வாழ்க்கையின் சாரமும் தத்துவமும் இச்சொல்லில்தான் அடங்கியிருக்கு. மஜா செய்ய வேண்டும். அனுபவிக்க வேண்டும். கிடைக்கும் சுகத்தை முழுமையாய் உறிஞ்சிக்கொள்ள வேண்டும். கிடைக்காததைத் தட்டிப் பறித்தாவது அனுபவிக்க வேண்டும்." மேலும் நெருங்கி வந்து என் இடுப்பை அணைத்துக்கொண்டாள். அவள் உடம்பு என் மீது அழுத்தமாய்ப் படர.. போதையில் தள்ளப் பட்டவனாய் அவளை என்னுடன் இறுக்கிக் கொண்டேன்.

அக்கடற்கரையில் எங்கள் இருவரைத் தவிர வேறு ஆளரவமே இல்லாததுபோல்... அக் கடலோரப் பகுதி எங்கள் கட்டுப்பாட்டில் இருப்பது போல்... இது எங்களுக்கே எங்களுக்கான சாம்ராஜ்ஜியம் போல்- ஒரு ராஜா ராணிக்கான அதிகாரத்துடன்- வெகு சுதந்திரமாய்-

ஆகாயத்தில் ஒளிர்ந்த ஒரு சில விண்மீன்களும் நாணத்துடன் இமை தாழ்த்தி.... ஓரக் கண்ணில் எங்களைப் பார்த்தபடி... நிலவைத் தேடிக் கொண்டிருந்தன.

அலைகளின் ஒய்யார அசைவுகள் வெண் நுரைகளின் மெல்லியத் திரைகளின் பின்னணியில் சிணுங்கலாய்ச் சிரித்தபடி கரை தொட்டபடி எங்களைப் பார்த்து முடங்கிப் பின்வாங்கின. அதே வேகத்தில் உற்சாகத்தைக் கட்டுப்படுத்தவியலாமல் மீண்டும் முன்னோக்கி ஓடி வந்தன.

நிலவொளி எங்களிடை இழையளவு இடைவெளிக்காக முயன்று கொண்டிருந்தது.

நேரம் கரைந்து கொண்டிருப்பதே உணரவில்லை நாங்கள். இரவு பத்து மணி தாண்டி விட்டது.

"பசிக்கவில்லையா? நேரமாகி விட்டதே.." அவளைக் கேட்டேன்.

"உன் அருகாமையும் அணைப்பும் இருக்கும்போது பசி எப்படி வரும்? மனமும் உடம்பும் திருப்தியாக நிறைந்திருக்கு" நிலவொளிக் கிண்ணம் போன்ற விழிகளால் என் முகத்தை வருடினாள்.

"பசிக்கலயா? எவ்வளவு நேரம் இப்படி உட்கார்ந்திருப்பீங்க..."

இக் கேள்வி கேட்டது நான்தானே...? பின் இந்தக் குரல்?

சட்டெனத் சுதாரித்துக்கொண்டு திரும்பிப் பார்த்தேன்.

மாதுரி...

"உங்களைத்தான். ஒன்பது மணியாகிவிட்டது. குழந்தைகள் சாப்பிட்டுத் தூங்கியாச்சு. சாப்பாடு ஆறிட்டிருக்கு. சூடு பண்ணட்டுமா?" என்னை ஒரு மாதிரி பார்த்தபடி கேட்டாள் மாதுரி... என் மனைவி... பத்தாண்டுகளாய் என்னுடன் குடும்பம் நடத்தும் என் சகதர்மிணி.

'நாதி சராமி' என்று சொன்னேனே திருமணத்தின் போது? தர்மேச... காமேச... மோட்சேச.. நாதி சராமி...' என்றேனே?

குற்ற உணர்வு...? தப்பு செய்திருக்கிறேனே....?

தப்புதானா...? தப்புதான். தப்பு இல்லையென்றால் வேறென்ன? மனைவி இருக்கும்போது மற்றொரு பெண்ணுடன்... அந்நியப் பெண்ணுடன் சரச சல்லாபங்கள் விபச்சாரம் கீழ்தானே வரும்... மிகக் கொடுமையான குற்றம்...

மாதுரி என்றால் கொள்ளைப் பிரியம் எனக்கு வார்த்தைகளில் வெளிப்படுத்த முடியாத பாசமும் நேசமும்...! பெரியவர்கள் பார்த்து செய்துவைத்த திருமணம். ஆனாலும் இவளைப் பார்த்த முதல் கணம்... இவளைத் தொட்ட முதலிரவு அனுபவச் சாட்சியாய்... வெகு ஆழமாய் பின்னிப் படர்ந்த காதல்....

எங்களுக்கு அன்று முதலிரவு. கலவரம்... பதற்றம்... ஆவேசம்... அனுபவச் சிரிப்பு... எவ்வளவு மகத்தான அனுபவம்!

மாதுரி என் காதல் தேவதை... அனுராக தேவதை... சிருங்கார தேவதைகூட...

சென்னை சென்றபோது சுதீரா கண்ணில் பட்ட கணம் வரை நான் எப்பெண்ணையும் இமை உயர்த்திப் பார்த்தது கிடையாதென்றால் அதற்குக் காரணம் என் மனைவி. அனுசரித்துப் போகும் மனைவி. மனமொத்த துணைவி.

இப்படிப்பட்ட மனைவிக்குத் துரோகம் செய்து... சுதீராவுடன்.. காமேச நாதி சராரியை அழுத்தி மிதித்துவிட்டு... ச்சீ.. என் மீது எனக்கு அருவருப்பாய் இருக்கிறது. மாதுரியின் கண்களை நேருக்கு நேர் பார்க்க முடியாதவனாய்...

சுதீராவை விட அழகான பெண்கள் எதிர்ப்பட்டாலும் சலனமடையாத நான்... அப்சரஸ் போன்ற வசீகரமான பெண்கள் தேடி வந்தாலும் அசையாத யோக்கியமானவன் நான் என மாதுரியிடம் பெருமையாய்ச் சொல்லிக்கொண்ட நான்... சுதீராவைப் பார்த்த மாத்திரத்தில் அத்தனையும் மறந்துபோய்.. போதையில் மூழ்கியவன் போல் அவள் தலைப்பைப் பிடித்துக் கொண்டு அவள் பின்னால் அலைந்ததற்கான ஒரே காரணம்...

சுதீரா என் முதல் காதலி. கல்லூரிக் காலத்தில் தீவிரமாய் நேசித்த பெண்.

சொல்லப்போனால் இத்தனை வருடங்களுக்குப் பின் சுதீராவைச் சந்தித்ததே ஓர் அதிசயம்தான்.

ஆண்டவன் அருளிய வரம்போல மெரினா கடற்கரையில் என்னை நோக்கி நடந்து வந்தாள் சுதீரா.

வரத்தை வேண்டாமென ஒதுக்கித் தள்ளும் அப்பாவிகள் உண்டா? அபூர்வமான அதிர்ஷ்டத்தை, நடந்துவந்து காலடியில் நிற்கும் அதிர்ஷ்டத்தைப் புறக்கணிக்கும் முட்டாள்கள் இருப்பார்களா?

ஒரு காலத்தில் என் உயிருக்குயிரானவள் சுதீரா. என் ஜீவனில் ஜீவனானவள். என் சுவாசத்தின் சுவாசமாய் இருந்தவள்.

இண்டர்மீடியட் நோட்டுப் புத்தகங்கள் முழுக்க நான் எழுதிக்கொண்ட ஒரே ஒரு பாடம் சுதீரா.

இமயமலை சென்று தவம் புரிந்தால் சுதீரா எனக்குக் கிடைப்பாளென அந்நாட்களில் எவராவது உத்திரவாதம் அளித்திருந்தால் கண்டிப்பாக அதைச் செய்திருப்பேன். அவ்வளவு வெறித்தனமான காதல்!

வகுப்பில் இருக்கும்போது சுதீராவையே பார்த்துக்கொண்டு உட்கார்ந்திருப்பது...

வெளியில் வந்த பிறகும் அவள் வீட்டின் எதிரில் நின்று காவல் காப்பது...

அப்படிப்பட்ட சுதீரா இவ்வளவு காலம் கழித்து எதிரில் தோன்றி தன் அழகை பிரசாதம் போல எனக்குச் சமர்ப்பிக்கத் தயாரானபோது...

தன் காதலைப் பூவினுள் வைத்து ஒரு வரம் போல் எனக்குக் கொடுப்பதாய்ச் சொல்லும்போது எப்படி மறுக்க முடியும்?

தப்புதான். மனைவிக்கு துரோகம் செய்வது குற்றம்தான். ஆனால் தப்பு அவ்வளவு இனிமையாய் இருக்கையில் அத்தப்பைச் செய்வதில் என்ன தப்பு?

புண்ணிய காரியங்கள் நிறையச் செய்து... செத்துப் போனபின் கிடைக்கும் சொர்க்கத்தைவிட வாழும்போதே சொர்க்க வாசலைத் திறக்க வைக்கும் தப்பு தப்பில்லையோ என்னவோ?

"நீங்க மெட்ராசிலிருந்து திரும்பிவந்தது முதல் எப்படியோ இருக்கீங்க. எனக்குப் பயமா இருக்குங்க. உங்க உடம்புக்கு ஒண்ணுமில்லையே...?" என் நெற்றியில் கைவைத்துப் பார்த்தபடி என்னைக் கவலையுடன் நோக்கினாள் மாதுரி.

அத்தொடுகையில் எவ்வளவு அன்பு! எனக்கு நான் இதமாய் நீவி விட்டுக் கொள்வதுபோல்... என் மீது எனக்கே இவ்வளவு அக்கறை இருக்குமா...

சட்டெனச் சிரித்துவிட்டேன். மாதுரியின் அன்பு... சுதீராவின் சிநேகம்... நான் எவ்வளவு அதிர்ஷ்டசாலி... அந்த மகிழ்ச்சியை மனமார்ந்த சிரிப்பு மூலம் வெளிப்படுத்தினேன்.

"ஒண்ணுமில்லே மதூ. உன்னிடம் சொன்னேன் இல்லே, சென்னையில் என் பழைய நண்பன் சுதாகரைச் சந்தித்தேன். அவன் ஞாபகமாய் இருக்கு. அவ்வளவுதான். இன்ட்டர் படிக்கும்போது ரெண்டுபேரும் நெருங்கிய நண்பர்கள். பரீட்சை முடிந்ததும் சுதாகரின் அப்பாவிற்கு மெட்ராஸ் மாற்றலாகிவிட்டது. பதினைந்து வருஷங் களுக்குப் பின் மீட்டிங் புண்ணியத்தில் அவனைச் சந்தித்தேன் மாதுரி..."

"சின்ன வயசு நண்பரைச் சந்திச்சிருங்கீங்க. அதனால் மகிழ்ச்சியாய் இருக்கணுமே தவிர இப்படிச் சோர்வாக இருப்பாங்களா? இப்பல்லாம் சரியாத் தூங்கறதுகூட இல்லே நீங்க..."

"நீண்ட காலத்திற்குப் பிறகு சந்தித்தோம் இல்லையா... அதான். சென்னையில் கழிந்த அந்த நான்கு நாட்களும் நினைவில் வந்திட்டே இருக்கு..."

"உங்க நண்பரை குடும்பத்துடன் ஹைதராபாத் வரச் சொல்லுங்க. நம்ம வீட்டில் ஒரு வாரம் போல் தங்கி இருக்கலாமே. அதுவரை நீங்க இதே மூடில்தான் இருப்பீங்க.."

வாய்விட்டுச் சிரித்தேன். எவ்வளவு வெகுளி இவள்? அந்நபர் சிநேகிதன் இல்லை, சிநேகிதி எனத் தெரிந்தால் என்ன சொல்லுவாளோ? எப்படி நடந்து கொள்வாளோ? சுதாகர் அல்ல... சுதீரா என்பது இவளுக்குத் தெரிந்தால்...?

எதையும் தவறாகப் புரிந்துகொள்பவள் இல்லை மாதுரி. பண்பு மிகுந்தவள். சுதீரா என்று தெரியவந்தாலும் நெஞ்சார்ந்த விழைவுடனே இங்கு வரச்சொல்லி அழைப்பு விடுத்திருப்பவள்தான்.

என்மீது அத்தனை நம்பிக்கை. ஏக பத்தினி விரதன் என்று தன் உறவினரிடம் எனக்குச் சான்றிதழ் அளித்திருக்கிறாள்.

அது ஒரு சிநேகம் மட்டுமல்ல. அதையும் மீறியது... உடல் தொடர்பும் உண்டெனத் தெரிந்தால்.. ஐயோ.. இதயம் வெடித்துச் செத்துப் போவாள்.

என்னுடையது சரீரத் தொடர்பு மட்டும்தானா? இல்லை. ஓர் ஆத்மார்த்தமான பிணைப்பு. சுதீரா என் காதல் தேவதை. அவளின் ஒரு கடைக் கண்பார்வைக்காக நாட்கணக்கில் தவமிருந்தவன் நான்.

அந்நாட்களில் சுதீரா கருணை காட்டியிருந்தால் மாதுரி என் வாழ்வில் இடம் பெற்றிருக்கவே மாட்டாள். எத்தனை இடையூறுகள் குறுக்கிட்டிருந்தாலும், எவர் தடுத்திருந்தாலும் அத்தனையும் மீறி சுதீராவை மணந்து கொண்டிருப்பேன்.

அழகுடன் அகம்பாவமும் சுதீராவின் சொத்தாகி விட்டிருந்தது. பெயருக்குத் தகுந்தாற்போல் தைரியம் மிகுந்த பெண் அவள். எவரையும் பொருட்படுத்தமாட்டாள். எவ்வளவு அழகான ஆண்பிள்ளை அவள் பின்னால் சுற்றி சுற்றி வந்தாலும் நேருக்கு நேர் தன் நிராகரிப்பை வீசியெறிவாள். சுதீரா என்றால் இளைஞர்களுக்கு ஒரு வெறி மிகுந்த ஈர்ப்பு பெருகியதற்கு இதுவும் ஒரு காரணம்.

ஒரு நாள் நான் துணிச்சலை வரவழைத்துக்கொண்டு காதல் கடிதம் எழுதி புத்தகத்தில் வைத்து அவளிடம் கொடுத்தேன். முதல் நாள் அவளிடமிருந்து கேட்டுப் பெற்ற புத்தகம்.

"வீட்டுக்குப் போய் இருபத்தாறாம் பக்கம் பார்..."

"லவ் லெட்டரா?"

அவள் அப்படிப் பளீரெனக் கேட்க... என்ன பதில் சொல்வதெனத் தெரியாமல் தடுமாறினேன்.

"வீட்டுக்குப் போகும் வரை ஏன்? இப்பவே படிக்கிறேன்." அந்த இடத்திலேயே கடிதத்தைப் படிக்கத் தொடங்கினாள்.

தேர்வு எழுதிய பின் முடிவுக்காகக் காத்திருக்கும் மாணவன் போல் நான் அவளை ஆவலும் அச்சமுமாய்ப் பார்த்தேன்.

தலையுயர்த்திய அவள் விசாலமான மை விழிகள் சிறகடிக்கச் சிரித்தாள். ஒரு சேர என்னைச் சுற்றி வசந்த நாட்டியங்களின் ஆரவாரம்... நிலவொளி வெளிச்சம்.

எனக்குத் துணிச்சல் கூடியது.

"ஐ லவ் யூ... சுதீரா..."

"தேங்க்ஸ். என்னை நேசிக்கும் உன் உரிமையை நான் மறுக்க மாட்டேன். நல்லா எழுதியிருக்கே. அபாரக் கற்பனை வளம். அருமையான வார்த்தைகள். நீ கவிதையோ கதையோ எழுதலாம் நல்லா முன்னுக்கு வருவே..."

அவள் உள் நோக்கம் புரியாமல் குழப்பத்துடன் பார்த்தேன்.

"உன் ரசனையைப் பாராட்டுகிறேன். நூற்றுக்கணக்கானவர்களின் சாய்ஸ் நான். ஆனால் என் சாய்ஸ் நீங்க யாருமில்லை. ஆனால் என்னை விரும்பியவர்களில் நீயும் இருப்பதை நினைவில் இருத்திக் கொள்வேன். பை.." நடக்கும் சிற்பமாய் நகர்ந்தாள்.

அடுத்து வந்த வாரம் முழுவதும் மனிதனாகவே இல்லை நான். எவ்வளவு திமிர்! அழகாய் இருப்பதால் இவ்வளவு ஆணவமும் இருக்கவேண்டுமா? கட்டுக்கடங்காச் சினம் ஏற்பட்டது. ஆனால் இச் செருக்கிலும் ஓர் அழகும் கம்பீரமும்! அழகே அவளுக்கு அடிமையாக இருக்கையில் நாங்கள் எம்மாத்திரம் எனச் சமாதானமடைந்தேன்.

இன்ட்டரில் முதல் வகுப்பில் தேர்ச்சியடைந்தாள் சுதீரா. அவள் அப்பாவிற்கு மதராஸ் மாற்றலாகிவிட்டது. அவர்கள் ஊரை விட்டுப் போகப் போகிறார்களெனத் தெரிந்து அவள் வீடு சென்றேன். அப்போதே எங்கள் கல்லூரி மாணவர்களில் பாதிப்பேர் அங்கிருந்தனர். அனைவரிடமும் வெகு உற்சாகமாய் உரையாடிக் கொண்டிருந்தாள் சுதீரா.

"எங்களில் அநேகம் பேர் உன்னை நேசித்தவர்களே. உண்மையைச் சொல் சுதீரா. நீ யாரையும் காதலிக்கவில்லையா?" எனக் கேட்டேன்.

ஒரு நிமிடம் போல் ஏதும் பேசவில்லை. இத்தனை பேர் முன்னிலையில் கேட்கக்கூடாத கேள்வி கேட்டு அவளைத் தர்ம சங்கடத்திலாழ்த்தி விட்டேனோ எனத் தோன்றியது. ஆனால்

எரியும் பூந்தோட்டம்

மற்ற பையன்கள் என்னைப் பாராட்டும் விதமாய் நோக்கியபடி அவள் பதிலுக்காக உடம்பெல்லாம் செவிகளாய்க் காத்திருந்தனர்.

"ஆமாம்... காதலிக்கிறேன். உங்களில் ஒருவரை..." அப்பதிலில் அந்த இடத்தின் காற்று உறைந்து நின்றது. நெஞ்சு படபடக்க நின்றுகொண்டிருந்தோம் நாங்கள்.

"யார் அவன்...? அவனுக்குத் தெரியுமா?"

"அவனிடம் சொல்லவில்லை. இப்போதும் சொல்லப் போவதில்லை. ஊர் சென்றதும் கடிதம் எழுதுவேன்..."

அவள் சென்று ஒரு மாதம் வரை நண்பர்கள் எங்கு சந்தித்துக் கொண்டாலும் ஒரே ஒரு அம்சம்தான் விவாதத்திற்கு வந்தது. சுதீரா- யாருக்காவது கடிதம் எழுதினாளா? எழுதித்தான் இருப்பாள். அவன்தான் அதை வெளிப்படுத்தாமல் இருக்கிறான். இத்தனைக்கும் யாராக இருக்கலாம் அந்த அதிர்ஷ்டசாலி? இவனா... அவனா...?

ஒவ்வொருவனுக்குள்ளும் ஆசை... சுதீரா காதலிப்பது தன்னைத் தானா என்று. நிச்சயம் தானாகத்தான் இருக்க வேண்டும் எனும் நம்பிக்கை. கடிதத்திற்கான காத்திருப்பு. வராமல் போன ஏமாற்றம். வேறு யாருக்காவது வந்திருக்குமோ எனும் ஆதங்கம்... பொறாமை. வரவில்லையென அறிந்து ஆசுவாசம்...

சுதீரா மோகம் எங்களை விட்டுத் தீர நீண்டகாலம் பிடித்தது.

அவள் எங்களைக் கிண்டலடித்திருக்கிறாள்.... அவளைக் குறித்து நாங்கள் பேசிக்கொள்ள வேண்டுமென்று; சதா அவள் தியானத்திலேயே கிடக்கவேண்டுமென்று. அவள் மீது கிறுக்கு பிடித்து அலையவேண்டுமென்று! அவள் நோக்கம் எங்களை அலைக் கழிப்பதுதான்!... வெகுநாட்களுக்குப் பிறகுதான் இதெல்லாம் எங்களுக்குப் புரிய வந்தது.

அவளை எத்தனை பேர் காதலித்தால் அத்தனை பெருமை அவளுக்கு. எத்தனை காதல் கடிதங்கள் வந்தால் அதில் அவ்வளவு பெருமிதம் அவளுக்கு.

எதுவானால் என்ன- அவ்வளவு அபூர்வ அழகி என் வசமானாள் அல்லவா என நினைத்துக்கொண்டேன். அவளுடன் பகிர்ந்துகொண்ட இனிய அனுபவங்கள்...! ஒரு சிணுங்கலான சிரிப்பு என்னுள்.

"நல்லாத்தான் இருக்கு! நீங்களே சிரித்துக் கொள்வது... பரவசப்படுவது... எனக்கு எதுவுமே புரியலே. இதுக்கு மேல் பொறுமை கிடையாது எனக்கு... "போய்ப் படுத்துக்கறேன்..."

அறைக்குள் சென்றுவிட்டாள் மாதுரி. சாப்பாட்டு மேஜை முன் அப்படியே அமர்ந்திருந்தேன். சாப்பிடப் பிடிக்கவில்லை. அவள் நினைவுகள். அவளைக் குறித்த யோசனைகள்... அவள் என் பக்கத்தில் இருப்பதுபோல்... என் அணைப்பினுள் இருப்பது போல்...

என் எதிரில் அமர்ந்து... சாப்பிடாமல்... என்னை விழுங்குவது போல் பார்த்தபடி சுதீரா...

குறும்புச் சிரிப்புடன் என்னை அணைத்தபடி சுதீரா...

கொடி போல் என்னைச் சுற்றியபடி சுதீரா...

சென்னையிலிருந்து வந்து இரு மாதங்களாகி விட்டன. அன்று திங்கட்கிழமையாதலால் வங்கியில் கணக்கு வழக்குகள் அதிகளவில் இருந்தன. மூச்சுவிட இயலாதளவு வேலைப்பளு...

அலைபேசி ஒலித்தது.

"ஹலோ..." எரிச்சலுடன் சொன்னேன். எதிர் முனையில் நிசப்தம்.

"ஹலோ... யார் பேசறீங்க...?" குரலுயர்த்திக் கேட்டேன்.

கலகலவெனச் சிரிப்பு. வீணைத் தந்தியைச் சுண்டி விட்டாற்போல். சுதீராவைத் தவிர வேறு யார் இவ்வளவு இனிமையாய்ச் சிரிக்க முடியும்...?

"எதற்கு இவ்வளவு எரிச்சல்..? நான் பக்கத்தில் இல்லையென்றா..?"

பேச்சு எழவில்லை எனக்கு. இரண்டு மாதங்கள்...! அவள் குரல் கேட்பதற்காக எப்படித் தவித்துக்கொண்டிருந்தேன்? எவ்வளவு மன்றாடியும் தன் தொலைபேசி எண்ணைக் கொடுக்கவில்லை அவள்.

"உன்னுடன் பேச எவ்வளவு துடித்துக் கொண்டிருந்தேன் தெரியுமா...?" அலுவலகத்திலிருந்து வெளியே வந்தேன்.

“இப்ப தெரிந்ததா உனக்கு ஏன் என் நம்பர் கொடுக்கலேன்னு..? கொடுத்திருந்தால் இந்த அறுபது நாளும் உன் பேச்சால் என்னைப் பைத்தியமாக்கியிருப்பே இல்லே?”

“என் நம்பர் வாங்கியிருக்கே. நீயாவது பேசியிருக்கலாமே. இப்படி அலைகழிப்பது நியாயம்தானா உனக்கு?”

“அதுதான் சுதீரா. எனக்கு என் ஆளுமை வேண்டும் ஒவ்வொரு விஷயத்திலும். உனக்கு என் ஞாபகம் வரும் போதெல்லாம் நீ பேசுவது முக்கியம் இல்லை எனக்கு. பேச வேண்டும் என எனக்குத் தோன்றும்போது நான் பேச வேண்டும். ஆண்களுக்கு நான் பிடித்திருக்கிறேனா என்பது முக்கியமல்ல. எனக்குப் பிடிக்க வேண்டும். அப்போதுதானே சந்திப்பு இனிமையாக இருக்கும்... உன்னுடன் இருப்பதுபோல்..”

என் செவிக்குள் யாரோ அமுதமழை பொழிவது போன்ற வார்த்தைகள். தேன்துளிகள் போன்ற சொற்கள்... போதையாய்... மயக்கமாய்...

“அப்படின்னா என்னுடன் பேச மட்டுமே அவ்வளவு ஏங்கிட்டிருந்தாயா? என் அருகாமைக்காக இல்லேங்கறே...”

“அதைவிட வேறென்ன அதிர்ஷ்டம் இருக்கும்?”

“சரி... உனக்கு ஒரு நல்ல செய்தி சொல்லட்டுமா? அடுத்த சனிக்கிழமை ஹைதராபாத் வருகிறேன். அதாவது இன்னும் பன்னிரண்டு நாட்களில். என்ன ஏற்பாடு செய்யப் போகிறாய் என்பது உன்னோட விருப்பம். நான்கு நாட்கள் இருக்கப் போகிறேன். சிகப்புக் கம்பளம் விரிப்பாயோ.. அதன் மேல் ரோஜா இதழ்கள் தூவுவாயோ... உனக்கே விட்டுடறேன்...”

“எவ்வளவு நல்ல செய்தி சொல்லியிருக்க சுதி. உன்னைப் பார்க்கணும்னு எவ்வளவு தவிச்சிட்டிருக்கேன் தெரியுமா? இன்னும் நான்கு நாட்கள் உன்னிடமிருந்து ஃபோன் வராமல் இருந்திருந்தால் நானே கிளம்பி வந்திருப்பேன். ஏதாவது வேலையா வரயா..?”

“ஆமாம். மிக முக்கியமான வேலை. உன் உதவி இல்லாமல் செய்ய முடியாத வேலை...”

“என்னன்னு சொல்லு. கணத்தில் முடித்து வைக்கறேன். இங்கு எனக்கு நிறைய பேரைத் தெரியும். நீயே பார்க்கப் போறே எனக்கு எவ்வளவு செல்வாக்கு இருக்குன்னு..”

“பார்க்கலாம். ஆனால் மிகவும் சிரமமான வேலை அது...”

“எவ்வளவு சிரமமானாலும் பரவாயில்லை. சரி என்ன வேலைன்னு சொல்லு...”

“உன் அணைப்பில் நான்கு நாட்கள் கழிப்பது...”

அவள் சொல்வது என்னவெனப் புரிந்தாலும் பெரிதாய் சிரிப்பு வர... அடக்க முடியாமல் சிரித்துவிட்டேன்.

“ஏற்கெனவே சொல்லியிருக்கேன் இல்லே, நீ சரியான புத்தாவதாரம்னு. எனக்கு ஹைதராபாத்தில் என்ன வேலை இருக்கும் சொல்லு. உன்னுடன் கழித்த அந்த இனிய கணங்களை மறுபடியும் எழுத வேண்டும் போலிருக்கு. இம்முறை.. ஃபேர் காப்பி எடுக்கறோம் இல்லே... இன்னும் அழகாய் அமையும்...”

அவள் வரும் தேதி, ரயில் விவரங்கள் தெரிந்துகொண்டேன்.

அதுவரை இருந்த எரிச்சல் எங்கோ பறந்து விட்டிருந்தது. உள்ளத்திலும் உடலிலும் ஒரு பரபரப்பு...

அசோகா ஹோட்டலில் ஒரு ‘சூட்’ முன் பதிவு செய்தேன்.

அன்றிரவு வீடு திரும்பிய பிறகுகூட மேகங்களிடை நீந்தும் மிதப்பு நிலை.

“என்ன ரொம்ப உற்சாகமா இருக்கீங்க?” மாதுரி கேட்டாள். இந்தப் பெண்கள் மிகவும் புத்திசாலிகள். கணவன் மன நிலையை எவ்வளவு விரைவில் இனம் கண்டுவிடுகிறார்கள்!

பிடிபட்டுவிட்ட கள்வன் போல் உணர்ந்தேன்.

“இன்னும் பத்து நாளில் பெங்களூர் காம்ப் இருக்கு. அந்த ஊர் எனக்கு மிகவும் பிடிக்கும்னு உனக்குத் தெரியும் இல்லே.”

“நானும் வரேன். நாம் வெளியூர் சென்று ரொம்ப நாளாகி விட்டது...”

“அப்ப பிள்ளைகள்?”

"அவர்களும் வரட்டும். எல்லோரும் சேர்ந்து வெளியூர் செல்வது எவ்வளவு சந்தோஷமாய் இருக்கும். வீட்டிலேயே இருந்து இருந்து போர் அடித்து விட்டது."

இப்போது மிகுந்த எச்சரிக்கையுடன் பேசவேண்டும். திறமையாய் நடிக்க வேண்டும். நடிப்பில் வாழ வேண்டும். இல்லையெனில் மாதுரிக்கு சந்தேகம் வர வாய்ப்புண்டு.

"ஆபீஸ் வேலையாய் போறேன் மாதுரி. உங்களுடன் சந்தோஷமாய்க் கழிக்க நேரமே இருக்காது. ஒரு வேலை செய்யலாம். அங்கிருந்து திரும்பி வந்ததும் ஒரு வாரம் லீவு போடறேன். ஊட்டி அல்லது கொடைக்கானல் போகலாம். உனக்கு கொடைக்கானல் மிகவும் பிடிக்கும். முடிவாயிட்டது. கொடைக்கானல்தான்."

இரை வீசினேன். மீன் வலைக்குள் சிக்கியது.

"நீங்க சொல்வதும் நல்லாத்தான் இருக்கு. நிம்மதியாய் நாலு நாள் கழிக்கலாம். உங்களுக்கும் ஓய்வு கிடைத்தாற்போலிருக்கும்."

குழந்தைகளிருவரும் உறங்கிய பின் அறைக்குள் வந்த மாதுரி புதுமணப்பெண் போல் தெரிந்தாள். அவளை அருகில் இழுத்துக் கொண்டபோது, ஆச்சரியம்.. என் அணைப்பில் சுதீரா.. கெஞ்சியபடி... அழவைத்தபடி.... சிரிப்பூட்டியபடி.... மோகம் ஏற்றியபடி.... ஆசுவாசப்படுத்தியபடி.... சுதீரா...

சுதீராவைத் தொட்டுப் பரவசமடைந்த உடலால் மாதுரியைத் தொட்டபோது... ஒரு காலத்தில் 'இதை விடச் சுகமான அனுபவம் இன்னொன்று இருக்க முடியாது' என்று கிளர்ச்சியில் மகிழ்ந்த மனதிற்கு இன்று அது இரண்டாம் பட்சமாகத்தான் இருந்தது.

என்னுள் தன்னிச்சையாய் ஒப்பீடு சரசரவென... என்னையும் அறியாமல்! எது அதிகப் பரவசம்.. யார் என் இனிய தேவதை... யாருடைய உடல் வனப்பு அதிகக் கவர்ச்சி.. எவருடனான சேர்க்கை அதிகம் சிலிர்ப்பூட்டுகிறது.. யாருடன் எப்படி....? சுதீரா... என் ஒவ்வொரு ஆலோசனையிலும் ஒவ்வொரு செயலிலும் உணர்வுகள் மூலம் நினைவுகள் மூலம் நிறைந்து கலந்து...

"எவ்வளவு அழகா இருக்கே. நீ ஏன் கல்யாணம் செய்துக்கலே?"

நாங்கள் சென்னையில் சந்தித்த இரண்டாம் நாள் அவளைக் கேட்டேன்.

ஏதோ பெரிய நகைச்சுவை கேட்டாற்போல் சிரித்தாள் சுதீரா.

"கல்யாணம் என்பது ஆணின் அதிகாரத்திற்குள் அடங்கிப் போவது. அவன் சொன்னபடியெல்லாம் நடந்து கொள்ள வேண்டும். அவன் ஆளுமையைச் சகித்துக்கொள்ள வேண்டும். இதெல்லாம் எனக்குப் பிடிக்காது. நான் சுதந்திர ஜீவி. அவனுக்காக சமைத்து... அலங்காரம் செய்துகொண்டு... அவனுக்கு படுக்கையில் சுகம் கொடுத்து... பிள்ளைகள் பெற்றுக்கொடுத்து... நான்சென்ஸ்! ஆணின் சுகத்திற்காக இல்லை நான். என் சுகத்திற்காகத்தான் ஆண். இதெல்லாம்தான் காரணம் நான் கல்யாணம் செய்துக்காததற்கு..."

"கல்யாணம் வாழ்க்கையில் ஒரு பாதுகாப்பு இல்லையா சுதீ. உனக்காக எத்தனை ஆண்கள் தவம் செய்திருப்பார்கள்? உன் நட்புக்காக எப்படியெல்லாம் ஏங்கியிருப்பார்கள்? அவர்களில் உனக்குப் பிடித்த யாரையாவது கல்யாணம் செய்து கொண்டிருக்கலாமே?"

"நீ சொல்லும் அந்தப் பாதுகாப்பு காசு பணம் சம்பந்தப் பட்டது. எனக்கு அந்தத் தேவையே இல்லை. நல்ல வேலையில் இருக்கேன். என் கருத்துப்படி கல்யாணத்தில்தான் பாதுகாப்பு இல்லை. ஒரே புருஷன்... அவனுக்கு எப்போது கோபம் வருமோ... எப்போது சந்தேகம் வருமோ... நான் அவனுக்குச் சலித்து போய் விட்டேனோ... நான் வேண்டாமென்று இன்னொரு பெண்ணைத் தேடிக்கொள்வானோ.. இப்படி ஆயிரமாயிரம் குழப்பங்களுடன் வாழும் வாழ்க்கைதான் பாதுகாப்பு இல்லாதது. நீ இப்போது சொன்னாயே மனசுக்குப் பிடித்த ஆண் என்று. மனசுக்கு மட்டுமில்லே. என் உடம்புக்கும் பிடிக்க வேண்டும். அவ்வகையில் நான் விரும்பும் ஆண் ஒருவன் இல்லை. நிறைய பேர் இருக்கிறார்கள். அத்தனை பேரையும் கல்யாணம் செய்துக்க முடியாதில்லையா...?" பூ விரிந்தாற்போல் சிரித்தாள்.

"அதற்காக..."

"இரு இரு... நீ என்ன சொல்ல வரேன்னு எனக்குத் தெரியும். கண்ணுக்கு அழகா தெரியும் பெண்களை அனுபவிப்பது உங்க ஆண் இனத்தின் ஏகபோக உரிமையா என்ன? என் கண்ணுக்கு இனிமையாய் உணரவைக்கும் ஒவ்வொரு ஆணுடனும் நான் இன்பமாய் இருந்தேன். இதுதான் என் வாழ்க்கைத் தத்துவம். கிடைக்கும் சுகத்தை முடிந்தவரை குறைவான கால அவகாசத்தில்.

இளமை கழியும் முன்பே... அனுபவித்துவிட வேண்டும். கல்யாணம், குழந்தைகள்.. இதெல்லாம் நம்மைச் சிறைப்படுத்தி வைக்க இந்தச் சமுதாயம் உருவாக்கிய இரும்புச் சங்கிலிகள்..."

"என்ன இது... பெண்கள் குழந்தைப் பேறுக்காகத்தானே ஆசைப்படுவார்கள். உனக்கு இந்த நினைப்பெல்லாம் வரவே வராதா?"

"இல்லை. குழந்தைகள் என்பது ஒரு பெரிய பொறுப்பு. அவ்வளவு பெரிய சுமையைச் சுமக்க நேர்ந்தால் வாழ்க்கையில் எப்படி மஜா செய்யமுடியும்?"

"நம் முதுமைப் பருவத்தில் நமக்கு ஆதரவாய்..." நான் முடிக்குமுன் விழுந்து விழுந்து சிரிக்க ஆரம்பித்தாள்.

"நான் இன்னும் இளமைப் பருவத்தில்தான் இருக்கேன். இன்னொரு பத்து வருஷம் வரை என் இளமைக்கும் சுகத்திற்கும் தாகத்திற்கும் வேட்கைக்கும் பங்கம் இல்லை. மாதம் பிறந்தால் இருபதாயிரம் மற்றும் மேல் வரும்படி கிடைக்கும் வேலை. எனக்கு எவருடைய ஆதரவும் தேவையில்லை. ஒரு வேளை ஏதோ ஒரு சூழ்நிலையில் அப்படிப்பட்ட நிலைமை எதிர் பட்டால் சந்தோஷமாய் தற்கொலை செய்து கொள்வேன்..."

சுதீராவின் பேச்சு ஞாபகம் வர... சற்றே கலவரம் எட்டிப் பார்த்தது.

இதை துணிவு என்பதா... ஆனது ஆகட்டும் எனும் வீம்பா?

சமூகக் கட்டுப்பாட்டுகளைப் புறந்தள்ளி... பெண்களுக்காக வகுக்கப்பட்ட கோட்பாடுகளை அடியோடு அழித்துவிட்டு... சுகங்களைக் கோரி... அதற்காக திருமணம், குடும்பம், பிள்ளை குட்டிகள் வேண்டாமென நினைத்து....

சுதீராவிற்கு இப்படியான விபரீத ஆலோசனைகள் இருப்பதால்தானே எனக்குச் சொந்தமாகியிருக்கிறாள் எனும் எண்ணம் மனதில் வந்தது. இதுவே அவளுக்குத் திருமணமாகி இருந்தால் எனக்கு அந்த வாய்ப்பு கிட்டியிருக்குமா?

எதற்கு இந்த வறட்டு ஆலோசனைகள்? எனக்கு சுதீரா வேண்டும். எவ்வளவு சாதுரியமானவள்! சிருங்காரமும் ஒரு கலையே எனும் விஷயம் இந்தியத் தம்பதியர் மறந்துபோய்

எவ்வளவு காலம் ஆகிவிட்டது! பண்டைய இந்தியச் சிற்பக் கலைகளில் சிருங்காரம் ஏன் இவ்வளவு முக்கியத்துவம் பெற்றிருக்கிறதென்பது சுதீராவுடன் இணைந்த பிறகுதான் எனக்கு முழுமையாய்த் தெரியவந்தது. இது அன்றாடம் செய்யும் உடற்பயிற்சி கிடையாது, ஒரு அற்புதமான நளினமான அழகான கலை என்பதை ஆயிரம் இறக்கைகள் விரித்து விகசித்தளவு தெளிவாய் என்னை உணர வைத்தவள் சுதீரா.

பன்னிரண்டு நாட்கள் எப்போது கடக்கும் எனும் பரபரப்புடன்... நாட்கள் நொடிகளாய்க் கரைந்து... ஒரு வழியாய் சுதீரா வந்து... அவள் அணைப்பில் நொடிகள் நாட்களாய் நீண்டால் எவ்வளவு நன்றாக இருக்கும்...!

இரவுகள் உறக்கமின்றி நீண்டன. சுதீரா வந்ததும் என்னென்ன செய்ய வேண்டும்.. எந்தெந்த இடங்கள் சுற்றிக் காட்ட வேண்டும்... எந்தெந்த ஹோட்டல்களுக்கு அழைத்து செல்ல வேண்டும்... இப்படி ஆயிரமாயிரம் ஆலோசனைகள்...

வாசனைத் திரவியங்கள் மிகவும் பிடிக்கும் சுதீராவிற்கு. சார்மினார் பகுதியில் உள்ள அத்தனை கடைகளும் ஏறி இறங்கி நான்கைந்து வகை செண்ட் மற்றும் அத்தர் தினுசுகள் வாங்கினேன். அவற்றை வீட்டுக்கு எடுத்துச் செல்லாமல் அலுவலகத்தில் ஒளித்து வைத்தேன்.

வந்தே விட்டது சனிக்கிழமை. சுதீரா வரும் நாள். வெள்ளிக் கிழமை மூன்று மணிக்கே நான்கு செட் உடைகள் சூட்கேஸில் வைத்துக்கொண்டு ரயில் நிலையத்துக்குப் போவதாய் மாதுரியிடம் சொல்லிவிட்டு, அசோகா ஹோட்டலில் ஏற்கெனவே ஏற்பாடு செய்திருந்த 'சூட்'டில் தங்கிக்கொண்டேன்.

இரவு அரைகுறை உறக்கம். சுதீரா இப்போது ரயிலில் இருப்பாள்... என்னைப் பற்றியே நினைத்துக் கொண்டிருப்பாள்... எனக்காகத்தானே வந்து கொண்டிருக்கிறாள்... ஒரு ஆண் பெருமிதம் கொள்ள இதைவிட என்ன வேண்டும்? எனக்காக ஒரு பெண் ஓடோடி வருகிறாள்... என் மீதான நேசத்துடன்...

இன்னொரு ஆலோசனை எழுந்தது என்னுள். சுதீராவிற்கு திருமணமாகவில்லையல்லவா? ஒருவேளை என் மீதான நேசம் வலுத்து அவளைத் திருமணம் செய்துகொள்ளச் சொல்வாளோ?

அப்படி அவள் கேட்டுவிட்டால் என்ன பதில் சொல்வது? திருமணம் செய்து கொள்வதா? அவளைக் காதலித்தது நிஜம்தான். அவளுடன் உடல் ரீதியாய் அனுபவித்ததும் உண்மை. ஆனால் திருமணம் என்பது...?

அந்நினைவே அச்சமூட்டியது. மாதுரிக்கு துரோகம் செய்ய என்னால் முடியாது.

அப்படியானால் இப்போது செய்து கொண்டிருப்பது...? இதுவும் அநியாயம்தானே... ஆனால் திருமணம் என்பது நிரந்தரமான அநியாயம். அப்படியென்றால் அநியாயத்தில் நிரந்தரம், தாற்காலிகம் என்று இரு வகை உண்டா? அநியாயம் எப்போதும் எவ்வகையானாலும் அநியாயம்தானே...?

இவ்வாறான முட்டாள்தனமான ஆலோசனைகளால் நெருங்கிக் கொண்டிருக்கும் சுகங்களை எட்டி உதைக்கும் மடையன் இல்லை நான். ஆலோசனைகளின் குரலை அப்படியே அழுத்தி உள்ளே தள்ளி விட்டேன். நாளை கிடைக்கப் போகும் சுகம்... இந்தக்கட்டில் மீது விரவப்போகும் சுதீராவின் வனப்பு. மனதைத் திசை திருப்ப முயன்றேன்.

விடிந்ததும் சுதீராவை வரவேற்க ரயில் நிலையம் சென்றேன்.

மிகவும் பரபரப்பாக இருந்தன உடலும் உள்ளமும். இரு மாதங்களுக்குப் பின் மீண்டும் என் கனவு ராணியைக் காணப் போகிறேன்.

ரயில் நின்றதும் அவள் கம்பார்ட்மெண்டை நோக்கி ஓட்டமும் நடையுமாய் விரைந்தேன்.

குளிர் சாதனப் பெட்டியினின்று வெளியே வந்த சுதீரா கையசைத்தாள்.

அவள் சிரிப்பு எப்போதும்போல் அற்புதமாய் இருந்தது. 'பெஸ்ட் ஸ்மைலிங் ஃபேஸ்' என்ற பட்டத்திற்கு முற்றிலும் தகுதியானவளாய்! ஆனால் ஏதோ ஒரு மாற்றம்... நறுமணம் இல்லாத அழகான பிளாஸ்டிக் பூந்தோட்டம் போல்....

"ஹாய் சுதீ... பயணம் எப்படி இருந்தது?" அவள் கையிலிருந்த சின்னப் பெட்டியை வாங்கிக் கொண்டேன்.

"ராத்திரியெல்லாம் இமை மூடவில்லை..."

"அதென்ன- ஏ.ஸியில்தானே வந்தே? வசதியாய் இருந்திருக்குமே?"

"அதென்னவோ.... அப்படியும் இப்படியும் புரண்டு... தூக்கத்திற்காக ஒரு யுத்தமே செய்ய வேண்டியிருந்தது. தோல்விதான். நரகம்..."

"நானும் அப்படித்தான். ராத்திரி முழுக்கத் தூங்கலே..."

"என்னைப் பற்றியே நினைத்து கொண்டிருந்தால் எப்படி தூக்கம் வரும்...?" மறுபடியும் சிரித்தாள். நீர் வீழ்ச்சி இசைக்கும் ஜலதரங்கம் போல். ஆனால் பலவந்தமாய்ச் சிரிப்பது போலிருந்தது.

பயணக் களைப்பாக இருக்கலாம். இரவெல்லாம் உறக்கமில்லை. அதனாலும் இருக்கலாம்.

எனக்கு இருப்பு கொள்ளவில்லை. எப்போது அறை சேருவோம் என்ற பதற்றம்... அவசரம்... அவள் குளித்து முடித்து பனியில் நனைந்த மல்லிகையாய் கட்டிலில் உட்காருவாள்... அவளை அப்படியே மொத்தமாய் அணைத்து முத்தங்களில் மூழ்கடிப்பேன்...

வழியில் சுதீரா எதுவும் பேசவில்லை. மிக ஆச்சரியமாக இருந்தது. எந்நேரமும் கலகலப்பாக இருக்கும் சுதீரா.. வாய் ஓயாது பேசும் சுதீரா...

இரு தினங்கள் முன் என்னுள் எட்டிப் பார்த்த எண்ணம் மறுபடியும் தலைதூக்கி மிரட்டியது. "என்னைக் கல்யாணம் செய்துக்கறயா?" என்று கேட்கப் போகிறாளா? அவள் நடவடிக்கைகளைப் பார்த்தால் அப்படித்தான் தெரிகிறது.

எப்போதும் குறும்புத்தனத்துடன் 'டேக் இட் ஈஸி' தத்துவத்துடன் துள்ளலும் துடிப்புமாய்க் காணப்படும் சுதீராவின் இந்த அமைதி இதுவரை நான் அறியாத கோணம். ஆயினும் தப்பு என்னுடையது தானே? திருமணத்தில் ஆர்வமில்லை என சுதீரா கூறியபோது நான் அவளுக்குப் பின்பாட்டு பாடுவது போல் "சரியாய் சொன்னாய் சுதீ. என்னைப் பார். கல்யாணம் எனும் சேற்றில் புதைந்துபோய் எப்படித் திண்டாடிக் கொண்டிருக்கிறேன் பார்" என்றுதானே சொல்லியிருக்க வேண்டும்... சாதுரியம் தெரியாத முட்டாள் நான். பின்னால் வரவிருக்கும் ஆபத்தை ஊகித்துப் பேசவேண்டும் அல்லவா! பெயர்தான் பெரிதாய் பேங்க் ஆபிஸர்...!

ஆனால் நான் பேசியது என்ன... முழுக்க முழுக்க வேதாந்தம்! 'கல்யாணம் என்பது ஓர் உன்னத அனுபவம். பெண்களுக்கு இது மிகவும் அவசியம். குழந்தைகள் இல்லாத பெண்ணின் வாழ்க்கையே வீண்...' போன்ற தத்துவச் சொற்பொழிவை அவள் முன் வைத்தேன்.

இப்போது என் பேச்சே என்னைப் பாம்பாய்க் கழுத்தைச் சுற்றி இறுக்கப்போகிறது. சுதீரா இப்போது இங்கு வந்திருப்பது திருமணம் குறித்து என்னைக் கேட்பதற்காகத்தான் இருக்க வேண்டும்.

என்ன பதில் இருக்கிறது என்னிடம்? சுதீரா அப்படிக் கேட்க மாட்டாள். 'நான் உன்னைக் கல்யாணம் செய்துக்க நினைக்கிறேன்...' என்பாளா...?

"மாதுரி இருக்கிறாளே...?" என்பேன். "அப்படியானால் என்னுடன் இப்போது எதற்கு உனக்கு சகவாசம்?" என்று முகத்திலறைவதுபோல் கேட்டால்?

இவள் விருப்பப்படிதானே எல்லாம் நடந்தது... என் மீது எப்படி தப்பு கண்டுபிடிப்பாள்? தவறு ஒருவருடையது மட்டுமில்லையே? இரு கரங்களும் இணைந்தால்தானே ஓசை எழும்பும்?

சுதீரா குளித்துவிட்டு வந்தாள். கதிரொளி பட்ட பனித்துளி போல் அவள் ஒளிர... மயக்கத்துடன் அவளை இழுத்து முத்தமிடப் போனேன். பலத்துடன் என்னைத் தள்ளிவிட்டாள்.

"என்ன சுதீரா.... அந்த நாட்களா?" வியப்புடன் கேட்டேன்.

"இல்லை..."

"பின்னே...?"

"எனக்கு மூட் இல்லே..." தலையணையைச் சரிசெய்து படுத்துக் கொண்டாள். அவள் பக்கத்தில் படுத்துக்கொண்டேன்.

மின் விசிறியைப் பார்த்தபடி பலத்த யோசனையிலிருந்தாள் சுதீரா.

"என்ன விஷயம் சுதீரா...? ஏதாவது பிரச்னையா...? இவ்வளவு தீவிரமா யோசிக்கறே?"

“ஒண்ணுமில்லே. உம்... என் வாழ்க்கையைக் குறித்துதான். அறுந்த பட்டமாய்...; அன்று நீ சரியாய்த்தான் சொன்னாய். பிடிமானம் இல்லாத வாழ்க்கை. எப்பக்கம் காற்று வீசினால் அத்திசையில் அடித்துச் செல்லப்பட்ட...; நான் ஆசைப்பட்டது... கோரியது என்ன... நினைத்தது என்ன... கடைசியில் கிடைத்தது என்ன ?”

என்னை நானே திட்டிக் கொண்டேன். அறுந்த காற்றாடி போன்ற உபமானங்களைப் பயன்படுத்தியதே நான்தான்.

“இப்ப கூட எதுவும் மிஞ்சிப் போகலையே. கல்யாணம் செய்துக்கறேன்னு சொல்லு. நல்ல வரனை உன் முன் கொண்டு வந்து நிறுத்தறேன்.”

“அவ்வளவுதானே தவிர நீ மட்டும் செய்துக்கமாட்டே. அப்படித்தானே...?” சிரித்தபடி அவள் கேட்க....

என் இதயம் படபடத்தது.

சுதீராவிடம் மறுபடியும் கலக்கம். “மொத்தத் தப்பும் என்னுடையதுதான். பெரியவர்கள் எல்லைகள் வகுத்தனர். அவற்றை மீறக்கூடாதென வலியுறுத்தவும் செய்தனர். ஏன் என்பது இப்போது புரிகிறது எனக்கு...” முணுமுணுப்பதுபோல் கூறினாள்.

“உம்... அஜாக்கிரதையாக இருந்து... யார் மூலமாவது கரு தரித்து...”

“இல்லை. அதெல்லாம் எச்சரிக்கையாய்த்தான் இருந்தேன்...”

கதவு தட்டும் ஓசை. அறைப் பையன். காலைச் சிற்றுண்டியுடன்.

இருவரும் சாப்பிடலானோம்.

“ஹைதராபாத்தில் நீ பாக்கணும்னு நினைக்கற இடங்கள் என்ன...? நான் அழைச்சிட்டுப் போறேன்...”

“சாயங்காலம் பிர்லா மந்திர் போகலாம்...”

“அதென்ன சுதீரா. உனக்குதான் கடவுள் நம்பிக்கை கிடையாதே?”

“நிஜம்தான். நம்ப முடியாத விஷயங்கள் என் வாழ்வில் நிறைய நடந்திருக்கு. நடந்திட்டிருக்கு. அதில் இதுவும் ஒன்று...”

அவள் எனக்குப் புதிதாய்த் தென்பட்டாள். விந்தையாய்த் தெரிந்தாள். பிரசவ வைராக்கியம் போல் செக்ஸ் வைராக்கியம் ஏற்பட்டு ஆண்களென்றாலே திகட்டிவிட்டதோ என்னவோ..

சிற்றுண்டி முடிந்ததும் அவளை என்னருகில் இழுத்துக் கொள்ள மீண்டும் முயன்றேன். இம்முறை சற்று மென்மையாகவே விலக்கிவிட்டாள்.

"மூடு வரவழைக்கும் சக்தி சிருங்காரத்திற்கு உண்டு. கிட்ட வா. உன் விரக்திக்கு ஒரு முடிவு கட்டலாம்..."

என்னைக் கலவரத்துடன் நோக்கினாள் அவள்.

"உன்னிடம் ஒரு விஷயம் சொல்லவேண்டும். உன்னால் தாங்கிக்கொள்ள முடியுமான்னு தெரியலே..." அவள் விழிகளில் ஈரம் படர்ந்தது.

"சுதீரா... சீரியஸா ஏதாவது... அதற்காகத்தான் வந்திருக்கயா? விஷயம் இன்னதெனச் சொன்னால் என்னால் முடிந்த உதவி நிச்சயம் செய்வேன் சுதீ..."

"யாராலும் எதுவும் செய்ய முடியாத பிரச்னை இது. இப்ப ஹைதராபாத் வந்திருப்பது உன்னுடன் நாலுநாள் மகிழ்ச்சியா இருக்கணும்னுதான். ஆனால் இரு தினங்கள் முன்பு வரை அது எனக்குத் தெரியாது. தெரிந்தவுடன் உன்னிடம் சொல்லலாமா வேண்டாமான்னு யோசித்தேன். வரவேண்டான்னுதான் நினைத்தேன். போனில் சொல்லிடலாம்னு இருந்தேன். ஆனால்... மனசு... பைத்தியக்கார மனசு கேட்கலே. உன்னைச் சந்தித்து உன்னிடம் என் வேதனையெல்லாம் கொட்டித் தீர்த்துடணும்னு ஒரு உந்துதல் என்னை இங்கே இழுத்து வந்திருக்கு..." பெருமூச்செறிந்தாள்.

"விஷயத்தைச் சொல்லாமல் கொல்லாதே சுதீ. என்ன நடந்தது சொல்லு. மெகா சீரியல் போல் இழுத்திட்டே போகாதே."

"கொல்லாதே சுதீன்னு சொன்னே பாரு. எனக்குத் தெரியாமலே எத்தனை பேர் இறப்புக்கு நான் காரணமா இருந்திருக்கனோ? வாழ்க்கை என்பது வசந்த காலத்தில் விளையாடும் ஹோலி போல் வண்ணமயமானது என்று நினைத்திருந்தேன். இப்போது புரிந்தது... வாழ்க்கை மிகக் குரூரமானது கூட. சுற்றிலும் காரிருள்...

மலைப்பாம்பு போல் என்னை விழுங்கிக் கொண்டிருக்கும் இருட்டு..."

"கவித்துவத்தை நிறுத்தி விஷயத்தைச் சொல்லு..." பொறுமை பறிபோயிருந்தது எனக்கு.

"சரி, சொல்றேன் கேள். இங்கு வந்ததே உன்னிடம் சொல்லிட்டுப் போகணும்னுதான். மனசைத் திடப்படுத்திக் கொள். போன வாரம் வழக்கமான செக்அப்புக்காக டாக்டரிடம் போனேன். அவருக்கு ஏதோ சந்தேகம் ஏற்பட்டு..."

ஏதோ கெட்ட செய்தி சொல்லப் போகிறாள்... என் மனதில் பீதி படர்ந்தது. "பரவாயில்லே.. சொல்லு சுதீ..."

"எனக்கு ஹெச்ஐவி பாசிடிவ்..."

தலைமீது இடி விழுந்திருந்தால்கூட இதைவிட மென்மையாய் பூ விழுந்ததுபோல் இருந்திருக்குமோ...? என்னையறியாமல் உடம்பெங்கும் நடுக்கம்.

"ஒவ்வொரு சமயம் ரிப்போர்ட் தப்பாக்கூட இருக்கலாம்..." பலவீனக் குரல்... சின்னதாய் ஒரு நம்பிக்கை என்னுள்.

"இல்லை. உறுதிப்படுத்திக் கொள்ள 'வெஸ்டர்ன் பிளாட் டெஸ்ட்' கூடச் செய்து கொண்டேன். எனக்கு ஹெச்ஐவி பாசிடிவ்!"

சிலையாய் உரைந்து போயிருந்தேன் நான். இதயம் இமயமாய்க் கனத்தது.

அப்படியென்றால் எனக்கும்...

நினைவே அச்சமூட்டியது.

"கட்டுப்பாடு இல்லாமல் கண்டவனுடன் சுற்றினேன். அந்நிய ஆண்களுடன் பாதுகாப்பு இல்லாத உடலுறவு ஆபத்து எனத் தெரிந்தும் படித்த முட்டாளாய் நடந்து கொண்டேன். தப்பு மொத்தமும் என்னுடையதுதான். என் சிந்தனைப் போக்கு... என் விருப்பங்கள்.. என் சுதந்திரப் போக்கு... இதெல்லாம் மிக உயர்வான என் தனித்துவத்தன்மை என இறுமாந்திருந்தேன். ஆனால் இப்போது தெரிகிறது என் தனித்துவத்தில் எவ்வளவு பெரிய குறைபாடு இருந்திருக்கிறதென்பது..."

எதுவும் பேசவில்லை நான். என் முன் கொடூரமான மரணம் பயமுறுத்தியது. சிவந்த துருத்திய நாக்கு... வெளேரென்ற கோரைப் பற்கள்... சடை கட்டி பிரிபிரியாய்த் தொங்கும் கருத்த முடியை விரித்துப் போட்டபடி... என்னைச் சுற்றி நாட்டியமாடியபடி... பேய் ஆட்டம்... சாவுப்பறை இரைச்சலுடன்...

"எப்படிப்பட்ட அசடு பார் நான். சரி... உன்னிடம் கூச்சநாச்சமின்றி சொல்கிறேன். என்னுடன் உறவு கொண்ட சிலர் ஆணுறை பயன்படுத்துவதாய்ச் சொன்னபோது அவர்களுடன் பெரிதாய் வாதம் செய்தேன். நான் நேசித்து மனமுவந்து உறவு கொள்ளும் ஆண் மீது அவ்வளவு கூட நம்பிக்கை இல்லை யென்றால் அந்த உறவு எதற்கு? சந்தேகம்.. அவநம்பிக்கையிலிருந்து வரும் அனுபவம் எனக்குத் தேவையில்லை என்றேன். இரு உடல்கள் உளமார்ந்த இசைவுடன் இணையும்போது இடையில் தடுப்பு எதற்கு? முகமூடிகள் எதற்கு...? எனக்குப் பிடிக்காது என்றேன். இப்போது பார்... இந்தச் சனியனை நானே விலை கொடுத்து வாங்கிச் சுமந்து கொண்டிருக்கிறேன்..." தன்னிரக்கமும் வெறுப்புமாய் அவள் பேச...

எனக்கு மாதுரியின் ஞாபகம் வந்தது. எப்பாவமும் அறியாத மாதுரி. அப்பாவி மாதுரி! சென்னையிலிருந்து திரும்பிய பிறகு அவளுடன் உடலுறவு கொண்டிருக்கிறேன். அப்படியென்றால் என் மனைவிக்கும்...

கடவுளே... என் இரு குழந்தைகள்... கள்ளம் கபடற்ற சிறு பிள்ளைகள்... உலகம் கிர்ரென வெகு வேகமாய்ச் சுழல்வது போல் கண்கள் இருளடைந்தன. தலை சுற்றியது. உடம்பு தள்ளாடியது.

சுதீராவின் அழகான முகத்தில் வெறியாட்டம் போடும் துயரக் கீற்றுகள்...!

பொன்னிறத்தில் தகதகக்கும் சுதீராவுக்கு ஹெச்ஐவியா? அதாவது எய்ட்ஸா..? எத்தனை நாட்களாய் இப்படி?

எவ்வளவு பெரிய முட்டாள் நான்? டி.வி.யில் எத்தனைமுறை பார்த்திருக்கிறேன்... எத்தனை எத்தனை 'காண்டம்' விளம்பரங்கள் கண்டிருக்கிறேன்...

... 'புத்தி கர்மானுசாரிணி...' என்கிறார்கள். மெரீனா பீச்சில் சுதீராவைப் பார்த்ததும் என் புத்தி புல் மேயப் போய் விட்டதே...?

கண்டிப்பாய் அந்த ஹெச்ஐவி கிருமிகள் என்னுள் பிரவேசித்திருக்கும்...

ஒரு தப்பு.. ஒரே ஒரு தவறு. அதற்குப் பலியாவது தப்பு செய்த நான் மட்டும் அல்ல. என் மனைவி.. என் குழந்தைகள்...

"குமார்... என்ன, பேச்சே காணோம். என் மேல் கோபம் கோபமாய் வருதா? உன் மேல் ஆணை. எனக்குத் தெரியவே தெரியாது. என்னை நம்பு. தெரிந்திருந்தால் உன்னை இந்தப் புதைகுழிக்குள்ள இழுத்திருப்பேனா? உன்னை சென்னையில் பார்த்தபோது தொலைத்துவிட்டிருந்த புதையலை மீட்டெடுத்தாற் போல் எவ்வளவு மகிழ்ச்சியடைந்தேன் தெரியுமா? உனக்கு அளவற்ற சுகம் கிடைக்கச் செய்ய ஆசைப்பட்டேன். நான் ஏதோ வியாதியால் செத்துபோகப் போறேன் என்பது நன்கு தெரிந்தும் அதே வியாதியால் என் மனதிற்குப் பிடித்த ஆண்களையும் சாகடிக்க வேண்டுமென நினைக்கும் மனப்பிறழ்வு நோய் பிடித்தவள் இல்லை நான்.

சக மனிதர்களை மிகவும் பிடிக்கும் எனக்கு. அவர்கள்மீது எல்லையற்ற நேசமும் பரிவும் உண்டு எனக்கு. ஆனால் எந்தத் தளைகளும் இல்லாத சுகம் வேண்டுமென ஆசைப்பட்டேன். கடவுள் என் தலைமீது கொடூரமான மரணத்தைப் பொறித்து விட்டார். அகால மரணம்..."

"என்னையும் இது தொற்றியிருக்கும்னு நினைக்கிறாயா சுதீ..." தயங்கித் தயங்கிக் கேட்டேன்.

"தெரியலே. ஆனால் அதற்கான வாய்ப்பு அதிகம். எதற்கும் ரத்தப் பரிசோதனை செய்துகொள். எனக்கானால் என்னவர்கள் என்று யாருமில்லை. அதனால் சாவுக்குப் பயப்படலே நான். ஆனால் உன் விஷயம் அப்படியில்லையே. உன் மீது ஆதாரப்பட்டிருக்கும் குடும்பம் இருக்கு. நீ ஜாக்கிரதைப்படுவது நல்லது..."

'மரணம் என்றால் உடல் நடுங்கும் பீதி எனக்கு...' என்று சொல்லலாமா என நினைத்தேன். நடக்க வேண்டியதெல்லாம் நடந்து முடிந்த பின் இப்போது ஜாக்கிரதை எதுக்கும்மா என நினைத்துக் கொண்டேன். நிஜமாகவே மரணம் என்றால் மரணபயம் எனக்கு. மரணித்த மனிதர்களைப் பார்க்கக் கூடப்

பயம். மரணம் குறித்து நினைக்கக்கூட பயம். இப்போது மரணம் என் பின்னால்... என் நிழல் போல்... என்னைத் துரத்தியபடி...

இனி எவ்வளவு நாட்கள் பிழைத்திருப்பேனோ? ஹெச்ஐவி தாக்கிய உடனே செத்துப் போய்விட மாட்டார்கள் அல்லவா? ஒரு ரெண்டு வருடம் உயிரோடு இருப்பேனா? இல்லை... ஐந்து வருடம்..? முப்பத்தி மூன்று வயதில் இப்படி மரணம் குறித்து ஆலோசிக்க வேண்டி வந்ததைவிட நரகம் இன்னொன்று இருக்க முடியுமா?

சுதீரா என் அருகில் வந்து அமர்ந்து கொண்டாள்.

"ப்ளீஸ்... கொஞ்ச நேரம் என் பக்கத்தில் படுத்துக்கறயா?"

ஒரு அடிமை யந்திரம் போல் அப்படியே செய்தேன்.

சுதீரா அழுது கொண்டிருந்தாள். அவளுடைய ரோஜாக் கன்னங்கள் கண்ணீரால் நனைந்து போயின.

"என்னை உன்கிட்ட இழுத்துக்கறயா?" அழகிய பளிங்குச் சிற்பம் போலிருக்கும் இவளுள் இப்போது நஞ்சு பரவிக் கொண்டிருக்கிறது. அதே நஞ்சு என்னுள்ளும் பரவித்தானிருக்கும். அமுதக் கலசமென எண்ணித்தானே அதில் முற்றாய் மூழ்கிப் போயிருந்தேன்? நஞ்சுத் துளி கலந்த அமுதம்...

"ப்ளீஸ் குமார், மோகத்துடன் இல்லை. பாசமாய் சிநேகமாய் ஒரு தடவை என்னை அணைத்துக்கொள்ள மாட்டாயா?"

ஒரு அச்சத்துடனே அவள் மேல் கை வைத்தேன்.

"தொட்ட மாத்திரத்தில் எதுவும் ஆகிவிடாது. நடக்க வேண்டிய பாதிப்பு இந்நேரம் நடந்திருக்கும். எனக்காக இல்லையென்றாலும் உனக்காக அந்த ஆண்டவனை வேண்டிக்கொள்கிறேன். நீ உடல் நலத்துடன் இருக்க வேண்டும். உனக்கு எந்தப் பாதிப்பும் நேர்ந்துடக் கூடாது..." உருக்கமாய்க் கூறினாள்.

அவளை அருகில் இழுத்துக் கொண்டேன். நெஞ்சு நிறையத் துயரத்தை நிரப்பிக் கொண்டு சிரித்தாள். கருமையான சிரிப்பு.. இருள் போன்ற சிரிப்பு.. மரணம் போன்ற சிரிப்பு...

"ஆசையுடன்.. காதலுடன் முத்தம் தருவது எனக்கு எவ்வளவு பிடிக்கும்னு உனக்குத் தெரியும். ஆனால் முத்தப் பரிமாற்றம்

மூலம் இந்த வியாதி மற்றவருக்குத் தொற்றிக் கொள்ளுமோ என்னவோ, தெரியாது. உமிழ்நீரில் கூட வைரஸ் இருக்கலாம்னு நினைக்கறேன். ஆயிரம் சந்தேகங்கள் மனதில். ஊர் திரும்பியதும் அத்தனையும் டாக்டரிடம் கேட்டு தெரிந்துகொள்ள வேண்டும். உடலுறவு சரி.. கவசம் போல் ஏதோ ஒன்றைத் தடுப்பாக்கிக் கொள்ளலாம். ஆனால் முத்தம்...? உதடுகளுக்கு கூட ஏதாவது உறை இருந்தால் நல்லது...” சிரித்தபடியே அழுதாள் சுதீரா. எனக்கும் அழவேண்டும் போலிருந்தது.

“என்னை மன்னித்துவிடு மாதுரி...” உரக்கக் கத்த வேண்டும் போலிருந்தது. அதனால் எங்கள் வாழ்க்கையை இனி மீட்டெடுக்க முடியுமா? மன்னித்துவிட்டால் எல்லாம் சரியாகி விடுமா என்ன? நிரந்தரமான தவறு, வாழும் காலம் வரை துரத்தித் துரத்தி வேட்டையாடிக் கொல்லப் போகும் குற்றம்! ரத்த நீரோடையில் மூழ்குவது பெரிய பாதகம். நல்லபடி மீண்டு வர வழியில்லை. மரணத்திற்கான பயணம்!

என் குழந்தைகள்... அவர்களிடம் மன்னிப்பு கோரும் அருகதை கூட எனக்கில்லையே? இப்பூமியில் அவர்களுக்குப் பிறவி தந்தபின் அவர்கள் வளர்ச்சியை முழுமையாய்க் கண்டுகளிக்க இயலாமல்.. பாதிவழியிலேயே அவர்களை விட்டுவிட்டு... அநாதைகளாக்கி விட்டு....

துக்கம் பொங்கிப் பீறிட்டது.

“குமார்... என்ன யோசனை?” கூரையை வெறித்தபடி கேட்டாள் சுதீரா. ஒலிப் பேழையிலிருந்து வரும் குரல் போல் உயிர்ப்பற்ற வார்த்தைகள்...

“தவறு என்பது அனைவரும் செய்வதுதான். அத் தவறிலிருந்து தப்பித்துகொள்ள வெகு சிலருக்கு மட்டுமே முடிகிறது. கழிவிரக்கத்தால் வெளிப்பட்டு விடுபவர்களும் உண்டு. சிறை தண்டனையுடன் அதிலிருந்து மீள்பவர்கள் சிலர். ஆனால் நாம் செய்த தப்பு?”

“நாம் செய்தது தப்பு என்கிறாயா குமார்? இப்பகூட அது தப்புன்னு தோணலே எனக்கு. மனசுக்குப் பிடித்தவர்களுடன் நெருக்கமாய்ப் பழகுவது எப்படித் தப்பாகும்? செய்த தப்புக்கு தண்டனையாய் இதை நினைக்கவில்லை நான். நெஞ்சு வலி

வந்து எத்தனைபேர் செத்துபோவதில்லை? கான்சரால் எத்தனை பேர் மடிந்து கொண்டிருக்கிறார்கள்? சர்க்கரை வியாதி, மஞ்சள் காமாலை... இப்படி எத்தனை காரணங்கள் உண்டு மரணத்திற்கு? ஏன் இந்த வியாதியால் மரணிப்பவர்கள் மீது மட்டும் குற்ற உணர்வும் அபாண்டமான பழியும் ஏற்ற வேண்டும்..? இம்மாதிரி குற்ற உணர்வினால் குமைந்து குமைந்து பிழைத்திருக்கும் போதே பாதி செத்து போகச் செய்கிறார்கள். இதை என்னால் ஒருபோதும் ஏற்க முடியாது குமார்..."

மௌனமாய் இருந்தேன். சுதீராவின் குணம் நன்கு தெரிந்தவன் இல்லையா? அவள் தப்பு செய்திருந்தாலும் அதைத் தப்பென ஒப்புக் கொள்ள மாட்டாள்... உயிரே போனாலும் சரி.

"நீ தப்பு செய்தாயோ இல்லையோ, எனக்குத் தெரியாது. நான் செய்தது மட்டும் நிச்சயம் தப்புதான். நெஞ்சுவலி, கான்சர் எல்லாம் வந்தால் நோய்வாய்ப்பட்டவர்கள் மட்டும்தான் செத்துப் போவார்கள். நான் செய்த தப்புக்கு தண்டனை எனக்கு மட்டுமில்லை. என் குடும்பம் மொத்தத்திற்கும்தான். இப்போது தூக்குக் கம்பத்தில் நான், என் மனைவி, பிள்ளைகள் என அனைவரும்..." மெலிதாய் முணுமுணுத்துக் கொண்டேன்.

ஒரு சிறு மௌனத்திற்குப் பின் சுதீரா கேட்டாள்.

"மரணம் என்பது எப்படி இருக்கும் குமார்? அதற்குப் பின் என்ன நடக்கும்?"

"எனக்கென்ன தெரியும்? என்ன இருக்கும்... சூன்யம்.. வெறுமை தவிர..."

"ஆன்மா இருக்காதா? நான் இந்த உலகத்தை... இதிலுள்ள அற்புதமான அழகுகளைக் காண முடியாதா? அவை குறித்து என்னால் எதுவுமே அறிய முடியாதா?"

"விஞ்ஞானத்தின் அடிப்படையில் பார்த்தால் மரணத்திற்குப் பின் ஒன்றும் இருக்காது. மத நம்பிக்கைகளின் அடிப்படையில் ஆராய்ந்தால் 'மற்றொரு பிரபஞ்சம்' என்ற பதில் கிடைக்குமோ என்னவோ?"

"அப்படியிருந்தால் எவ்வளவு நன்றாக இருக்கும். சென்னையில் இருந்தபடி உன்னைக் குறித்த செய்திகள் தெரிந்துகொள்வது

போல் அந்த மற்றொரு பிரபஞ்சத்திலிருந்து உங்கள் எல்லோரையும் பார்க்க முடிந்தால்...”

“ப்ளீஸ் சுதீ... இந்தப் பேச்சை இதோடு நிறுத்திக்க...”

“ஏன் குமார்... பயமா இருக்கா? எனக்குப் பயமே தெரியலே. ஆனால் நான் அடைய ஆசைப்பட்ட சுகங்களை முழுமையாய் அடைய முடியாத அதிருப்தி இருக்கு. நான் பருக நினைத்த மதுரசம் கோப்பையில் இன்னும் பாதிக்குமேல் இருக்குங்கற ஏமாற்றம் இருக்கு. இந்த நிலைமை ஒரு பத்து வருஷத்துக்குப் பிறகு வந்திருந்தால் திருப்தியாய் நிம்மதியாய் செத்துப் போயிருப்பேன்.”

“வாழ்க்கையென்றால் உனக்கு நீ சம்பந்தப்பட்டது மட்டுமே சுதீ. உன் எல்லைக்குள்ளானது மட்டுமே. உனக்கு வேறு பந்தங்கள் கிடையாது. உறவுகள் கிடையாது. வாழ்க்கை என்பது மனைவி, பிள்ளைகள், குடும்பம்... அவர்களின் எதிர்காலம்...”

“ஓ... சாரி... மறந்துட்டேன். உங்களுக் கெல்லாம் குடும்பம்கூட உண்டல்லவா? நான் தனிப்பறவை அல்லவா! ஆனால் குமார்... எல்லோரையும் போல் என்னுடையதும் உயிர்தானே! எனக்குள்ளும் ஆயிரம் ஆசைகள்... கோரிக்கைகள் உண்டு. எனக்கும் வாழ வேண்டும் என்கிற ஆசை நிறையவே இருக்கு குமார்.”

குரலெழுத்து அழுதாள் சுதீரா. ஆனால் அவளைச் சமாதானப்படுத்த வேண்டுமென்று இல்லை எனக்கு. என்னை யார் சமாதானப்படுத்துவார்கள்? நான் யாரிடம் சென்று முறையிட்டுக் கொள்ள? யாரிடம் என் நெஞ்சின் பாரத்தை இறக்கி வைக்க?

அன்று மாலை விமானத்தில் சுதீரா கிளம்பிவிட்டாள்.

புறப்படுமுன் அருகில் வந்து “நான் செத்துப் போனால் வருவே இல்லே...? அநாதைச் சவமாக்கிவிட மாட்டேதானே? எத்தனை பேருடன் நான் நெருக்கமாய்ப் பழகியிருந்தாலும் என் உடம்புடன் மனதையும் கொடுத்தேன். என்னை மறந்து போகமாட்டாயே?” கண்ணீருடன் கெஞ்சி... விடைபெற்றுக் கொண்டாள்.

★ ★ ★

வீடு திரும்பிய என்னைக் கண்டு வெகுவாய் வியப்படைந்தாள் மாதுரி.

“அதென்ன... நாலு நாள் டூர்னு சொன்னீங்க?”

“கான்சலாயிட்டது. ஏதாவது தடங்கல் ஏற்பட்டிருக்கும்...” சுருக்கமாய்க் கூறினேன்.

“நல்லதாயிற்று. நீங்க போனதிலிருந்து பையனுக்கு ஜுரம். தனியாய் ரொம்ப சிரமப்பட்டேன்...”

பிள்ளைகளின் அறைக்குச் சென்றேன். ஸ்வப்னா படித்துக் கொண்டிருந்தாள். எட்டு வயதாகிறது அவளுக்கு.

“அப்பா.. தம்பிக்கு ஜுரம்...” பெரிய விழிகளை உருட்டியபடி சொன்னாள்.

பையன் கட்டிலில் படுத்திருந்தான். ஸ்ரீஹர்ஷா! மிக ஆசையாய் வைத்த பெயர். அவனுக்கு இப்போது ஐந்து வயதாகிறது. அவன் நெற்றியில் கை வைக்கப் போய் பின்னுக்கு இழுத்துக் கொண்டேன்.

தொடலாமா... என் கையிலும்கூட வைரஸ் இருக்குமா? தொட்டால் இவனுக்கும் தொற்றிக்கொள்ளுமோ என்னவோ?

அச்சம் காரணமாக இருக்கலாம். என் உள்ளங்கைகள் வியர்வையால் ஈரமாகி இருந்தன. உமிழ்நீரில் வைரஸ் இருப்பது போல் வியர்வையிலும் கூட இருக்கலாம். கைக்குட்டையால் உள்ளங்கைகளை அழுந்தத் துடைத்துக் கொண்டேன்.

அது சரி... என்னுள் ஹெச்ஐவி இருக்கிறதா...? சந்தேகம் வேறா..? கண்டிப்பாய் இருக்கும். இருக்கத்தான் செய்யும்.

ஸ்ரீஹர்ஷாவின் முகம் வாடிப்போய் சோர்வாகத் தெரிந்தது. “அப்பா... எங்களுக்கு அநியாயம் செய்துட்டீங்களேப்பா...?” அவன் விழிகள் என்னைப் பரிதாபமாய்க் கேட்பது போலிருந்தது.

‘ஆமாம் கண்ணா. நிஜமாய் அந்நியாயம்தான் செய்திருக்கேன். ஜுரத்தால் உன் முகம் மட்டும்தான் வாடிப் போயிருக்கு. ஆனால் உன் வாழ்க்கையே வாடிப் போகும்படி செய்துட்டேன் நான். என் உடம்பின் விரோதி ஹைச்ஐவி வைரஸ். உன் வாழ்க்கைக்கு உன் அப்பாவே எதிரி...’ ஆற்றாமையுடன் உள்ளுக்குள் முனகிக் கொண்டேன்.

எவருடனும் பேசப்பிடிக்கவில்லை. என் சிந்தனைகளுடன் நான் தனியாய் இருக்க வேண்டும் போலிருந்தது. நான் செய்த தப்பை

திரும்பத் திரும்ப ஞாபகப்படுத்திக் கொண்டு கழிவிரக்கத்தில் தகித்துக் கொள்ள வேண்டும் போலிருந்தது.

டிவியில் சீரியல் பார்த்துக் கொண்டிருந்தாள் மாதுரி. உரையாடல்கள் செவியை அறைய..., எழுந்து கதவை மூடிவிட்டு படுத்துக்கொண்டேன். ஒலிகள் மெலிதாக... மரணம் என்றால் இதுதானா... ஒலிகள் முதலில் மெல்ல.. அடுத்து மிக மெல்ல... இறுதியில் எதுவுமே கேட்காமல்... முடிவற்ற நிசப்தம்தான் மரணமா...? இருள் மகா சமுத்திரம் போல்... செவிகளில் எதுவும் விழாமல்... மனதில் எந்த இயக்கமுமின்றி..

இந்த மண்ணில் பிறந்த எல்லோருமே மரணிக்கின்றனர். ஆனால் இப்படி பாதி வாழ்க்கையிலேயே மரணிப்பது...

ஏதோவொரு ஜன்மத்தில் ஏதோவொரு பாவம் செய்திருக்க வேண்டும். இல்லை.. போன ஜன்மத்தில்தான் கொடிய பாவம் செய்திருக்க வேண்டும். உண்மையாகவே ஜென்மங்கள் என்பது உண்டா? முற்பிறவி... நல்வினைகளையும் தீவினைகளையும் இன்னொரு பிறவிக்கு சுமந்து செல்வதெல்லாம் உண்மையிலேயே சாத்தியம்தானா... அல்லது கட்டுக்கதையா? உண்மையாகத்தான் இருக்க வேண்டும். இல்லையென்றால் என் புத்தி இவ்வாறு தறி கெட்டு அலைந்திருக்குமா? நான் படித்த படிப்பு என்னாயிற்று? என் அறிவு எங்கு போயிற்று?

அந்நியர்களுடன் பாதுகாப்பற்ற உடலுறவு ஆபத்தானதென்று மீடியா திரும்பத் திரும்ப அலறிக் கொண்டிருக்கும். அது என் செவிகளோடு நின்று விட்டதே?

சுதீராவை அநியாயம் என்று எப்படி நினைக்க முடியும்? என் மனச்சாட்சி அதை அங்கீகரிக்குமா?

அதனால்தான் தண்டனையா? எவ்வளவு பெரிய தண்டனை? இந்திய 'பீனல் கோட்'படி தப்பு பெரிதாக இருந்தால் தண்டனையும் கடுமையானதாய்த்தான் இருக்கும். சிறிய தப்புக்கு சிறிய தண்டனை. ஆனால் நான் செய்த ஒரே ஒரு தப்புக்கு... மிகச் சிறிய தவறுக்கு.. அத் தவறு சின்னதுதானா.. பெரியதோ என்னவோ? ஆயினும் இது இறைவனின் பீனல் கோட்? மரண தண்டனை...!

சாப்பிடக் கூப்பிட்டாள் மாதுரி.

நான்கு கவளம் உள்ளே சென்றதோ இல்லையோ.. குமட்டிக் கொண்டு வருவது போலிருந்தது.

என்னைப் பரிசீலனையாய்ப் பார்த்துக் கொண்டிருந்த மாதுரியின் பார்வையைத் தவிர்த்து அறைக்குள் சென்று விட்டேன்.

அரை மணி நேரத்தில் வேலைகளை முடித்துக் கொண்டு உள்ளே வந்தாள் மாதுரி.

அவளுக்குச் சந்தேகம் ஏற்படும் வகையில் நான் நடந்து கொண்டது குறித்து அவமானமாய் இருந்தது. ஏன் ஒரு மாதிரி இருக்கிறீர்கள் என இப்போது மாதுரி கேட்டால் என்ன சொல்வது? ஏதோ ஒரு சாக்கு சொல்லித்தான் ஆகவேண்டும்.

இனிமேலாவது நடிக்கக் கற்றுக்கொள்ள வேண்டும். முகத்தில் முறுவலைப் பூசிக்கொள்ள வேண்டும். மகிழ்ச்சியை ஒட்ட வைத்துக் கொள்ள வேண்டும். மாதுரிக்காக... என் இரு பிள்ளைகளுக்காக!

"ஏன் ஒரு மாதிரி இருக்கீங்க? டூர் போன இடத்தில் ஏதாவது அசம்பாவிதமாய்...." நான் எதிர்பார்த்த கேள்வி வந்தேவிட்டது.

"ஒண்ணுமில்லே..."

"பின்னே ஏன் இப்படி இருக்கீங்க?"

"எப்படி இருக்கேன்... நல்லாத்தான் இருக்கேன். கொஞ்சம் களைப்பா இருக்கு. அவ்வளவுதான்..."

"மழுப்பாதீங்க. நான் உங்க மனைவி. பத்து வருஷமா உங்களை மிகத் துல்லியமாய்ப் புரிந்து வைத்திருப்பவள். நீங்க சொல்ற களைப்புக்கும் உங்கள் முகத்தில் தெளிவாய்த் தெரியும் கவலைக்கும் வித்தியாசம் தெரியாத அளவு அப்பாவி கிடையாது நான்..."

"கவலையா....? எனக்கென்ன கவலை... அனுசரித்துப் போகும் மனைவி, ரத்தினங்களாய் குழந்தைகள்..." சிரிக்க முயன்றேன்... வரவில்லை.

"பெண்டாட்டி பிள்ளைகளால்தான் பிரச்னை வரணும்கற அவசியமில்லே. என்னிடம் மறைக்காதீங்க.. எப்டிப்பட்ட பிரச்னையானாலும் என்னிடம் பகிர்ந்துக்கங்க. உள்ளுக்குள்ள குமுறிட்டிருக்கறது நல்லதில்லே. என்னிடம் சொன்னால் என்னால் இயன்ற தீர்வு சொல்லுவேன்... உதவி செய்வேன்..."

உன்னால் மட்டுமில்லை. எவராலும் எதுவும் செய்ய முடியாத பிரச்னை மாதுரி. சேற்றை மிதித்துவிட்டேன். தேய்த்துக் கழுவினாலும் நீங்காத சேறு. என் கதையை ஒரேடியாக முடித்து வைக்கப்போகும் சேறு...

"உங்க ஆபீஸ் விஷயமானாலும் பரவாயில்லை, சொல்லுங்க... என்ன நடந்தது?"

"ஆபீசில் எந்தப் பிரச்னையும் இல்லை. நீயா எதையாவது நினைத்து அநாவசியமாய் குழப்பிக்காதே…" அனிச்சையாய் அவள் பக்கம் திரும்பி அவளைச் சமாதானப்படுத்தும் விதமாய் அவளை மெல்லத் தொட்டேன்.

என் அணைப்பினுள் குருவி போல் ஒடுங்கிக் கொண்டாள் மாதுரி. என் மார்பில் தலை சாய்த்து "நீங்க இப்படிக் கவலையாய் இருந்தால் எனக்குப் பிடிக்காது தெரியுமா. நீங்க எப்போதும் போல் சுறுசுறுப்பாய் மகிழ்ச்சியாய் குறும்பு செய்யறவராய் இருந்தால்தான் நன்றாக இருக்கும்."

இன்னும் நெருங்கி வந்து இறுக அணைத்துக் கொண்டாள். தலையுயர்த்தி தன் இதழ்களை என் முகவாய் மீது பதித்தாள்.

முதுகுத் தண்டில் சிலிர்ப்பு... மெலிதாய் ஒரு சூடு பரவியது. பயம்... பதற்றம்.. இதயம் வேகமாய்ப் படபடத்தது.

என்ன செய்வது இப்போது? என்ன செய்ய வேண்டும்.. எப்படி அவளை என்னின்று விலக்குவது? ஏதோ ஒரு சாக்கு வைத்து வேண்டுமென்றே சண்டை வளர்க்கட்டுமா? தகராறு முற்றி... ஒரு வாரம் வரை என்னுடன் பேசாமல் இருப்பாள். பேச்சே இல்லையென்றால் தொடுவதும் இருக்காதே...

மாதுரியுடன் சண்டையா? எப்படி ஆரம்பிப்பது? எவ்வளவு யோசித்தாலும் எக்காரணமும் தட்டுப்படவில்லையே? என் அடியொற்றி நடந்து... என் சுவாசத்தைச் சுவாசித்து... என் ஒவ்வொரு அசைவிலும் தன் இருப்பைப் பதிவு செய்யும் மாதுரியுடன் சண்டையா? ஒரு போதும் முடியாது என்னால்..

இவளிடம் குரலுயர்த்திப் பேசக்கூட என்னால் இயலாதே! திருமணமான இத்தனை வருடங்களில் சின்னதாய் எரிச்சல்கூடப் பட்டதில்லையே...

மாதுரி... பெயருக்குத் தகுந்தாற்போல் என் வாழ்வில் மாதுர்யம் நிரப்பிய பெண். கணவனும் மனைவியும் எப்படி நல்ல நண்பர்களாய் இருக்க முடியும் என்று நிரூபித்து காட்டியவள்... நாங்கள் ஆதரிசத் தம்பதியர் என்பதைவிட இவள் ஆதரிச மனைவி என்பதுதான் சரியாகும்.

தன் முகத்தை இன்னும் சற்று மேல் நோக்கி உயர்த்த முயன்றாள் மாதுரி. சரேலெனத் திரும்பிப் படுத்தேன்.

அவள் முகத்தைப் பார்க்கும் துணிவில்லை. அடிபட்டாற் போன்ற அவள் பார்வை என் முதுகை ஊடுருவியது.

"நீங்கதானே எப்பவும் சொல்வீங்க, மனம் நன்றாக இல்லாத போதும் ஏதாவது பிரச்னையில் உழலும் போதும் புருஷன் பொண்டாட்டி நெருக்கமாய் இருப்பது ஒரு டானிக் போல் வேலை செய்யும்னு. இப்ப உங்களுக்கு அந்த டானிக் ரொம்பவே தேவைப்படறது." என்னை அவள் பக்கமாய்த் திருப்ப முயன்றாள்.

"உடம்பு சரியில்லாதபோது அந்த டானிக் விஷமாகி விடும் அபாயமும் உண்டு..." நான் எய்த அம்பு ஆழமாய்த் தைத்து விட்டதுபோல் சட்டென எழுந்து உட்கார்ந்தாள்.

"உடம்பு சரியில்லையா... சொல்லவே இல்லையே நீங்க? டாக்டருக்கு ஃபோன் செய்திருக்கலாமே. இப்ப பதினோரு மணி கூட ஆகலே. டாக்டர் தூக்கியிருக்க மாட்டார்..." என் நெற்றியில் கை வைத்துப் பார்த்தபடி கவலையுடன் கூறினாள் மாதுரி.

"இலேசா ஜுரம் மாதிரி இருக்கு. 'ஃபீவரிஷ் ஃபீலிங்' என்பார்களே, அது மாதிரி. உடம்பெல்லாம் வலி. தலைவலி கூட..."

"ஐயோ... அம்ருதாஞ்சன் தடவட்டுமா? காலைப் பிடித்து விடவா?"

அவள் பதற்றம் என் நெஞ்சை இறுக்க கவ்வியது போலிருந்தது.

காய்ச்சல் போலிருக்கிறது என்று சொன்னதற்கே இப்படிக் கவலைப்படும் மாதுரி என்னுள் அதிபயங்கரமான நோய் இருப்பது தெரியவந்தால் நெஞ்சு வெடித்துச் செத்துப் போய்விடுவாளோ என்னவோ?

போர்வையை இழுத்துப் போர்த்திக் கொண்டு குறட்டையில் நழுவினேன்... தூங்கிவிட்டது போல்.

பாதுகாப்பாய் உணர்ந்தேன்.

இன்றைக்குக் கண்டம் கடந்தது.

நாளைக்கு எப்படி... நாளை மறுநாள்.. அதற்கடுத்த நாள்?

ஒருவேளை அவளுடன் சேரும் நிலைமை ஏற்பட்டால் கண்டிப்பாய் கவனம் மேற்கொள்ள வேண்டும்.

அவ்வளவு துயரத்திடையும் சிரிப்பு வந்தது.

அந்நியப் பெண்ணுடன் சேர்ந்தபோது பாதுகாப்பற்ற உடலுறவில் ஈடுபட்டுவிட்டு.. இப்போது கட்டிய பெண்டாட்டியுடன்.. என் உயிருக்குயிரான மாதுரியுடன்... பாதுகாப்புக் கவசம் பயன்படுத்த வேண்டிய நிலைமை...

அன்று இரவெல்லாம் தெளிவற்ற உறக்கம். ஏதேதோ விந்தையான கனவுகள்.. என்னைத் துரத்திவரும் புலிகள்... என்னைப் பிய்த்துத் தின்னும் ஓநாய்க் கூட்டம். தீக்கொழுந்துகளிடை வெந்தபடி நான்... நெஞ்சு வெடித்துவிடும் போல் பீதியுடன் கூச்சலிட்டபடி....

★ ★ ★

ஓங்கோல் அரசாங்க மருத்துவமனை வளாகத்தில் சுள்ளென அடிக்கும் வெயிலைச் சுமந்தபடி நின்று கொண்டிருந்தாள் நாகமணி.

ஒரே குழப்பமாக இருந்தது அவளுக்கு. என்ன நடக்கிறதென்று புரியவில்லை. தன் புருஷனுக்கு என்னாயிற்று?

பத்து நாட்கள் முன் உடம்பு வலி, காய்ச்சலுடன் வீடு திரும்பினான் கோடய்யா. சாதாரணக் காய்ச்சல்தான் என்று நினைத்தாள். கோடய்யா லாரி கிளீனராக வேலைசெய்கிறான். தூரப் பகுதிகளுக்கு சரக்கு ஏற்றிக் கொண்டு போனால் ஒவ்வொரு சமயம் திரும்பிவர நான்கைந்து நாட்களுக்கு மேலாகிவிடும்.

மருந்துக் கடைக்குச் சென்று மாத்திரை வாங்கிக்கொடுத்தாள். அதை விழுங்கிவிட்டுப் போர்வைக்குள் சுருண்டு படுத்தான். மிகவும் கவலையாக இருந்தது அவளுக்கு.

இப்போதெல்லாம் மாதத்திற்கொரு முறையாவது தவறாமல் வந்துவிடுகிறது இந்தக் காய்ச்சல். ஐந்தாறு நாட்களானாலும் தணியாது. ஒவ்வொரு சமயம் ஒருவாரம் வரைகூட நீடிக்கும்.

இம்முறை எத்தனை நாள் அவதிப்பட வைக்குமோ எனும் கவலை. வீட்டில் சல்லிக்காசு கிடையாது. காய்ச்சல் கைங்கரியம்.. கோடய்யாவால் சரிவர வேலைக்குப் போக முடிவதில்லை. அவன் நாலு காசு கொண்டு வந்தால் தவிர அடுப்பிலிருந்து பூனை எழுந்திருக்காத நிலைமை.

யாரிடமாவது கடன் வாங்கியாக வேண்டும். யாரைக் கேட்பது? அக்கம் பக்கத்தில் குடிசைக்காரர்கள் எல்லோருமே கூலி வேலை செய்து அந்தந்த வேளை வயிறு நிரப்பிக் கொள்பவர்கள்தாம்.

கோடய்யா உடல் நிலை சீராக இருந்தால் இப்படியான திண்டாட்டமெல்லாம் இருக்காது. கல்யாணமான புதிதில் தசைகள் முறுக்கேறி வலுவுடன் இருந்தவன்தான். அடுத்த மூன்றாண்டுகள் வரை உடல்நலத்துடன் இருந்தான். கடந்த இரண்டாண்டுகளாய்தான் இப்படிப் படுத்துகிறது. ஏதோ ஒரு சீர்கேடு ஏற்பட்டு அல்லலுறகிறான். உடம்பு இளைத்துக் கொண்டு வந்தது. தொட்டதற்கெல்லாம் எரிச்சல்பட்டான். அவளைக் கட்டிய புதிதில் தளதளவென்றிருந்தவன் இப்போது எலும்புக்கூடாய் மாறி சோர்ந்து துவண்டு போய்.. நினைத்து நினைத்து வேதனைப்படுவாள்.

தூரப் பயணங்கள் காரணமாக இருக்கலாம். லாரி கிளீனர் என்பது மிகுந்த உழைப்பு தேவைப்படும் பணி. வேளைக்கு சாப்பாடு இருக்காது. நேரத்துக்கு தூக்கம் இருக்காது. உடம்புக்கு பராமரிப்பு கிடைக்காது.

அந்த வேலையை விட்டுவிடுமாறு எவ்வளவோ சொல்லிப் பார்த்தாள். இருவருமாய் கூலி வேலை செய்து பிழைக்கலாம் எனத் திரும்பத் திரும்ப கெஞ்சிக் கேட்டும் அவன் கேட்கவில்லை.

குளிரால் நடுங்கிக் கொண்டிருந்தான் கோடய்யா. அவன் போர்த்திக் கொண்டிருந்த நைந்த போர்வைக்கு மேல் தன் பழைய புடைவையையும் போர்த்தி விட்டாள். ஆனாலும் குளிர் குறைந்த பாடில்லை.

மூன்று நாட்களாகியும் காய்ச்சல் இறங்கவில்லை.

தெரிந்தவர்களிடம் கடன் வாங்கிக் கொண்டு மருத்துவரிடம் அழைத்துப் போனாள்.

"எதுக்குடி காசுக்குத் தண்டமாய். எப்பவும் வர்றதுதான இது. விருந்தாளிங்க போல் வர்றதும் போறதுமாய்த்தான இருக்கு. எதுக்கு கவலைப்படற...?"

"அது இல்லய்யா. மூணு நாளாகியும் காய்ச்சல் இறங்கலயே. உன்னைத் தனியா வுட்டுட்டு கூலி வேலைக்குப் போகவும் மனசு வரல. எனக்கு எதுக்கோ ரொம்பப் பயமா இருக்குய்யா..." அழுதபடி கூறினாள் நாகமணி. "கல்யாணமான புதுசுல எவ்வளவு கம்பீரமா இருப்பேன். இப்பதான் ரெண்டு வருசமா காய்ச்சல், நோய்னு இப்படித் தளர்ந்து போய்ட்டேன். தாங்கிக்கற தெம்பும் இல்லாம போச்சு. இன்னும் ரெண்டு நாளில் தன்னால் சரியாயிரும்.." சிரித்தபடி சொன்னான் கோடய்யா. ஜீவனற்ற சிரிப்பு.

வாரம் முடிந்தும் காய்ச்சல் இறங்கவில்லை. சவம் போலாகி விட்டான். கண்ணில் பட்டவர்களிடமெல்லாம் காசுக்காகக் கையேந்த வேண்டிய நிலைமை.

'ச்சீ... கேடுகெட்ட பிழைப்பு...' அலுத்துக்கொண்டாள் நாகமணி.

ஒரு பக்கம் புருஷனின் உடல்நிலை. இன்னொரு பக்கம் நான்கு வயதுப் பிள்ளையை எப்படிப் பராமரிப்பது எனும் கவலை. அவன் தலையெழுத்து.. பிறந்ததிலிருந்து ஏதோ ஒரு தினுசில் அவனுக்கும் உடம்பு படுத்திக்கொண்டே இருக்கிறது.

பத்து நாட்களாகியும் கோடய்யாவின் காய்ச்சல் தணியாதது அவளை வெகுவாய்க் கலவரப்படுத்தியது.

"இதேதோ வேறமாதிரி காய்ச்சலா தெரியுதுய்யா. நேரம் கடத்திட்டோமோன்னு திகிலா இருக்கு. பெரியாஸ்பத்திரிக்கு போலாம்..." அவனை எழுப்பி உட்கார வைக்க முயன்றாள்.

அவனால் உட்கார முடியவில்லை.

"ரிக்ஷா அழைச்சிட்டு வரேன் இரு..." கோடய்யா எவ்வளவு தடுத்தும் கேட்காமல் போய் ரிக்ஷா அழைத்து வந்தாள். பிள்ளையைப் பக்கத்து குடிசையில் விட்டுவிட்டு கோடய்யாவைக் கெட்டியாகப் பிடித்துக்கொண்டு மருத்துவமனை அடைந்தாள்.

அவனுக்கு காச நோயாக இருக்குமோ என்ற சந்தேகம் எழுந்தது மருத்துவருக்கு. எக்ஸ்ரே, ரத்தப் பரிசோதனை செய்து கொண்டு வருமாறு எழுதிக் கொடுத்தார். காசு கொடுத்தால் தவிர எக்ஸ்ரே எடுக்க முடியாதெனச் சொல்லி விட்டார் அப்பிரிவு ஊழியர்.

"நாங்க ஏழைங்க சார். உங்க கால்ல விழறேன். இந்த ஆஸ்பத்திரியில் காசு கேட்க மாட்டாங்கன்னு சொன்னாங்களேன்னுதான் இங்க வந்தோம்..." கெஞ்சினாள் நாகமணி.

"எல்லோரும் சட்டம் பேசறவங்கதான். சரி..சரி.. அந்தக் கோடியில் போய் நில்லு..."

தயக்கத்துடன் அங்கு சென்று கோடய்யாவைச் சுவரில் சாய்த்து உட்கார வைத்தாள்.

இரண்டு மணி நேரம் காக்கவைத்த பின் எரிச்சலுடன் எக்ஸ்ரே எடுத்தார் அச்சிப்பந்தி. ரத்தப் பரிசோதனை செய்யும் இடத்திலும் அருவருப்புக்கும் முகச்சுளிப்புக்கும் ஆளாக வேண்டி வந்தது.

மறுநாள் வரச் சொன்னார்கள்.

விடிந்ததும் கோடய்யாவுடன் மருத்துவமனை சேர்ந்தாள். இரண்டு மணி நேரம் கடந்தும் யாரிடமிருந்தும் எத்தகவலும் இல்லை. அவர்கள் தங்களுக்குள் ஏதோ பேசிக் கொண்டிருந்தனர். அவர்கள் நாகமணியைப் பார்த்த பார்வையில் பரிதாபமும் அருவருப்பும் தெரிந்தது. கோடய்யாவை ஆஸ்பத்திரி தாழ்வாரத்தில் ஒரு ஓரமாய்ப் படுக்க வைத்தார்கள்.

வெளியே வந்த டாக்டர் உரத்த குரலில் கத்தத் துவங்கினார். இரு நர்ஸ்கள் கோடய்யாவிடமிருந்து சற்று தள்ளிநின்று பீதியுடன் பார்த்துக் கொண்டிருந்தனர்.

"நர்ஸ் வேலைக்கு வந்துவிட்டு உங்க கடமையைச் செய்யத் தயங்கினால் எப்படி.. நோயாளிகள் எல்லோரும் சமமாய்த் தெரிய வேண்டும் நமக்கெல்லாம். அவர்களைக் கனிவுடன் கவனித்து வைத்தியம் செய்வது நம் முதல் கடமை, தெரிந்ததா?" கண்டிப்புடன் பேசினார் டாக்டர்.

"எல்லோரும் எப்படிச் சமமாவார்கள் டாக்டர்? இந்த நோயாளி வேற மாதிரி. ரொம்ப ஆபத்தானவர்..." என்றாள் ஒரு நர்ஸ்.

"அவர் ஆபத்தானவர் இல்லை. மிகவும் பரிதாபமான நிலைமையிலிருப்பவர். அவர் பிளட் சாம்பிள் எடுங்க. உம்_ சீக்கிரம்."

"நான் எடுக்கமாட்டேன் டாக்டர். அவர் பக்கத்தில் கூடப் போகமாட்டேன்..."

"நீ என் உத்தரவை உதாசீனப்படுத்தறேன்னு உன் மேல் ஆக்ஷன் எடுக்க வேண்டி வரும்..."

"உங்க விருப்பம் போல் செய்யுங்க. எங்க வேலை போய்விடும். அவ்வளவுதான். ஆனால் நீங்க சொல்வதைச் செய்தால் எங்க உயிரே போய்விடுமில்லே...?"

"தொட்ட மாத்திரத்தில எதுவும் ஒட்டிக்காதுன்னு சொல்லியிருக்கேன் இல்லே..." கோபத்துடன் கத்தினார் டாக்டர்.

"அப்படின்னா நீங்களே தொடுங்களேன் டாக்டர். எங்க உயிர் எங்களுக்கு வெல்லம். நான் லீவில் போறேன்..." மேற்கொண்டு கணம் நிற்காமல் ஒரு நர்ஸ் அங்கிருந்து போயேவிட்டாள்.

கோடய்யாவைக் குறித்துதான் அந்தப் பேச்செல்லாம் என்பது புரிந்துவிட்டது நாகமணிக்கு. ஆனால் அந்த நர்ஸ் ஏன் அவனருகில் செல்ல மறுக்கிறார் என்பதுதான் தெரியவில்லை.

நேற்று பணம் கேட்டு கொடுக்கவில்லை என்பதால் எக்ஸ்ரே, ரத்தப் பரிசோதனை செய்யும் இடத்தில் ஒரு புழுவை உதறுவது போல் உதறிக் கேவலமாய் நடத்தினானே, காசு கொடுக்க முடியாதவர்களென்றால் எல்லோருக்கும் அருவருப்பு ஏற்படுவது சகஜமாய் நடப்பதுதானே. அதனால்தான் இப்போது இந்த நர்ஸ்கூட... என நினைத்துக் கொண்டாள். மருத்துவமனை வார்டுக்குள் படுக்கை ஒதுக்காமல் இப்படித் தரையில் படுக்க வைத்ததும் அதற்காகத்தான் என்ற எண்ணமும் அவளுள்...

அந்த இன்னொரு நர்ஸை நோக்கினார் டாக்டர்.

"என்ன... நீயும் செய்ய மாட்டயா...?"

"பயம்மா இருக்கு டாக்டர்..." சற்றே பின்னால் நகர்ந்து கொண்டாள் அவள்.

“சரி.. ஒரு வேலை செய்யலாம். கிளவுஸ் போட்டுக்க. உனக்குத் தயக்கம் இருக்காது...”

டாக்டரைக் குழப்பமாய்ப் பார்த்தாள் அவள். “ஆபத்து எதுவும் இருக்காது இல்ல டாக்டர்...? காற்று மூலம் அந்த வியாதி தொற்றிக்காதில்ல...?”

“வாட் நான்சென்ஸ்..? நீங்களெல்லாம் படித்தவர்களாக இருந்தும், மருத்துவத்துறையில் இருந்தும் இப்படி முட்டாள் தனமாய்ப் பேசினால் அப்புறம் பாமர மக்களைப் பற்றி என்ன சொல்வது? ஒன்றும் ஆகாது. நான் சொல்றேன் இல்லே..., பயப்படாதே. ப்ளீஸ்... நான் சொன்னதைச் செய்..”

ஒரு நிமிடம் போல் அப்படியே நின்றாள் அவள்.

“ஒரு வேளை வியாதி எனக்கு ஒட்டிக்கொண்டால் உங்க உத்தரவாதம் என்னைக் காப்பாற்றாது இல்லையா டாக்டர். ஐயாம் சாரி. என்னால் முடியாது...”

“சரி... நானே செய்யறேன். போய் அந்த சிரிஞ்ஜ், காட்டன்.. மற்றதெல்லாம் கொண்டு வா. அதையாவது செய்வே இல்லே?”

அவள் கொண்டு வந்த சிரிஞ்ஜ், ஸ்லைட் முதலானவற்றை வாங்கிக்கொண்டு கோடய்யாவிடம் சென்று ரத்த சாம்பிள் சேகரித்தார் டாக்டர்.

ஆஸ்பத்திரியின் மற்ற ஊழியர்கள் ஒவ்வொருவராய் வந்து சற்றே எட்டி நின்றபடி கோடய்யாவை ஒரு விசித்திர ஜந்துவைப் போல் பார்த்து விட்டு அங்கிருந்து நகர்ந்து விட்டனர்.

என்ன ஆயிற்று கோடய்யாவிற்கு? ஏன் இவர்கள் இப்படிப் பயப்படுகிறார்கள்? க்ஷயமா? எத்தனை பேரை க்ஷயரோகம் பீடிக்கவில்லை? தன் புருஷனை மட்டும் ஏன் இப்படி விந்தையாய்ப் பார்க்கிறார்கள்? நாகமணி மனதில் ஆயிரம் கேள்விகள்...

மாலை ஐந்து மணிக்கு அந்த டாக்டரிடமிருந்து அழைப்பு வந்தது. என்னவோ ஏதோவெனும் மிரட்சியுடன் சென்றாள். டாக்டர் என்ன சொல்லப் போகிறார் எனும் தவிப்பு. புருஷனுக்கு என்ன ஆகிவிடுமோ என்ற பீதி. கண்ணீரைக் கட்டுப்படுத்த இயலவில்லை.

அவளைப் பார்த்ததும் டாக்டர் முகத்தில் வருத்தம் படர்ந்தது.

இருபது வயதுகூட இருக்காது. பேதைமை மிகு முகம். விழிகளில் நீரும் மிரட்சியுமாய்....

"அவர் உனக்கு என்ன உறவு?"

"என் புருசன்..."

"எப்ப கல்யாணமாயிற்று?"

தன் புருஷனின் வியாதிக்கும் அக்கேள்விக்கும் என்ன சம்பந்தம் எனத் தெரியவில்லையெனினும் பதில் சொன்னாள்.

"அஞ்சு வருசம் சாரு..."

"குழந்தைகள்..?"

"ஒரே புள்ள... நாலு வயசாவுது..."

"நாளைக்கு உன் பிள்ளையையும் கூட்டிட்டு வா. உங்க ரெண்டு பேருக்கும் ரத்தப் பரிசோதனை செய்யவேண்டும்.."

நாகமணியின் பீதி அதிகரித்தது. அவள் புருஷனுடன் குடித்தனம் செய்ததால் அவளுக்குப் பரிசோதனை செய்வதென்றால் அதில் அர்த்தமிருக்கிறது. ஆனால் தன் நான்கு வயதுப் பிள்ளைக்குக் கூட எதற்காகச் செய்யவேண்டும்?

அப்படியே அசையாமல் நின்று கொண்டிருந்தாள்.

அவளுக்கு எப்படிப் புரிய வைப்பதெனத் தெரியவில்லை டாக்டர் மூர்த்திக்கு. விளக்கினாலும் சரிவரப் புரிந்துகொள்ள இயலுமா அவளால்...?

"என் புருசனுக்கு என்னாச்சு சாரு? இப்படி தரையில இல்லாம கட்டில் ஏற்பாடு செய்யுங்க டாக்டர். உங்க கால்ல விழுந்து கும்பிடறேன்..."

"இங்கு வைத்துக்கொள்ள வேண்டிய தேவை இல்லம்மா. வீட்டுக்கு அழைச்சிட்டுப் போகலாம். மருந்துகள் எழுதித்தரேன். சில மருந்துகள் எங்க ஆஸ்பத்திரியில் கிடைக்காது. வெளியில்தான் வாங்கிக்கணும். நல்ல சத்தான ஆகாரம் கொடு. இதைவிட நாம் செய்யவேண்டியது எதுவுமில்லே..."

"நீங்களே இப்படிச் சொல்லிட்டா எப்படி சாரு? தெய்வம்போல் காப்பாத்துவீங்கன்னுதானே இங்க வந்தோம்..."

"இந்த விஷயத்தில அந்த ஆண்டவனால்கூட எதுவும் செய்ய முடியாதும்மா. உன் புருஷனுக்கு வந்திருக்கும் வியாதி அப்படிப் பட்டது. ஏதோ அப்போதைக்கப்போது... அதாவது உடம்பில் உபாதையின் தீவிரம் அதிகமாக இருக்கறப்ப அது குறையறதுக்கு மருந்து கொடுப்போமே தவிர இந்த நோய்க்கு சிகிச்சையே கிடையாது..."

"எந்த வியாதி..." அவள் உடல் முழுவதுமே அச்சத்தின் பிரதிபிம்பம் போல நடுங்கியது.

"எய்ட்ஸ்னு கேள்விப்பட்டிருக்கயா?"

தலைமேல் இடி விழுந்தாற் போலிருந்தது அவளுக்கு. எய்ட்ஸ் எனும் வியாதி குறித்துக் கேள்விப்பட்டிருக்கிறாள். அது மிகக் கொடிய நோய் என்ற அளவில் அறிவாள்.

"உம்... தெரியும்..." ஈனஸ்வரமாய் வந்த குரல்...

"உன் புருஷனுக்கு எய்ட்ஸ். கல்யாணத்துக்கு முன்பே இருந்திருக்க வேண்டும். நல்லா முத்திப் போயிருக்கு..."

தயங்கித் தயங்கிக் கேட்டாள். "பிழைக்க மாட்டானா...?"

"இல்லம்மா. மிஞ்சிப்போனா இன்னும் ஒரு மாசம். அவ்வளவுதான்..."

சிலையாய் உறைந்து, அவரை வெறித்துப் பார்த்தாள்.

கோடய்யா செத்துப் போனால் தன் வாழ்க்கை, தன் நான்கு வயதுப் பிள்ளை சீனய்யா வாழ்க்கை என்னவாகும்? ஆண் துணையின்றி வாழ்வதெப்படி...?

சட்டென அவளுக்கு தங்கள் இருவரின் ரத்தத்தைக் கூடப் பரிசோதனை செய்ய வேண்டுமென டாக்டர் கூறியது ஞாபகம் வந்தது.

"எங்களுக்கு எதுக்கு சாரு பரிசோதனை செய்யணும்?"

எய்ட்ஸ் குறித்து அவளுக்குக் குறைந்தபட்ச... அடிப்படைத் தகவல்கள் கூடத் தெரியாதென்பதைப் புரிந்து கொண்ட டாக்டர் மூர்த்தி சில முக்கிய அம்சங்களையாவது அவளுக்கு விளக்க வேண்டும் என்று நினைத்துக் கொண்டார்.

“எய்ட்ஸ் எப்படி வருகிறதெனத் தெரியுமா உனக்கு?”

“தெரியாது சாரு...”

“எய்ட்ஸ் இருக்கும் ஆட்களுடன் உறவு கொண்டால் வரும். எய்ட்ஸ் நோயாளிகளிடமிருந்து எடுத்த ரத்தத்தை உடம்பில் ஏற்றிக்கொண்டால் வரும். ஊசி போடும்போது இந்த வியாதி இருக்கும் நபருக்கு ஊசி குத்தி, அதே ஊசியை ஆரோக்கியமாய் இருக்கும் நபருக்குப் பயன்படுத்தினால் வரும்...”

“அப்ப என் புருசனுக்கு எப்படி வந்திருக்கும்?”

“தெரியாது. நான் இப்போது சொன்ன காரணங்களில் ஏதாவது ஒன்றிலிருந்து வந்திருக்கலாம். நிறைய பேருக்கு கல்யாணத்திற்கு முன் கெட்ட வழியில் நடந்து கொள்பவர்களுக்குதான் வருகிறது.”

“அப்ப என் புருசன் பிழைப்பாருங்கற நம்பிக்கையே இல்லையா டாக்டரய்யா?”

“இல்லம்மா. இந்த வியாதிக்கு மருந்தே கிடையாது. வராமல் ஜாக்கிரதைப்பட வேண்டுமே தவிர வந்துவிட்டால் உடம்பு முழுவதும் நோய்ப் புற்றாக மாறி, கடைசியில் செத்துபோவது தவிர வேறு கதியில்லை...”

“நாங்க ஏழைங்க. காசு செலவழிக்க முடியாதவங்கன்னு இப்படிச் சொல்றீங்களா சாரு? இங்க நயமாகாவிட்டாலும் இதை விடப் பெரிய ஆஸ்பத்திரிக்குப் போனா சரியாயிடுமா? மதராஸ் பட்டணம் போனா நல்லாயிடுவாரா? காசுக்கு எப்படியாவது ஏற்பாடு செய்யறேன் சாரு. என் புருசனைக் காப்பாத்துங்க சாரு...” குனிந்து கால்களைத் தொட்டபடி அழுதாள்.

“இலட்சங்கள் கொட்டினாலும் இந்த வியாதி குணமாகாதும்மா...”

கொஞ்ச நேரம் செய்வதறியாது அப்படியே நின்று பிறகு கேட்டாள். “எனக்கும் அது வந்திருக்கும்னு நெனைக்கிறீர்களா?”

“சொல்ல முடியாது. இருக்கும் வாய்ப்பு அதிகம்...”

“நான் நல்லாத்தானே இருக்கேன். இப்ப வரை காய்ச்சல்னு வந்ததே இல்ல. உடம்பு வருத்தி வேலை செய்யறேன். எனக்கு எந்த நோயும் வந்தது கிடையாது...”

தர்மசங்கடத்திலாழ்ந்தார் டாக்டர் மூர்த்தி. அவளுக்கு எப்படி எடுத்துச் சொல்வதெனத் தெரியவில்லை.

"இப்போதைக்கு நல்லாத்தான் இருக்கே. இந்த நோய் அப்படிப்பட்டது. முற்றும் வரை வெளியில் தெரியாது. உடம்பில் அது பரவியிருப்பதே தெரியாது..."

"எம் புள்ள எந்தப் பாவமும் அறியாதவன் சாரு. அவனுக்கு எதுக்கு பரிசோதனை செய்யணும்கறீங்க..?"

"உனக்கு உன் புருஷன் மூலம் வியாதி தொற்றியிருந்தால் உன் குழந்தைக்கும் பிறந்தபோது அது வந்திருக்கும் வாய்ப்புள்ளது."

"அய்யய்யோ தெய்வமே... நான் என்ன செய்வேன் சாமி?" அவள் அப்படியே கீழே சரிந்து பெரிதாய் அழ ஆரம்பித்தாள்.

கொஞ்ச நேரத்தில் ஹிஸ்டீரியா நோயாளி போல் மாறி விட்டாள். "எல்லோருமா செத்து ஒழியறோம். எம் புருசன்... நான்.. என் மவன் எல்லோரும் சாவறோம். இந்த டாக்டரும் செத்துடுவாரு. இந்த நர்சம்மா செத்துடும். ஊர் முழுசும் செத்து மசானமாகட்டும்..." வாய் விட்டழுதாள்... சிரித்தாள்... அழுதாள்.

டாக்டர் மூர்த்திக்கு தான் செய்த தவறு புரிந்தது. அவள் சற்றே தைரியமானவளாய்த் தென்படுவதால் விவரமாய்ச் சொன்னாரே தவிர இப்படியெல்லாம் நடக்குமென நினைக்கவில்லை. எய்ட்ஸ் உருவாக்கப் போகும் கொடிய விபரீதம் அவள் மனதில் உறைக்கக் கொஞ்ச நேரம் பிடித்தது. தீர எல்லாம் புரிந்தபோது அவள் புத்தி உண்மையை ஜீரணித்துக்கொள்ள முடியாமல் முரண்டு பிடிக்கிறது.

எய்ட்ஸ் இருப்பதை அவளுக்கு எடுத்துச் சொல்லுமுன் 'கௌன்சிலிங்' அவசியமெனத் தெரிந்தும் அவசரப்பட்டு விட்டது குறித்து தன்னைத் தானே நொந்துகொண்டு அவளுக்கு மயக்க மருந்து கொடுத்து உறங்க வைத்தார்.

மூன்று மணி நேரம் கழித்து விழித்துக்கொண்ட நாகமணிக்கு மெல்ல மெல்ல எல்லாமே புரியத் தொடங்கிற்று. எழுந்து நின்று கோடய்யாவுக்காகச் சுற்றிலும் பார்த்தாள். அங்கு நிறைய ஜனம் குழுமிவிட்டிருந்தது. எட்டி நின்று பயத்துடன் பார்த்துக் கொண்டிருந்தனர்.

இரு ஆண் நர்ஸ்கள் நீண்ட கம்புகளால் கோடய்யாவை மருத்துமனைத் தாழ்வாரத்தினின்று நெட்டித் தள்ள முயன்று கொண்டிருந்தனர்... கழிகளால் செத்துக் கிடக்கும் பாம்பைத் தள்ளுவதுபோல். கீழே மண்... கற்கள்.. வலியால் முனகினான் கோடய்யா.

"ஐயோ... என்ன செய்யறீங்க நீங்கல்லாம்... டாக்டரய்யா... என்ன அநியாயம் இது... உசிரு இருக்கற மனுசனைப் புழுவைவிட ஈனமாய்த் தள்ளிட்டிருக்காங்கய்யா..." துடிதுடித்து அழுதபடி டாக்டர் மூர்த்தியைத் தேடினாள் நாகமணி.

அவர் அங்கு இல்லை. அதே இருக்கையில் வேறு டாக்டர் இருந்தார். டாக்டர் மூர்த்தியைவிடப் பத்து வயது குறைவாக இருக்கலாம். மூர்த்தி முகத்தில் தென்பட்ட பரிவும் கருணையும் இந்த டாக்டரிடம் துளியும் இல்லை.

"சீக்கிரம் தள்ளிடுங்க. சனியன்... நியூசென்ஸ்..." என்று முகம் சுளித்தார் அந்த டாக்டர்.

நாகமணியின் உடம்பு இன்னும் ஒரு நிலைக்கு வரவில்லை. தள்ளாட்டமும் ஓட்டமுமாய்... நடக்க முடியாமல் இருமுறை விழுந்து எழுந்து கோடய்யாவை நெருங்கி அவனை அப்படியே தன்னுடன் பின்னிக் கொண்டாள்.

"உங்களையெல்லாம் கையெடுத்துக் கும்பிடறேன்யா. செத்த ஜந்துவை நெட்டித் தள்ளுவது போல் தள்ளாதீங்கய்யா..." கைகூப்பிக் கெஞ்சலானாள்.

"சீக்கிரம் இவனை இங்கிருந்து நகர்த்தற வழி பாரு. இல்லன்னா வெளி கேட் வரை இப்படியே தள்ளிட்டுப் போவோம்..." கூட்டத்தில் எவனோ ஒருவன்.

"வேணாய்யா. இதோ கூட்டிட்டுப் போறேன். அவனால் நடக்க முடியாதுய்யா. ரிக்ஷா கொண்டாறேன்..."

"அவ்வளவு நேரம் இங்க இருக்க முடியாதுன்னு டாக்டர் சொன்னாரு. ரிக்ஷால்லாம் கேட்டுக்கப்பால்தான் நிக்கும். தாமதப்படுத்தாம இவனை இழுத்திட்டுப்போ..." இன்னொரு ஆண் நர்ஸ் சொன்னான். நீண்ட கம்புகளைக் கையில் பிடித்திருந்த எமகிங்கரர்கள் போல் அவர்களிருவரும் தென்பட்டனர் நாகமணியின் கண்களுக்கு.

“இவன் காத்து பட்டாக்கூட எய்ட்ஸ் வந்துடுமா?” யாரோ ஒருவன்...

“என்னமோ.. எதுக்கும் நல்லது. நாம இங்கேர்ந்து போய்டுவோம்...” இன்னொருவன்...

கோடய்யாவை உட்கார வைக்க முயன்றாள் நாகமணி. அவள் கைகளுக்குப் பிடிபடாமல் நழுவிச் சரிந்து கொண்டிருந்தான் அவன். தோள்களிடை கைகொடுத்து எழுப்பி நிற்க வைத்தாள். இடுப்பு சுற்றிக் கைபோட்டு ஏறக்குறைய சுமக்காத குறையாய் கொஞ்ச தூரம் நடத்திச் சென்றபோது மூச்சு வாங்கியது அவளுக்கு.

“அய்யா.. யாராச்சும் கைகுடுங்கய்யா...” சுற்றி நின்று வேடிக்கை பார்த்து கொண்டிருந்த கும்பலைப் பார்த்து பரிதாபமாய்க் கெஞ்சினாள்.

ஏதோ கேட்கக்கூடாததைக் கேட்டாற்போல் உலுக்கி விழுந்தார்கள் அவர்கள்.

“கேட்டு வரை உதவி செய்யுங்கய்யா. உங்களுக்குப் புண்ணியமாப் போவட்டும்...” மறுபடியும் இறைஞ்சிய நாகமணி அவனை இன்னும் கொஞ்சதூரம் இழுத்துச் சென்று முடியாமல் நின்றுவிட்டாள்.

கும்பல் சற்றே பின்னுக்கு நகர்ந்தது.

“உங்க கால்ல விழறேன். உதவி செய்யுங்க. கை குடுங்க...” தீனமாய் மன்றாடினாள் நாகமணி.

மிரண்டு போன ஜனங்கள் திரும்பியே பார்க்காமல் அங்கிருந்து வேக வேகமாய் நகரலானார்கள்.

தான் ஒருத்தியாகத்தான் இந்தப் பாரத்தைச் சுமக்க வேண்டும்... எவரும் உதவிக்கு வரமாட்டார்களென்பது வெகு நன்கு புரிந்து விட்டது அவளுக்கு.

அந்நிமிடம் வரை தான் ஆதரவற்றவள், தன்னால் முடியாது என நினைத்துக் கொண்டிருந்தவளுக்கு அவள் செங்கல் சுமந்த விஷயம் சட்டென நினைவுக்கு வந்தது. எவ்விதச் சிரமுமின்றி ஐம்பது கிலோ சிமெண்ட் மூட்டையைத் தோளில் சுமந்தது ஞாபகம் வந்தது.

கோடய்யாவைத் தூக்கித் தோளில் போட்டுக் கொண்டாள். கேட்டுக்கு வெளியே வந்து ரிக்ஷாவுக்காகப் பார்வையை ஓட்டினாள். அந்நிமிடம் வரை அங்கேயே நின்று கொண்டிருந்த ரிக்ஷாக்களும் ஆட்டோக்காரர்களும் அவள் கூப்பிடக் கூப்பிட காதிலேயே போட்டுக் கொள்ளாமல் அங்கிருந்து நகர்ந்து விட்டனர்.

கோடய்யாவைக் கீழிறக்கி சரிந்துவிடாமல் பிடித்துக் கொண்டாள். ஒரு ரிக்ஷாக்காரன் நாகமணியைத் தாண்டி முன்னால் நடந்தபோது "சந்தைப் பேட்டைக்கு வரயா..?" எனக் கேட்டாள்.

"எய்ட்ஸ்காரனை என் ரிக்ஷாவில் ஏத்திட்டுப் போனா என் பொழப்பு நாசமாய்டும் தாயி. நீ நூறு ரூபா குடுத்தாலும் நா வரமாட்டேன். ஆயிரம் குடுத்தாக்கூட மாட்டன்ன மாட்டேன். எனக்கு பொழச்சுக் கிடக்கணும்னு ஆசை. வூட்ல பெண்டாட்டி புள்ளகுட்டின்னு இருக்கறவன் நானு..." தன் வசனங்களை மற்ற ரிக்ஷாக்காரர்கள் கேட்டுக் கொண்டிருக்கிறார்களா என்பதுபோல் சுற்றிலும் பார்த்துக் கோணலாய்ச் சிரித்தான்.

அங்கு நிற்கும் ரிக்ஷாக்காரர்கள் வரமாட்டார்களெனத் தெரிந்துகொண்டு எதிர்திசையினின்று வந்து கொண்டிருந்த ஒரு ரிக்ஷாவை நிறுத்திக் கேட்டாள்.

"ஏறு..." என்றான் கோடய்யாவைக் குதூகலமாய்ப் பார்த்தபடி.

"எவ்வளவு...?"

"பத்து ரூபா..."

அவள் பேரம் பேசவில்லை. கோடய்யாவை ஏற்றிவிட முயன்ற போது முன்னால் சென்ற ரிக்ஷாக்காரன் குரல் உரத்து ஒலித்தது.

"ஏண்டா... எந்த ஊரு உன்னோடது? செத்துப் போகணும்னு இருக்கா...?"

குழப்பமாய்ப் பார்த்தான் முதலாமவன். தான் அவனுடைய பேரத்தைக் கெடுத்துவிட்டோமா?

"பத்து ரூபாய்க்காகப் பிராணனை விடப் போறயா..?" திரும்பவும் கேட்டான் இரண்டாமவன்.

"என்னாச்சுண்ணே... சங்கதி என்னன்னு சொல்லு. பேரம் பேசலயா... ஏதோ அவசரம்னு நெனச்சேன். சண்டை சச்சரவு ஏதாச்சும்...?"

"அட போடா. அவன் எப்படி இருக்கான்னு கவனிக்கலயா நீ? அவனுக்கு எய்ட்ஸ்டா பாவி..."

அவ்வளவுதான்...அந்த ரிக்ஷாக்காரன் ஏதோ கட்டுவீரியனைப் பார்த்து விட்டாற்போல் சட்டெனப் பின் நகர்ந்து திரும்பிப் பார்க்காமல் வேகமாய் ரிக்ஷாவை ஓட்டிச் சென்றான்.

பெருமூச்செறிந்தாள் நாகமணி. அங்கிருந்த ரிக்ஷாக்காரர்களை விழிகளில் தீப்பொறி பறக்க முறைத்தாள்.

வலுவெல்லாம் திரட்டி கோடய்யாவை தோளில் போட்டுக் கொண்டு பாதி தூரம் சுமந்து பாதி தூரம் இழுத்துக் கொண்டும் சாலைத் திருப்பம் வரை சென்று திரும்பிப் பார்த்தாள். அந்த ரிக்ஷாக்காரர்கள் எவரும் கண்ணில் படவில்லை. இவளும் அவர்களுக்குத் தென்படமாட்டாள்.

அப்போது அப்பக்கமாய் சென்று கொண்டிருந்த ரிக்ஷாவை நிறுத்தினாள். "என்னாச்சு இவனுக்கு?" பேரம் படிந்து கோடய்யாவை ரிக்ஷாவில் ஏற்றும்போது கேட்டான்.

"காய்ச்சல் அய்யா. ரொம்ப பலவீனமாயிட்டான்."

குடிசை அடைந்ததும் கோடய்யாவைக் கட்டிலில் படுக்க வைத்தாள். பக்கத்து குடிசைக்குச் சென்றாள், பிள்ளையைக் கூட்டிட்டு வர. அதற்குள் அவன் தூங்கிவிட்டிருந்தான்.

"அண்ணனுக்கு இப்ப எப்படி இருக்கு?" சாயிலு கேட்டாள்.

"அப்படியேதான் இருக்கு. மருந்து குடுத்திருக்காங்க..."

"ஆஸ்பத்திரியில் சேர்த்துக்கலயா?"

"இல்ல. வேண்டாமாம்.. கூட்டிட்டுப் போலான்னு சொன்னாங்க.."

"ஆமாம். நம்மோடது தண்டப் பேரம்னு அவங்களுக்குத் தெரியும் போல..."

ஏதும் பேசாமல் பிள்ளையுடன் தன் குடிசைக்குத் திரும்பினாள் நாகமணி. அவள் நாடி நரம்புகளெல்லாம் தளர்ந்து போய்க் கொண்டிருப்பது போல் இருந்தது.

அப்படியே சரிந்து மகனை நெஞ்சோடு அணைத்துக் கொண்டு அழ ஆரம்பித்தாள். வாய்விட்டும் கதறினாள். நெஞ்சு வெடித்துவிடும் போல் அழுதாள்.

★ ★ ★

இரண்டு நாட்களாகிவிட்டன நன்றாகத் தூங்கி. மனம் முழுக்கப் பதற்றம்.. கொந்தளிப்பு.. புயலுக்காளான சமுத்திரம்போல். பெருஉளைச்சலில் குமைந்து கொண்டிருந்தேன்.

வேலையில் கவனம் லயிக்கவில்லை. இயந்திரம் போல் இயக்கம்... அவ்வளவுதான்.

இதயத்தில் ஒரு படபடப்பு. மேனேஜர் காலிங் பெல் அழுத்தினால்கூட உலுக்கி விழுந்தேன்.

வீட்டிலும் அப்படித்தான். யாராவது பஸ்ஸர் அழுத்தினால் சரேலென ஒரு மிரட்சி.. மரணம் கதவைத் தட்டிக் கொண்டிருப்பது போல்!

"வீக்கர் செக்ஷன்ஸ்க்கு எய்ட்...." யாரிடமோ சொல்லிக் கொண்டிருந்தார் மானேஜர்.

எய்ட்ஸ் என்றுதான் சொன்னார். எய்ட்ஸ் அல்ல. ஆனாலும் அச்சொல் காதில் விழுந்ததும் அந்த வியாதி நினைவில் வந்து உடலெங்கும் விஷம் போல் பரவியது நடுக்கம்.

செய்தித்தாள் வாசிக்கும்போது எ, ஐ எழுத்துக்கள் அடுத்தடுத்துக் கண்ணில் பட்டால்போதும். எய்ட்ஸ் பூதத்தால் இம்சைக்காளானது இதயம்.

இவ்வியாதியால் நான் செத்துப்போகப்போவது சர்வ நிச்சயம். ஊர் உலகத்திற்குத் தெரியாமல் இருக்க வேண்டுமென்றால் எங்காவது போய்விட வேண்டும். எவருக்கும் சொல்லாமல்... தொலை தூரம்.. தெரிந்தவர் அறிந்தவர் யாருமற்ற பிரதேசத்திற்கு... எவருக்கும் என்னைத் தெரியாத ஊருக்கு.. ஒரு சிறு அறை வாடகைக்கு எடுத்துக்கொள்ள வேண்டும். அங்கேயே செத்துப் போக வேண்டும்.

அப்போது சமுதாயம் என் மனைவி பிள்ளைகளை இம்சிக்காது. இவர்கள் அப்பா எய்ட்ஸ் வந்து செத்துப் போனார் என்று என் பிள்ளைகளை தலைமீது முத்திரை குத்தாது. என் மனைவியைத் தள்ளி வைக்காது.

மாதுரி.. பாலும் தேனும் சர்க்கரையும் குழைத்தாற்போல் இனியவள். இக்கசப்பெல்லாம் நான் கலந்ததுதான்.

அவளிடமிருந்து விலகியிருப்பது பெரிய பிரச்னையாக இருக்கிறது. இருள் படரும்போதே இதயத்தில் கலவரம் சூழ்ந்து கொள்கிறது. இந்நேரமே அவளுக்கு என்னிடமிருந்து அந்த வியாதி தொற்றிக் கொண்டுவிட்டதோ என்னவோ? அப்படியிருக்க உடல் ரீதியாய் விலகியிருப்பதால் வரும் பலன் என்ன? உடல் உறவு வைத்து கொள்ளலாமோ?... இல்லை... சமீபத்தில் வார இதழ் ஒன்றில் டாக்டர் சமரம் எழுதியிருந்ததைப் படிக்க நேரிட்டது. அதன் சாராம்சம்.. அப்போது பாதுகாப்பு மேற்கொள்ள வேண்டுமாம். இல்லையென்றால் வைரஸ் லோடு (கிருமிகள் எண்ணிக்கை) குறைந்த அளவில் இருப்பவர்களுக்கு நல்லதில்லையாம்.

மாதுரி மனதில் என்னை நினைத்து கொண்டிருக்கிறாளோ? எனக்கு அவள் மீது நேசம் குறைந்து போய்விட்டதாய் நினைத்துக் கொள்வாளா? நான் மிகவும் நேசித்த பெண்... ஆராதித்த பெண்... என்னைத் தவறாய்ப் புரிந்து கொள்வதை என்னால் எப்படிப் பொறுத்துக் கொள்ள முடியும்?

ஆணுறை பயன்படுத்தலாம் என எப்படிச் சொல்வது? ஏன் என அவள் கேட்டால் என்ன பதில் சொல்ல...?

மொபைல் ஃபோன் ஒலித்தது. எரிச்சலுடன் 'ஹலோ' என்றேன்.

சுதீரா...

"எப்படி இருக்கே?" அவளே கேட்டாள்.

எப்படி இருப்பேன் எனத் தெரியாதா? உடம்பில் ஒரு கொடிய வியாதியைச் சுமந்தபடி.. மனதில் எல்லையற்ற வேதனையைச் சுமந்தபடி.. இதயத்தில் எரிமலை போன்ற குற்ற உணர்வைச் சுமந்தபடி...

சுதீரா என் வாழ்வில் வசந்தத்தைக் கொண்டு வந்த வனதேவதை என நினைத்திருந்தேன். குளுமை பொழியும் வெண்ணிலா என இறுமாந்திருந்தேன். என் தலைமீது மரண சாசனத்தைச் செதுக்கிய மரண தேவதை அவள்.

ஆத்திரம் தீரத் திட்டித் தீர்க்க வேண்டும் போல் ஒரு வெறி. என் வாழ்க்கையுடன் ஏன் இப்படி விளையாடினாய் ராட்சசி எனக் கூச்சலிட வேண்டும்போல்... என் இல்லறக் கூட்டைச் சிதைத்துச் சின்னாபின்னமாக்கி விட்டாயேடி கேடு கெட்டவளே என்று...

சுதாரித்துக் கொண்டேன். தப்பெல்லாம் எதிராளி மேல் எவ்வளவு சுலபமாய்த் தள்ளி விடுகிறான் இந்த மனிதன்... இதில் என் தப்பும் உண்டல்லவா? அவளைத் திட்டி சாடி என்ன பயன்..?

"டெஸ்ட் செய்து கொண்டாயா?" சுதீராவின் குரலில் வேதனைத் தெறிப்பு.

"இல்லை..."

"செய்துக்க. உனக்கு அது இல்லாமலும் போகலாம்..."

"அவசியம் இல்லை. இருப்பதுபோல்தான் தெரிகிறது..."

எப்படித் தெரியும் எனக் கேட்கவில்லை அவள். ஒரு நிமிடம் போல் மௌனம். தொலைபேசித் தொடர்பைத் துண்டித்து விடவேண்டும் போல் பொறுமையின்மை என்னுள்.

அப்பக்கத்தினின்று மெலிதாய் விசும்பல் ஒலி.

"குமார்... ஒருமுறை இங்கு வரலாமில்லே...? உன்னைப் பார்க்க வேண்டும் போலிருக்கு. உன் மடியில் தலை வைத்து அழ வேண்டும் போலிருக்கு..."

"முடியுமான்னு தெரியலே..."

"எனக்குத் தெரியும். என் மீது உனக்கு அருவெருப்பு ஏற்பட்டிருக்கு. என்னைக் கொன்று விட வேண்டும் போல் ஆத்திரம்கூட... இல்லையா? உனக்கு அந்தச் சிரமம் இல்லாமல் என் வியாதியே என்னைக் கொன்று விடும். எனக்கு எவனோ பிரசாதித்திருக்கிறான். ஓ... தவறான வார்த்தைப் பிரயோகம்! வரம் கொடுப்பதைத்தான் பிரசாதம் என்பார்கள். இருந்தாலும் அவன் மேல் எனக்குக் கோபம் இல்லை. எப்போதோ மன்னித்து விட்டேன் அவனை... அந்த யாரெனத் தெரியாதவனை. இந்த வியாதி அவனுக்குள் குடியேறியிருப்பது பாவம், அவனுக்கே தெரியாமலிருக்கலாம். அதெல்லாம் என் விருப்பப்படி... என் முழுச் சம்மதத்துடன் நடந்தேறிய செயல்கள். அதனால் நீ என்னை மன்னித்து விடவேண்டுமெனக் கேட்கவில்லை நான். வறட்டு வாக்குறுதிகள்... வறட்டு மன்னிப்புகள்... என்ன வாழ்க்கையோ...?"

பேசிக்கொண்டே போனாள் சுதீரா. மிகச் சங்கடமாக இருந்தது எனக்கு. சுற்றியுள்ள சக ஊழியர்களின் காதில் விழாமல் போகாது.

அதனால்தான் நான் வெகு ஜாக்கிரதையாக வார்த்தைகளை எண்ணி எண்ணிப் பேச வேண்டியிருந்தது. அவள் இப்போதைக்கு நிறுத்துவதாக இல்லை எனத் தோன்றி... எழுந்து பாத்ரூம் பக்கம் சென்றேன்.

“உப்பு சப்பில்லாமல் இருக்கு வாழ்க்கை. அனுபவிப்பதற்கு வாய்ப்பில்லாதபோது வாழ்வது எதற்கு? வீண் எனப் படுகிறது.”

“அனுபவிப்பதென்றால் அது ஒன்றுதானா?”

“என்னைப் பொறுத்தவரை அப்படித்தான். அந்த அனுபவங்களே அற்ற வாழ்க்கை ஒரு வாழ்க்கைதானா? அந்த அனுபவத்தின் முன் மற்ற அனுபவங்களெல்லாம் துச்சமாய்த்தான் தெரிகிறது குமார்...”

“இப்போது அந்த வியாதி வந்திருக்கில்லே... அதையும் அனுபவி. எல்லாவற்றையும்விட மிகச் சிறந்த அனுபவம்...”

“நான் செத்துப் போகப்போறேன்னு தெரிந்தும் இவ்வளவு கடினமாய்ப் பேச உன்னால் எப்படி முடிகிறது குமார்?”

“சாரி... அவசர வேலையில் இருக்கேன். அப்புறம் பேசலாமா?”

“கொஞ்ச நேரமாவது மென்மையாய்ப் பேசமாட்டாயா குமார்? அன்பாய் பேசாவிட்டாலும் பரவாயில்லை. ஆறுதலாய்ப் பேசமாட்டாயா குமார்...? ப்ளீஸ்...”

“தப்பாய் நினைத்து கொள்ளாதே. முக்கியமான வேலை. பாதியில் விட்டுவிட்டு வந்திருக்கேன்...”

சுதீரா தொடர்பைத் துண்டித்தாள்.

பாதாளக் கரண்டியாய் என் இதயத்தின் உதிரத்தையெல்லாம் யாரோ தோண்டியெடுப்பதுபோல்... அழுக்கு ரத்தம்... ஹெச்ஐவி வைரஸ் ராட்சசத் தனமாய்ச் சங்கமித்துக் கொண்டிருக்கும் ரத்தம்...

அயர்ச்சி... சோர்வு... பலவீனம்...

வந்து இருக்கையில் விழுந்தேன்.

“மேனேஜர் சார் கூப்பிடறார்...” அட்டெண்டர் சொல்ல...

வரமுடியாதுன்னு போய்ச் சொல்லு என்று கூவவேண்டும் போன்ற எரிச்சல்.

நெஞ்சுக்கூட்டில் கொழுந்து விட்டெறியும் பெரும் பதற்றத்தைக் கட்டுப்படுத்திக்கொண்டு மேனேஜர் அறைக்குச் சென்றேன்.

"மிஸ்டர் குமார். ஒரு சீனியர் ஆபீஸர் நீங்க உங்களிடமிருந்து இதை எதிர்பார்க்கலே நான். இப்படிப்பட்ட தப்பு செய்திருக்கிறீர்களே? அந்த எண்கள்... ஃபிகர்ஸ்... எங்கிருந்து வந்தன...? ஹாரிபிள்...?" என்னைக் கோபமாய்ப் பார்த்தார்.

தப்பு எண்ணிக்கையில் மட்டும் இல்லை சார். என் வாழ்க்கையிலும் நடந்து விட்டது... வேதனையுடன் நினைத்துக் கொண்டேன்.

"குமார்... என்ன விஷயம்... உங்க முகம் ஏன் இப்படி வெளிறிப் போயிருக்கு? சரியாய் தூங்குவதில்லையா? உடம்பு சரியில்லையா?" என் முகத்தைப் பரிசீலனையாய்ப் பார்த்தபடி கேட்டார்.

...ஆமாம் சார். உடம்பு சரியில்லைதான். கொஞ்சம் கூடச் சரியில்லை. மிகவும் மோசமான நிலை. வெகு விரைவில் இறந்து போகப்போறேன் சார்... திடீரென... நடு வயது கூட தாண்டாமலே... இப்படி உற்றுப் பார்க்காதீர்கள்... என் உடம்பை வெறித்துப் பார்க்காதீர்கள்... என் ரத்தத்தைப் பார்க்காதீர்கள்... எல்லாம் வைரஸ். புற்றுப் புற்றாய் வைரஸ்...

"அதெல்லாம் ஒன்றுமில்லை சார்.. சைனஸ் தலைவலின்னு நினைக்கறேன். ரொம்பவே படுத்துகிறது. சரியாய்த் தூங்குவதில்லை. அதனால்தான் என் வேலையில் இந்தத் தப்பெல்லாம் நடந்திட்டிருக்கு..."

"என்னால் புரிந்துகொள்ள முடிகிறது குமார். டாக்டரிடம் போங்க. தேவைப்பட்டால் ஒரு வாரம் பத்து நாள் லீவு போட்டு ஓய்வெடுத்துக் கொள்ளுங்க..."

வெளியே வந்தேன். நீங்க என்ன சார் லீவு கொடுப்பது? அதான் அந்தக் கடவுளே லீவு அனுமதித்து விட்டாரே... நிரந்தரமா... லீவு... எப்போதும் ஓய்வுதான்.. சமாதியில்...

மரணம் குறித்து நினைத்ததும் முழுகுத் தண்டு சிலீரிட்டது. எப்படியும் செத்துப் போகப் போகிறோம் என்பது உறுதியாகிவிட்ட பின் எதன் மீதும் ஆர்வமற்றுப் போய்விட்டது. எதன் மீதும் மனம் லயிக்க மறுக்கிறது. இவ்உலகில் எல்லாமே சாசுவதமற்றவைதாம்.

எரியும் பூந்தோட்டம்

மரணம் மட்டும்தான் சாசுவதம். எனக்குத் தோன்றுபவையெல்லாம் வெறும் பிரமை. மரணம் ஒன்றுதான் நிஜம்.

ஏழு மணிக்கு வேலை முடிந்து கிளம்பும்போது ஸ்ரீகாந்த் வந்தார். இரண்டாண்டுகளுக்கு முன் மாற்றலாகி ஹைதராபாத் வந்தார். அவர் குடும்பம் தெனாலியில் இருக்கிறது. அவர் பிள்ளைகள் கல்லூரியில் படித்துக் கொண்டிருக்கின்றனர். இவரே இரு வாரங்களுக்கொருமுறை தெனாலி சென்று அவர்களைப் பார்த்துவிட்டு வருகிறார்.

"சார்... நீங்க தப்பாக நினைக்கலேன்னா ஒரு விஷயம் கேட்கலாமா?"

என்ன என்பதுபோல் அவரைப் பார்த்தேன்.

"சில நாட்களாய் எந்நேரமும் எரிச்சல் தெரியுது உங்க முகத்திலும் நடவடிக்கையிலும். உங்களிடம் பேசவே ரொம்பப் பயமா இருக்கு..."

"அப்படியா...?" சிரிக்க முயன்றேன்.

"சிரிப்பு என்பது ஒரு டானிக் போல் சார். நல்லாச் சிரிங்க. மனம் விட்டுச் சிரிங்க. என்ன பிரச்னை வந்தாலும் எது நேர்ந்தாலும் சரி... வாய்விட்டுச் சிரிங்க... மன உளைச்சல் தன்னால் பறந்து போய்விடும். நான் 'லாஃபிங் கிளப்' மெம்பர் சார். அந்த அனுபவத்தில் சொல்றேன். உரக்க... சத்தம் போட்டுச் சிரிங்க. மனம் இலேசாகிவிடும்..."

உங்களுக்கென்ன... சுலபமாய்ச் சொல்லிவிடுவீர்கள். உங்களுக்கு எய்ட்ஸ் வந்தால் தெரியும், சிரிப்பதா அழுவதா எது சுலபமென...

"முயல்கிறேன் ஸ்ரீகாந்த். ஞாபகப்படுத்திக் கொண்டு சிரிக்குமளவு நேரம் ஏது? பரபரப்பான வாழ்கையாகிவிட்டது இல்லையா? உங்களுக்கென்ன... குடும்பம் தெனாலியில் இருக்கு. நீங்க இங்கு தனியாய்... நிறைய நேரம் கிடைக்கும். எனக்கும் சேர்த்து நீங்களே சிரிங்க..." வண்டி நிறுத்தி வைத்த இடம் நோக்கி நகர்ந்தபடி சொன்னேன்.

"ஜோக் அடிக்காதீங்க சார். எவர் சிரிப்பு அவர்கள்தான் சிரிக்க வேண்டும்..."

எனக்குத் தெரியும்.. அவரவர் சிரிப்பு அவரவர்தான் சிரிக்க வேண்டும். எவர் சாவு அவர்களே...

"நீங்க வீட்டுக்குத்தானே போகிறீர்கள்... என்னை ஹிமயத் நகரில் டிராப் செய்கிறீர்களா?"

"அதென்ன... இன்று 'பார் சிட்டிங்' இல்லையா?"

அவர் இருப்பது ஹிமயத் நகரில். தினந்தோறும் எங்கள் அலுவலகத்திலிருந்து சற்று தூரத்திலுள்ள பாரில் பத்து, பதினோரு மணி வரை கழித்துவிட்டு வீடு திரும்புவது அவர் வழக்கம்.

வெட்கப்படுபவர் போல் சிரித்தார் அவர்.

"இல்லை சார். பிராந்தி ஷாப் முதலாளி ஒருவருக்கு லோன் சாங்க்ஷன் ஆனது. ஒரு ஸ்காட்ச் பாட்டில் அன்பளிப்பாய் அனுப்பி வைத்தார். பிளாக் லேபிள். ரூமில் இருக்கு. இன்னிக்கு அது போதும்..."

ஸ்ரீகாந்திற்கு நாற்பத்தைந்து வயதிருக்கலாம். இரு பெண்கள். மூத்தவள் இன்ஜினீயரிங்... அடுத்தவள் இண்டர் படிக்கிறார்கள். தினமும் குடிக்காமல் தூங்க மாட்டார். பிற பெண்களுடன் சுற்றுகிறார் என்றுகூட ஒரு பேச்சு உண்டு. ஹைதராபாத் நகரில் அவரது காலடி படாத விபச்சார விடுதியே கிடையாது என்றுகூட...

ஒருமுறை அட்டெண்டர் கிருஷ்ணமூர்த்தி யாரிடமோ சொல்லிக் கொண்டிருந்தபோது கேட்க நேரிட்டது. அம்மாதிரியான பெண்களை அவ்வப்போது வீட்டிற்கே அழைத்துக் கொள்கிறாராம்.

அப்படியென்றால் இவருக்கு வியாதிகளே வராதா? வந்திருக்குமோ என்னவோ? ஆள் வாட்டசாட்டமாய் தெம்பாய்த் தென்படுகிறாரே...!

அவரை ஏற்றிக்கொண்டு ஹிமயத் நகரில் ஐந்தாம் எண் வீதியிலுள்ள குடியிருப்பருகே இறக்கி விட்டேன்.

"சார்... நான் செகண்ட் ஃப்ளோரில் இருக்கேன். இதுவரை நீங்க வந்ததே இல்லை. வாங்க சார்.. ஒரு பத்து நிமிஷம் பேசிட்டுப் போகலாம்..."

"நான் குடிப்பதில்லையென உங்களுக்குத் தெரியும். உங்களுக்குக் கம்பெனி தர முடியாது..."

"தெரியும் சார். இரண்டு வருஷமாய் ஒரே இடத்தில் வேலை பார்க்கறோம்... இது கூடத் தெரியாதா? காப்பி, டீ கூடக் குடிக்க மாட்டீர்கள். பிற பெண்களை தலையுயர்த்திக் கூடப் பார்க்க மாட்டீர்கள்.. அப்படித்தானே? இதெல்லாம் நீங்கள் சொல்லாமலே எங்க எல்லோருக்கும் தெரியும் சார். உங்க 'கேரக்டர்' பற்றி நம்ம ஆபீசில் தெரியாதவர் யார் இருக்க முடியும்? வீட்டில் பெப்சி இருக்கு. சியர்ஸ் சொல்லிக்கலாம்.. வாங்க..."

ஒற்றைப் படுக்கையறை வீடு. சின்ன ஹால்.. சமையலறை. சுத்தமாகக் காணப்பட்டது.

ஒரு தட்டில் வறுத்த முந்திரி, சிப்ஸ் எடுத்து வந்து முன்னால் வைத்தார். இரண்டு கண்ணாடித் தம்ளர்கள் கொண்டு வந்து ஒன்றில் விஸ்கி ஊற்றி தண்ணீர் கலந்தார். என் கிளாசில் பாதி வரை பெப்சி ஊற்றினார்.

சியர்ஸ் சொன்ன பின்...

"சார். உங்களிடம் இன்னொரு விஷயம் சொல்ல மறந்துட்டேன். துன்பங்களிலிருந்து சற்று ஆசுவாசம் பெற சிரிப்பு மட்டுமில்லாம இன்னொரு மருந்தும் உண்டு. அதுதான் இது. விஸ்கி ரெண்டு பெக் போட்டுக்கொண்டு படுத்தால் வாட்டி வதைக்கும் கவலைகளெல்லாம் மந்திரம் போட்டாற்போல் மாயமாகிவிடும். சொர்க்கம் தெரியும்..."

"தேவதாஸ் போல் ஆவதும் நிச்சயம். அப்புறம் நரகமும் தெரியும்.."

சிரித்தார் அவர். "இன்னொரு மருந்துகூட இருக்கு சார். அமிர்தம் போல் வேலை செய்யும் மருந்து. அழகான பெண்ணின் அருகாமை.."

அமிர்தமா...? விஷம்... நல்ல பாம்பை விடக் கொடிய நஞ்சு...!

உரையாடல் அத்திசையில் பயணித்ததால் என் சந்தேகத்தைத் தீர்த்து கொள்ள நினைத்தேன்.

"நீங்க தப்பா நினைக்கலேன்னா ஒரு விஷயம் கேட்கட்டுமா?" சங்கடத்துடன்தான் கேட்டேன்.

"பரவாயில்லை, கேளுங்க..."

"நீங்க நிறையப் பெண்களுடன் சுற்றுவதாய்க் கேள்விப்பட்டேன். நிஜமா...?"

"ஆமாம். நிஜமேதான். இப்போது குடும்பத்தை விட்டு தூரமாய் இருப்பதால் இப்படின்னு இல்லை சார். தெனாலியில் இருந்தபோது கூட இதே நிலைமைதான். நாளுக்கொரு புதுச் சுவை தேவை எனக்கு." இதேதோ பெருமைக்குரிய விஷயம் போல் நெஞ்சு நிமிர்த்திச் சொன்னார் அவர்.

"இத்தனை பெண்களுடன் சகவாசம் வைத்துக்கொண்டால் பிரச்னை எதுவும் வராதா?"

பக்கெனச் சிரித்து விட்டார் ஸ்ரீகாந்த்... விஸ்கி நெடி பரவியது.

"பிரச்னை என்ன வரும், பெண்டாட்டிக்குத் தெரிந்தே எக்கச்சக்கமாய் ஆட்டம் போட்டிருக்கேன். வாய் திறந்தால் மூட வேண்டியதுதான், இப்ப கேட்கவே வேண்டாம். தனிப்பறவை. கேட்க ஆளில்லை. மஜான்னா மஜாதான்..." முந்திரியைக் கொறித்தபடி சொன்னார்.

மஜா எனும் வார்த்தையைக் கேட்டதும் சுதீராதான் மனதில் வந்தாள். மஜா மஜா என வாழ்க்கையை இருளடித்துக் கொண்டு விட்டாள். என்னைப் போன்ற இன்னும் சிலர் வாழ்க்கையையும் இருளில் மூழ்கடித்துவிட்டாள்.

"நான் கேட்டது அந்தப் பிரச்னை பற்றி இல்லை. உங்க உடல் நலம்..."

"தெரிஞ்சுக்க ரொம்ப ஆர்வமா இருக்கற சங்கதின்னு சொல்லுங்க..."

திக்கென்றிருந்தது எனக்கு.

"அடாடா... என் நோக்கம் அது இல்லை. கடிவாளமில்லாத சிருங்காரம் இல்லாத பொல்லாத வியாதிக்கெல்லாம் வழி அமைக்கும்னு கேள்விப்பட்டதில்லையா? நீங்க எப்படி சமாளிக்கிறீங்க?"

"கவலைப்படாதீங்க சார். நீங்க ஏகபத்தினி விரதன்னு நம்ம ஆபீசில் எல்லோருக்கும் தெரியும். இப்படியான சந்தேகங்களெல்லாம் உங்களைப் போன்றவர்களுக்கில்லாமல் என்னைப் போன்ற கழுதைகளுக்கா வரும்?" எச்சில் எகிறி தட்டில் விழ... முந்திரி சாப்பிடுவதை நிறுத்திவிட்டேன்.

எரியும் பூந்தோட்டம் 61

"சார்... நீங்கள் நம்புகிறீர்களோ இல்லையோ... என் ஸ்கோர் நூறைத் தாண்டிவிட்டது தெரியுமா. நூறு ரூபாயிலிருந்து ஐயாயிரம் வரை விதவிதமான பெண்கள். ஒருமுறை என்ன நடந்தது தெரியுமா... வேலை நிமித்தமாய் சிலுகூரிபேட்டை போயிருந்தேன். இரவு அங்கு தங்க வேண்டி வந்தது. ஹோட்டலில் ரூம் எடுத்தால் நானூறு, ஐந்நூறு வரை ஆகும். அதனால் 'அது மாதிரி'யான வீட்டிற்குப் போனேன். புது மாப்பிள்ளை போல் கவனித்துக் கொண்டார்கள். குளிப்பதற்கு வெந்நீர்... குளித்துவிட்டு வந்ததும் இரண்டு பெக் விஸ்கி.. கோழிக்கறியுடன் ஆவி பறக்கும் சாப்பாடு.. ராத்திரி முழுக்க சுகமான சுகம்.. இத்தனையும் சேர்த்து வெறும் எழுநூறுதான். காலையில் பத்து மணிக்கு எழுந்து குளித்த பின் காப்பி குடித்துக் கொண்டிருந்தேன்... அவளுக்கு பதினாறு வயதில் ஒரு மகள். ஆயிரம் கொடுப்பதாய்ச் சொன்னேன். ஒப்புக் கொள்ளவில்லை. ஒரு வழியாய் இரண்டாயிரத்துக்குச் சம்மதித்தாள். பணம் சார்... அது இருந்தால் போதும்.. போதுமெனும் அளவு சுகம் விதவிதமாய் அனுபவிக்கலாம்..."

யாரோ என் வயிற்றில் கைவிட்டுத் துழாவுவது போலிருந்தது. என்னுடையதெல்லாம் எவ்வளவு பெருமைக்குரிய சாதனை என்பதுபோல் பீற்றிக்கொள்கிறானே இந்த நீசன்..? இந்தப் பணத்துக்காகத்தானே உடம்பை விற்றுக்கொள்ளும் நிலைமை அந்தப் பெண்ணுக்கு. இதற்காகத்தானே பெற்ற பெண்ணைக்கூட... அத்தாயின் மனம் எவ்வளவு அல்லல் பட்டு கொண்டிருக்கும்.. அதெல்லாம் இந்தக் கடையனுக்கு என்ன புரியும்..?

உடனே அங்கிருந்து வெளியேறிவிட வேண்டும் போல் ஆத்திரம்- ஆனால்.. இவனை இவ்வளவு தூரம் வெறுக்குமளவிற்கு என்னிடம் ஒழுக்கம் உண்டா? நான் செய்ததும் தப்புதானே...? இவன் அதே தப்பை நூறு முறை... நூறு பெண்களிடம் செய்திருக்கிறான். நான் ஒரே பெண்ணிடம் செய்தேன். தப்புகளில் அளவுகோல் என்ன வேண்டிக்கிடக்கு... தப்பு தப்புதான். தான் செய்த நீச காரியங்களை யெல்லாம் இவன் வெளியில் சொல்கிறான். செய்ய வேண்டிய தெல்லாம் செய்துவிட்டு மேலுக்கு ஒரு ஒழுக்கசீலன் போல் முகமூடி போட்டுக் கொண்டு...

"உங்கள் ராசலீலைகள் பற்றி இல்லை நான் கேட்டது. எப்படி இதுவரை வியாதிகள் அண்டாமல் இருக்கிறது என்றுதான்.

எய்ட்ஸ் மட்டுமல்ல. சிபிலிஸ், கனேரியா போன்ற பயங்கரமான நோய்கள்...”

அவர் பகபகவெனச் சிரித்தார். “என்ன சார் இது... அவ்வளவு முட்டாளா நான்? அப்படிப்பட்ட பெண்களுடன் கழித்தால் சல்ப்யூரிக் ஆசிட்டில் கைகளை முக்கியெடுத்தாற்போல்தான். மிகுந்த எச்சரிக்கையுடன் நடந்து கொள்ள வேண்டும் எனும் ஆரம்பப் பாடம்கூடத் தெரியாதவனா நான்? படிப்பில்லாத பாமரன் இல்லையே நான். பாதுகாப்பு மேற்கொள்ளாமல் எதுவும் செய்யமாட்டேன். சமீப காலத்தில் விதவிதமான பாதுகாப்புக் கவசங்கள் சந்தையில் கிடைக்கின்றன தெரியுமா? அதுவும் மேலுறைகள் மீது...”

அவன் பேசிக்கொண்டிருக்கும்போதே சட்டென்று எழுந்து வெளியே வந்துவிட்டேன்... பாதி குடித்த கிளாஸை அப்படியே விட்டு விட்டு...

சல்ப்யூரிக் ஆசிட்... தொட்ட மாத்திரத்தில் எரித்து விடும் என்ற கூச்சல் போடும் ஆண்தானே அவர்களை இப்படித் தயார் படுத்துவது... தெளிந்த நீரோடை போன்ற பெண்களை சல்ப்யூரிக் ஆசிட் போல் கீழ்மைப்படுத்துவது இவனைப் போன்ற மிருகங்கள்தானே...

அயோக்கியன்... நூறு பெண்களுடன் கழித்தும் பாறாங்கல் போல் இருக்கிறான். என் வாழ்க்கை மட்டும் ஏன் இப்படி ஆகி விட்டது, ஒரு தப்பு... ஒரே ஒரு தப்பு.. தலை அறுந்து கீழே விழுந்து விட்டது.

வீடு சேர்ந்தபோது ஒன்பது மணியாகிவிட்டிருந்தது. பலத்த காற்றுடன் மழை வேறு. ஜன்னலின் சிறு கண்ணாடிச் சட்டங்களுள் ஒன்று பக்கமாய் நகர்ந்திருக்க... குளியலறைக்குள் நீர் சொட்டிக் கொண்டிருந்தது. அதைச் சரியாய்ப் பொறுத்த முயன்றபோது வலது கைவிரல் சர்ரென அறுபட்டது.

ரத்தம்... பதற்றத்துடன் கையை உதறினேன். ரத்தத் துளிகள் அங்கிருந்த நீர்த் தொட்டிக்குள் தெறிந்து விழுந்தன. ஆறு பக்கெட்டு நீர் கொள்ளும் பிளாஸ்டிக் டப் அது. தண்ணீர் பிரச்னை இருந்ததால் குழாயில் நீர் வரும் நாட்களில் அதை நிரப்பி வைப்பாள் மாதுரி. திரும்பவும் நீர் வரும் வரை அதை வைத்துச்

எரியும் பூந்தோட்டம்

சமாளிக்க வேண்டும். எங்கள் வீட்டின் 'போர்' கிணறு உலர்ந்து வற்றிவிட்டது.

இப்போது என்ன செய்வதெனத் தோன்றவில்லை எனக்கு. என் ரத்தம் அந்த நீரில் கலந்துவிட்டது. டப் நிறையத் ததும்பத் ததும்பத் தண்ணீர்... அதில் ரத்தம்... எய்ட்ஸ் கிருமிகள் கலந்த ரத்தம். விடிந்ததும் மாதுரியும் குழந்தைகளும் பல் தேய்க்கும்போது இந்நீரைத்தான் பயன்படுத்துவார்கள்.. வாயில் ஊற்றிக் கொப்பளிப்பார்கள். நினைப்பே வெகுவாய்க் கலவரப்படுத்தியது. ஐயோ... பிள்ளைகள்... கள்ளங்கபடற்ற என் பிள்ளைகள்...

குவளையால் அவ்வளவு நீரையும் வெளியில் இறைத்தேன். முகம் கழுவுவதற்காக எடுத்து வைத்திருந்த நீரால் அந்த டப்பைக் கழுவி வைத்தேன்.

குளியலறையில் வைத்த கிண்ணத்தை எடுத்துச் செல்வதற்காக சென்ற மாதுரி வேகமாய் வெளியே வந்தாள்.

"டப் நிறையத் தண்ணீர் இருந்ததே... என்ன ஆயிற்று?"

"கொட்டிட்டேன்..."

"ஏன்...? நாளைக்கு தண்ணி வராதே...?"

என்ன சொல்வதெனத் தெரியவில்லை. ஒரு கணம் போல் ஆலோசித்து... "அதில் பல்லி விழுந்திருந்தது. நீ பார்க்கலேன்னு நினைக்கறேன்..."

"பல்லி என்னங்க.. நம் வீட்டில் பல்லிகளே கிடையாதே. நம் ஸ்வப்னாவிற்கு பல்லின்னா பயம்னு இருந்த ஒண்ணு ரெண்டையும் துரத்திட்டோமே...?

எதுவும் பேசவில்லை நான். என்னை விந்தையாய்ப் பார்த்தாள் மாதுரி. அவள் விழிகளில் குபுக்கென்று நீர் நிறைந்தது.

"கொஞ்ச நாட்களாகவே உங்க நடவடிக்கை விசித்திரமாய் இருக்கு. எனக்கு ரொம்பப் பயமா இருக்குங்க..."

"எப்பவும் போல்தான் இருக்கேன். தேவையில்லாமல் குழப்பிக்காதே. பசிக்குது... சாப்பிடலாமா...." பேச்சை மாற்றினேன்.

அப்படிச் சொல்லிவிட்டேனே தவிர பசியே இல்லை. சில நாட்களாய் கொஞ்சம் சாப்பிட்டாலும் வயிறு உப்புசம்... ஏப்பம்..

நெஞ்சில் எரிச்சல்.. உணவு வகைகள் எதைக் கண்டாலும் குமட்டிக் கொண்டு வருகிறது.

லிவர் சேதமடைந்திருக்குமோ எனும் அச்சம் ஏற்பட்டது. பாதுகாப்பற்ற உடலுறவால் எய்ட்ஸ் மட்டுமல்ல.. ஹைபடைடிஸ்—பி கூடத் தாக்கும் வாய்ப்பு உண்டெனப் படித்திருக்கிறேன். எய்ட்ஸ் வைரஸை விட ஹைபடைடிஸ்—பி வைரஸ் பத்தாயிரம் மடங்கு வீரியமானது என்று டாக்டர் சமரம் அவர்களின் கேள்வி பதில் பகுதியில் படித்திருப்பதாய் ஞாபகம். என் கலவரம் மேலும் வலுப்பெற்றது.

என் குடும்ப டாக்டர் அசோக்கை தொலைபேசியில் தொடர்பு கொண்டேன்.

"ஆபீஸில் ஏதாவது பிரச்னையா...?" எடுத்த எடுப்பில் கேட்டார் டாக்டர். பின் அவரே தொடர்ந்தார். "எதைக் குறித்தோ கவலைப்பட்டுக் கொண்டிருக்கிறீர்கள் போல் தெரிகிறது. உங்களுக்கு இப்போது இருப்பதெல்லாம் வாய்வுத் தொல்லையின் அறிகுறிகள். தூக்கம் வரதில்லேன்னு சொன்னீர்கள். அதுவும் ஒரு காரணமாய் இருக்கலாம்.." அண்டாசிட்ஸ் மாத்திரை எடுத்துக்கொள்ளச் சொன்னார்.

என் கவலை இந்த மாத்திரைகளாலெல்லாம் தீரக்கூடியதா? வாய்வுத் தொல்லை என்று இவர் குறிப்பிடும் என் பிரச்னை தீருவதென்பது என் இறப்புக்கப்புறம்தான்.

சாப்பாடு இறங்கவில்லை... பாதியிலேயே எழுந்து விட்டேன்.

"பசிக்குதுன்னு சொன்னீங்க... சாப்பாட்டை அப்படியே வச்சிட்டிங்களே...?"

"வயிற்றைப் பிசைவது போலிருக்கு..."

என்னை கண்களை உறுத்து பார்த்தாள்.. ஏதோ பரிசீலிப்பவள் போல்.

"எதற்காகவோ நீங்க உள்ளுக்குள் குமைஞ்சிட்டிருக்கீங்க.. என்னிடமிருந்து மறைக்க ரொம்பவே முயற்சிக்கறீங்க கூட..."

பதில் சொல்லாமல் சென்று கட்டிலில் படுத்துக் கண்களை மூடிக்கொண்டேன்.

அரைமணி கடந்திருக்கும். மாதுரி வந்து என் பக்கத்தில் படுத்து கொண்டு என்னை மென்மையாய்த் தொட்டாள்.

"ஆபீசில் ஏதாவது பிரச்னையா?"

"இல்லேன்னு சொன்னேன் இல்லே..."

"கணக்கு வழக்கில் ஏதாவது பிரச்னை ஏற்பட்டிருக்கா?"

"அதெல்லாம் ஒண்ணுமில்லே..."

"பின்னே என்னன்னு சொல்லுங்க. உடம்பு சரியில்லையா?"

"எனக்கென்ன... நல்லாவே இருக்கேன்..."

ஒரு கணம் போல் மௌனமாய் இருந்து பிறகு கேட்டாள் மாதுரி.

"உங்க வாழ்க்கையில் என்னைத் தவிர வேறு எந்தப் பொண்ணாவது... உண்மையைச் சொல்லுங்க. என்னால் தாங்கிக்க முடியும்..."

"இப்படிப்பட்ட சந்தேகம் ஏன் வந்தது உனக்கு?" சிரிக்க முயன்றேன்.

"நீங்க டூரிலிருந்து திரும்பி மூணு நாளாறது. நம்மிடையே இவ்வளவு இடைவெளி எப்போதாவது ஏற்பட்டதுண்டா...?" செல்லமாய்ச் சிணுங்கினாள்.

"என்னைத் தொடாமல் இருக்க முடியாதுன்னு சொன்னீங்க இல்லே. பின்ன ஏன் இப்படி இருக்கீங்க? என் மீது ஏதாவது கோபமா? எனக்கே தெரியாமல் ஏதாவது தப்பு செய்துவிட்டேனா..?"

"...இல்லை மது... தப்பு செய்தது நான்தான். என் வாழ்வில் இன்னொரு பெண் இருந்தாலும் உன்னால் தாங்கிக் கொள்ள முடியும் என்றாய் அல்லவா? இல்லை மது.. உன்னால் முடியாது. ஒரு வேளை அப்படி இருந்தாலும் அது ஒன்றும் பெரிய பிரச்னை இல்லை. இது அதைவிடப் பெரிய பிரச்னை. நம் குழந்தைகள் அநாதைகளாகப் போகும் பிரச்னை. உன்னையும் என்னையும் மரணத்தின் பிடியில் கொண்டு சேர்க்கப் போகும் பிரச்னை...

நிசப்தமாய் அழுதேன்.

★ ★ ★

கட்டிலோடு கட்டிலாய் அப்படியே ஒடுங்கிக் கிடந்தான் கோடய்யா. நாகமணி கூலி வேலைக்குப் போய் கொண்டு வரும் காசில்தான் பிழைப்பு ஓடிக் கொண்டிருந்தது.

சாயிலுதான் கொஞ்சம் ஆறுதலாக இருந்தாள். அவள் புருஷன் ரிக்ஷா ஓட்டுகிறான். அவளுக்கு இரு பிள்ளைகள். நாகமணியின் மகன் சீனுவை அவள் வேலையிலிருந்து திரும்பும் வரை தன் வீட்டில் வைத்துப் பார்த்துக் கொள்வாள் சாயிலு.

"உன் புருசனுக்கு என்னாச்சு…?" யாராவது கேட்டால் பொய் சொல்லிச் சமாளிப்பாள் நாகமணி.

"இதயத்தில் ஓட்டை விழுந்திருக்காம். பிழைப்பது கஷ்டம்னு சொல்றாங்க. ஆபரேசனுக்கு நிறைய செலவாகுமாம். என்னால் எப்படி முடியும்?"

இரு தினங்களுக்குப் பிறகு கூலி வேலைக்குப் போகாமல் சீனுவைக் கூட்டிக்கொண்டு மருத்துவமனை சென்றாள்.

அவளைப் பார்த்ததும் அடையாளம் கண்டு கொண்டார் டாக்டர் மூர்த்தி. "வரமாட்டேன்னு நினைத்தேன். குட்….?" எனப் பாராட்டிவிட்டு ரத்த சாம்பிள் எடுத்துக் கொண்டார்.

"முதல்லயே உனக்கு ஒரு விஷயம் சொல்லிடறேன். நீ மிகவும் தைரியமா இருக்கணும். உனக்கும் அந்த வியாதி இருக்கலாம். உன் பிள்ளைக்கும் இருக்கலாம்.."

"எய்ட்ஸா…?"

"இல்லை. உன் புருஷனுக்கு வந்திருப்பது எய்ட்ஸ். ஃபுல் ப்ளோன் எய்ட்ஸ். அதாவது மிகவும் முற்றிப் போயிருக்கு. அட்வான்ஸ்டு ஸ்டேஜ். உனக்கு ஹெச்ஐவி இருக்கலாம். இல்லாமலும் போகலாம். பார்க்கலாம்…"

"அப்படின்னா என்ன சார்? அதுவும் ஒரு நோயா?"

அவளுக்கு எப்படிப் புரியவைப்பதென யோசித்தார் டாக்டர். "ஹெச்ஐவி என்றால் வியாதி ஆரம்ப நிலைன்னு சொல்லலாம். இக்கட்டத்தில் உடல்நிலை சாதாரணமாகவே இருக்கும். ஒரு ஐந்தாறு வருஷங்களுக்கப்புறம் எய்ட்ஸ் அறிகுறிகள் தெரிய ஆரம்பிக்கும்… ஒவ்வொன்றாய் வெளிப்படத் துவங்கும்…"

"எய்ட்ஸுக்கு மருந்தே கிடையாதா டாக்டர்?"

"இல்லை. கண்டுபிடிக்க முயற்சிகள் நடந்திட்டிருக்கு. விரைவில் பலன் கிடைக்கலாம்னு நம்பிட்டிருக்காங்க..."

நாகமணிக்குள் மின்னலாய் ஒரு நம்பிக்கைப் பொறி.

"அந்த மருந்து கண்டு பிடித்தவுடன் அதை உபயோகித்தால் எங்க கோடய்யா பிழைச்சிடுவானா?"

அந்த அப்பாவித்தனமான கேள்விக்கு இரக்கத்துடன் சிரித்தார் மூர்த்தி.

"விரைவில் என்றால் ஒரு மாதம் இரண்டு மாதம்னு இல்லை. எய்ட்ஸுக்கு மருந்து வர இன்னும் பத்து வருஷம் ஆகலாம்..."

அதிர்ச்சியடைந்தாள் நாகமணி.

"பத்து வருசமா...? அதற்குள் எனக்கும் எய்ட்ஸ் வந்து செத்துடுவேனோ என்னவோ?"

"உனக்கு ஹெச்ஐவி இருந்தால் சில மருந்துகள் உபயோகித்து அந்த நோய் எய்ட்ஸாக மாறும் காலத்தைக் கொஞ்சம் நீட்டிக்கலாம்.."

அப்போது டியூட்டிக்கு வந்த டாக்டர் ராமகிருஷ்ணா நாகமணியைப் பார்த்து அறை வாசலிலேயே நின்று விட்டார்.

"இவள் எய்ட்ஸ் பேஷன்ட் இல்லை? இவளுடன் என்ன பேச்சு டாக்டர்? அதுவும் நாம் இருக்கும் அறையில்?"

"எய்ட்ஸ் இந்தப் பெண்ணுக்கு இல்லை. இவள் கணவருக்கு..." மிக அமைதியாய்க் கூறினார் மூர்த்தி.

"இவளை உடனே வெளியே அனுப்பி வைங்க..." என்ற அந்த டாக்டர் நாகமணி பக்கம் திரும்பினார்.

"ஏய்... உடனே கிளம்பு இங்கிருந்து..." நாயை விரட்டுவதுபோல் கோபத்துடன் கட்டளையிட்டார்.

"இப்படிப்பட்ட லோகிளாஸ் ஜனங்களுக்காக எதுக்கு பரிதாபப்படணும் டாக்டர். பன்றிகள் போல் புரள்வது தவிர நாம் என்ன சொன்னாலும் மண்டையில் ஏறாது இந்த ஜன்மங்களுக்கு..."

அவருக்குப் பதிலேதும் சொல்லாமல் வெளியே வந்தார் மூர்த்தி. அவர் பின்னாலேயே வந்தாள் நாகமணி.

"டாக்டர் சார்... நாங்க கும்பிடற சாமி நீங்க..." கரம் கூப்பிக் கும்பிட்டாள்.

சிரித்தார் மூர்த்தி. "நாளைக்குக் கொஞ்சம் முன்னதாகவே வந்துவிடு. ரிப்போர்ட் வந்தப்புறம் என்ன செய்யணும்னு சொல்றேன்."

அந்த இளம் வயது டாக்டரின் அதட்டலும் மிரட்டலும் ஞாபகம் வந்து பயமுறுத்தியது நாகமணியை. தன் குடிசையைச் சுற்றியிருப்பவர்களுக்குத் தெரிந்துவிட்டால் தன் பிழைப்பு என்னாகும்? அங்கிருந்து விரட்டி விடுவார்களா? இல்லை... பணக்காரர்களிடமும் படித்தவர்களிடம் இருக்கும் கல் மனசு ஏழைகளிடம் இருக்காது... தனக்குத்தானே சமாதானம் சொல்லிக் கொண்டாள்.

மறுநாள் வேலையிலிருந்து வழக்கத்தைவிடச் சீக்கிரமாகவே வெளிவந்து மருத்துவமனை சென்றாள்.

அவளைப் பார்த்ததும் டாக்டர் மூர்த்தி எப்போதும்போல் சிநேகமாய்ச் சிரிக்காதது வெகுவாய்க் கலவரப்படுத்தியது அவளை.

"நான் சந்தேகப்பட்டது சரியாகிவிட்டது. உன் பிள்ளைக்கும் ஹெச்ஐவி பாசிடிவ்னு ரிப்போர்ட்டில் இருக்கு. வைரஸ் லோடு உன்னைவிட உன் பிள்ளைக்கு அதிகமா இருக்கு. நோயைத் தாங்கிக் கொள்ளும் சக்தி பெரியவர்களிடம் இருக்குமளவு குழந்தைகளிடம் இருக்காது. எங்களிடமிருக்கும் மருந்துகள் தருகிறோம். வேளை தவறாமல் கொடுக்க வேண்டும்..."

இரவெல்லாம் இமை மூடவில்லை நாகமணி. தன் மகன்.. தான் பத்து மாதம் சுமந்து பெற்ற குழந்தை.. அவன் என்ன தப்பு செய்தான் என? தன் புருஷனின் கெட்ட பழக்கங்கள் அவனுக்கு ஏதோ பாழாய்ப்போன வியாதியைக் கொடுத்திருக்கு. அவனுடன் படுத்த பாவத்திற்கு தன்னையும் தொற்றிக்கொண்டு விட்டது. ஆனால் எந்தப் பாவமும் அறியாத பச்சைப்பிள்ளை ஏன் இதற்குப் பலியாக வேண்டும்?

ஆஸ்பத்திரிக்குச் சென்று பத்து நாட்களாகிவிட்டன.

அன்று ஞாயிற்றுக்கிழமை...

மிகவும் அசதியாக உணர்ந்து நாள் முழுக்க ஓய்வெடுத்துக் கொள்ள நினைத்திருந்தாள். ஆனால் அவள் வாழ்க்கையில் ஓய்வுக்கு இடமில்லை என்பது போல் விடிந்ததிலிருந்து கடும் வயிற்றுப் போக்கால் அவதிப்பட்டுக் கொண்டிருந்தான் கோடய்யா. டாக்டர் மூர்த்தி கூறியது ஞாபகம் வந்தது நாகமணிக்கு. தன் புருஷன் அதிக நாட்கள் உயிரோடிருக்க மாட்டான் எனும் உண்மை அவளுக்குப் புரிந்து மனதைத் திடப்படுத்திக் கொண்டாள்.

மாலை ஆறு மணிக்கு குடிசைக்கு வெளியே ஏதோ ஆரவாரம் கேட்க.... வெளியில் வந்தாள்.

"டிவிக்காரங்க வந்திட்டிருக்காங்க... நாமெல்லாம் டிவியில் வரப்போறோம்..." குதித்துக் கும்மாளமிட்டனர் சிறுவர்கள்.

நாகமணி பரபரப்புடன்... சற்றே உற்சாகத்துடனும்... பார்த்துக் கொண்டிருந்தாள். டிவிக்காரர்கள் எதற்கு திடீரென வந்திருக்கிறார்கள்...? குப்பத்து மனிதர்கள் வாழ்க்கை குறித்து காட்டப்போகிறார்களா...?

இரண்டு பேர். ஒருவர் கையில் கேமரா. இன்னொருவர் கையில் மைக். அவர்கள் பின்னாலேயே வந்தனர் குப்பத்து ஜனங்கள்.

சாயிலு குடிசை முன் வந்து நின்றார்கள் அவர்கள்.

நாகமணியின் ஆவல் அதிகரித்தது.

"கோடய்யா இருப்பது இங்கதானா..?" சாயிலுவிடம் கேட்டார் ஒருவர்.

நாகமணி நின்றிருந்த திசையில் கை காட்டினாள் அவள். நேராய் நாகமணியிடம் வந்தனர்.

"கோடய்யா இருக்கானா?"

"உள்ள இருக்கார். அவரிடம் உங்களுக்கென்ன வேலை?"

"அவன் உனக்கு என்ன ஆகணும்?"

"என் புருசன்.."

"அப்படின்னா நீதான் நாகமணியா?"

தன் பெயர், தன் வீட்டுக்காரர் பெயர் எல்லாம் டிவிக்காரர் களுக்கு எப்படித் தெரிந்ததென வியப்பாக இருந்தது அவளுக்கு.

"நாங்க டிவியிலிருந்து வந்திருக்கோம். எய்ட்ஸ் வியாதி குறித்து ஒரு டாக்குமெண்டரி எடுக்கறோம். ஆஸ்பத்திரியில் விசாரித்தபோது கோடய்யாவுக்கு எய்ட்ஸ் எனத் தெரியவந்தது. அவர்களிடம் அட்ரஸ் கேட்டுக் கொண்டு இங்க வந்திருக்கோம்..."

குடிசைக்குள் சென்றார்கள். கட்டிலில் சவம் போல் படுத்திருந்த கோடய்யா மீது காமிரா வெளிச்சம் படர்ந்தது. அவன் பயத்துடன் எழுந்து உட்கார முயன்று முடியாமல் அப்படியே படுக்கையில் சாய்ந்தான். எலும்புக் கூட்டுக்கு கண்கள் பொருத்தியது போலிருந்தது அவனைப் பார்த்தால்.

ஒரே குழப்பமாக இருந்தது நாகமணிக்கு. அக்குப்பத்து மக்கள் ஏதோ திருவிழா போல் வந்து குவிந்தனர். சிலர் குடிசைக்குள் வந்துவிட்டனர்.

"...கோடய்யாவுக்கு எய்ட்ஸாம்... அம்மோவ்... எய்ட்ஸ்...?"

கணங்களில் பரவிவிட்டன அவ்வார்த்தைகள்.

"அவனுக்கு நெஞ்சுவலின்னு எங்கிட்ட சொன்னாளே நாகமணி..?" யாரிடமோ சந்தேகமாய்ச் சொல்லிக் கொண்டிருந்தாள் சாயிலு.

"நீ வேற... டிவிக்காரங்கல்லாம் வந்திருக்காங்கன்னா நிச்சயமா எய்ட்ஸ்தான்..."

"ஆஸ்பத்திரிலர்ந்து தகவல் தெரிஞ்சிட்டு வந்திருக்காங்களாம்."

கேமரா ஏந்தியவர் குடிசையை விட்டு வெளியே வந்து வானத்தை வெறித்துக் கொண்டிருந்த நாகமணியின் முகம் மீது கேமராவைத் திருப்பினார்.

"உன் புருசனுக்கு எய்ட்ஸ்னு தெரிஞ்சப்ப உனக்கு எப்படி இருந்தது?" அவள் முகத்திற்கு நேராய் மைக் நீண்டது.

பேச்சு வராமல் திருதிருவென விழித்தாள் நாகமணி.

"எந்தத் தப்பும் செய்யாத உன்னையும் ஹெச்ஐவி தாக்கியிருக்குன்னு தெரிஞ்சப்ப நீ என்ன நினைச்சே...?"

வாயே திறக்கவில்லை அவள்.

அந்த ஆளே மைக்கில் பேசலானான்.

“ஆண்கள் செய்யும் இருட்டுத் தவறுகளால் இப்படிப்பட்ட அப்பாவிப் பெண்கள் எத்தனை பேர் இந்த வியாதிக்குப் பலியாகிக் கொண்டிருக்கிறார்களோ...? தகாத உடலுறவு காரணமாய் பிற நோய்களுடன் எய்ட்ஸ் போன்ற கொடிய வியாதிகளையும் சூது வாது தெரியாத மனைவிகளுக்குத் தொற்ற வைக்கும் கணவர்கள் நிறைய பேர் உண்டு. இவர்களைக் காப்பாற்றுவது யார்? பாதுகாப்பான உடலுறவு குறித்து மக்களுக்கு விழிப்புணர்வு ஏற்படுத்துவதில் அரசாங்கம் எவ்வளவு தூரம் வெற்றி கண்டுள்ளது? நிசப்தத்தை உடைப்போம் எனும் கோஷத்துடன் ஒப்பேற்றிக் கொண்டால் தீரும் பிரச்னை இல்ல இது. காமசூத்ரா விளம்பரங்களைப் பரப்புவதன் மூலம் விளையும் பலன்கள் எவ்வளவு?..”

கேமரா மீண்டும் நாகமணியின் மீது...

“உன்னால் உன் பிள்ளைக்குக்கூட இந்த வியாதி தொற்றி இருக்குன்னு தெரிய வந்ததும் இப்ப என்ன செய்யலாம்னு இருக்கே?”

“தெரியலே...” முணுமுணுத்தாள் நாகமணி.

“இந்த வியாதிக்கு தற்காலிக நிவாரணம் தவிர மருந்து இல்லன்னு தெரியுமா உனக்கு?”

நிவாரணம் எனும் சொல்லுக்குப் பொருள் விளங்கவில்லை நாகமணிக்கு.

“ஒரே தட்டில் சாப்பிடுவதால்... ஒரே வீட்டில் இருப்பதால்... கை குலுக்கிக் கொள்வதாலெல்லாம் ஒருவரிடமிருந்து மற்றவருக்குத் தொற்றிக் கொள்ளாதுன்னு தெரியுமா...?”

கை குலுக்கிக் கொள்வது என்பதும் புரியவில்லை அவளுக்கு.

கேமரா மறுபடியும் மைக் ஆள் மீது படிந்தது.

“எய்ட்ஸ் என்பது சிகிச்சைப் பிரச்னை மட்டுமே அல்ல. இரு ஒரு சமுதாயப் பிரச்னை. மனிதர்களிடம் நிலை குலைந்து கொண்டிருக்கும் ஒழுக்கத்தைப் பிரதிபலிக்கும் பண்பாட்டுப் பிரச்னை. விலையுயர்ந்த மருந்துகள் மட்டுமே பயன்படுத்த முடியும் வியாதி என்பதால், வருமான நிலையைத் தீவிரமாய்ப் பாதிக்கும் வியாதி என்பதால் இது பொருளாதாரப் பிரச்னை

கூட. இந்நோய் தாக்கிய மனிதர்களை சமூகம் மட்டுமல்ல... டாக்டர்கள் கூடத் தள்ளிவைத்து பார்க்கின்றனர்... பாராபட்சமாய் நடந்து கொள்கின்றனர். எய்ட்சுக்கு சிகிச்சை இல்லாவிடினும் கொஞ்சம் அன்பும் ஆதரவும அந்நியோன்யமும் காண்பிப்பதால் அவர்களின் வாழும் காலத்தை நீட்டிக்கலாமென... அத்தளத்தில் ஏராளமான நம்பிக்கையூட்ட வேண்டிய தேவையும் கடமையும் இருப்பதை அரசாங்கம் உணரவேண்டியது அவசியம்..."

கேமரா சீனு மீது கூடப் பதிந்தது. அடுத்து கூட்டத்தில் ஒரு சிலரை எய்ட்ஸ் குறித்து கேட்ட பின் டிவிக்காரர்கள் சென்று விட்டார்கள்.

நாகமணியைச் சுற்றிப் படர்ந்திருந்த கேமராவின் ஒளி அகன்று இப்போது காரிருள் சூழ்ந்தது.

"கோடய்யாவுக்கு எய்ட்ஸாம். நாகமணிக்குக் கூட அதே வியாதியாம். சீனுவைக்கூட விட்டு வைக்கலயாம் அது.

இவ்வளவு நாளா ஒண்ணும் தெரியாதவங்க போல் திரிஞ்சாங்க. நெஞ்சுவலின்னு பொய் சொல்லி நம்மளைல்லாம் ஏமாத்தி இருக்காங்க. இந்தக் குடும்பத்துல எல்லாருக்கும் எய்ட்ஸ். இவங்க நிழல்ல இருந்தாக்கூட ஆபத்து..." கருத்துக்களை அள்ளித் தெளித்தபடி பரபரவெனக் கூட்டம் கலைந்து சென்றது.

வாய்க்கு வந்தபடி ஏசிக் கொண்டிருந்தாள் சாயிலு. கணம் இடைவெளியின்றி கத்திக் கொண்டிருந்தாள்.

"அய்யோ... அக்கிரமம் நடந்து போச்சே சாமி. என் அறியாப் புள்ளைங்களுக்கெல்லாம் அநியாயம் செய்துட்டனே சாமியோவ். நல்லது செஞ்சா கெட்டது நடக்கும்கறது இதானா? இன்னிக்குக்கூட அந்த சீனுப்பயலோட எம்புள்ளைங்க ஆடிட்டிருந்துதுங்களே. ஒரே தட்டுல மூணு பேருக்கும் சோறு வச்சனே. என் கை ஒடஞ்சி போவட்டும். ஏண்டி பாவி மவளே... உனக்கும் உம் புள்ளைக்கும் அந்த நாசாமாப் போன வியாதி வந்துட்டதேங்கற ஆத்திரத்துல அதை மத்தவங்களுக்கெல்லாம் ஒட்ட வக்கணும்கறது உன் நெனப்பா? நீ மனுசிதானேடி... வயித்துக்கு சோறு துன்னறயா இல்ல புண்ணாக்கா?" அசிங்க அசிங்கமாய் கெட்ட வார்த்தைகள்.. சாபங்கள் உதிர்ந்தன.

அந்த வசவுகளைப் பொறுக்க முடியாமல் குடிசைக்குள் சென்று கதவை மூடிக் கொண்டாள் நாகமணி.

இருக்கும் வேதனைகள் போதாதென்று அன்றிரவெல்லாம் புது வேதனைகளில் புரண்டு கொண்டிருந்தாள். எது நடக்கக் கூடாது என்று பயந்தாளோ அது நடந்தே விட்டது. இவ்வளவு நாட்கள் இத்தனை கவனமாக இருந்தும் இப்போது எல்லோருக்கும் தெரிந்துவிட்டது. இதன் விளைவுகள் எப்படி இருக்குமோ... அவற்றை எப்படிச் சமாளிப்பது.. இப்படி ஏதேதோ யோசனைகள்...

விடிந்தும் விடியாததுமாய் எழுந்து பரபரவென வீட்டு வேலைகளை முடித்து கூலி வேலைக்குக் கிளம்பினாள். குடிசையை விட்டு வெளியே வந்தபோது அங்கு குப்பத்துப் பெரியவர்கள் எல்லோரும் குழுமியிருப்பதைப் பார்த்தாள். அவர்களுக்குத் தலைவராய் லீடர் வெங்கன்னா. அவன் ஒரு மாதிரி போக்கிரிகூட.

நெஞ்சு படபடக்க அப்படியே நின்றுவிட்டாள் நாகமணி.

"என்ன வெங்கன்னா... எல்லோருமா வந்திருக்கீங்க...?"

"நம்ம பேட்டைக்காரங்கல்லாம் கூடிப் பேசி ஒரு முடிவுக்கு வந்திருக்கோம். நீ இப்பவே குடிசையைக் காலி செஞ்சிட்டுப் போய்டணும்..."

"எம் புருசனுக்கு ஒடம்பு சொகமில்லன்னு உங்களுக்கெல்லாம் தெரியுமில்லண்ணே. அவனால் நகரக்கூட முடியாது. எந்த நிமிசத்துல உசிரு போய்டுமோன்னு பயமா இருக்குண்ணே. இந்த நெலமையில நான் எங்க போவேன். சொல்லுண்ணே..."

"அதெல்லாம் எங்களுக்குத் தெரியாது. இந்த நிமிசமே காலி செஞ்சாகணும். எய்ட்ஸ் வியாதிக்காரனைப் பக்கத்துல வச்சிட்டு நாங்க எப்படி காலம் தள்ளறது?" சோறு தண்ணி எறங்குமா.. தூங்க முடியுமா. எங்கயாவது போங்க. ஒருநாள் டைம் குடுக்கறோம்..."

"உங்க எல்லோரையும் போல் கவர்ண்மெண்ட் குடுத்த நிலத்தில் குடிசை போட்டிருக்கண்ணே. எங்க குடிசையில் நாங்க இருக்க முடியாதுங்கறது ரொம்ப அக்கிரமம்..."

"என்னடி கசுமாலம்... பெரிசா நியாய அநியாயம்லாம் பேச வந்துட்டயா. வாயை மூடிட்டு இங்கர்ந்து கௌம்பற வழி பாரு.

இல்லன்னா அடிச்சுத் துரத்துவோம். இந்த எடத்துக்கு ஏற்பாடு செஞ்சதே நான்தாண்டி...”

“ஆமாண்ணே. அதுக்காக தலா ரெண்டாயிரம் குடுத்திருக்கோமில்ல...”

“சரி... உன்னோட ரெண்டாயிரத்தைக் குடுத்துடறேன். இங்கிருந்து போயிடு...”

“அண்ணே. இப்பவோ அப்பவோன்னு இருக்கான் அவன். பொம்பளைப் புள்ள மேல தயை காட்டுங்கண்ணே. உன்னெ விட்டா எனக்கு வேற நாதியில்லண்ணே. அய்யா.. நீங்களாச்சும் சொல்லுங்கய்யா...” சுற்றியிருந்தவர்களைப் பார்த்துக் கெஞ்சினாள்.

“நீங்க இனிமே இங்க இருக்க முடியாது...” ஒரு சேரக் கத்தினார்கள் அவர்கள்.

“இவன் இந்தக் குடிசையில் சாகக்கூடாதுங்கறதுதான் எங்க வெசனமெல்லாம். இவன் இங்க மண்டையைப் போட்ட அந்த நாத்தம் எங்க குடிசையெல்லாம் சுத்திட்டு எங்களுக்கெல்லாம் எய்ட்ஸ் தொத்திக்கும்... அம்மாடியோவ்...” என்றான் வெங்கன்னா.

“அண்ணே... உங்க கால்ல விழறண்ணே...”

“ஏய்... சொல்றது உனக்கில்ல...? நீ...” கெட்ட வார்த்தைகளைக் கொட்ட ஆரம்பித்தான் வெங்கன்னா.

“இதோ உன் ரெண்டாயிரம்.. இதைத் திருப்பிக் குடுக்கலன்னா ஏண்டான்னு கேக்கறவன் எவனும் இல்ல இந்தப் பேட்டையில். நான் நல்லவங்கறதால பொட்டச்சியாச்சேன்னு குடுக்கறேன். நாளைக்குள்ள குடிசையைக் காலி செய்திட்டு கெளம்பு...”

இனி எவ்வளவு கெஞ்சினாலும் பலனிருக்காதெனத் தெரிந்து விட்டது நாகமணிக்கு.

“சரி வெங்கன்னா. பத்து நாள் டைம் குடு. வீடு கிடைக்கணுமில்ல.”

“பத்து நாள்ல இவன் சாகமாட்டான்னு காரண்டி குடுக்க முடியுமா உன்னால? ஆனாலும் எய்ட்ஸ்காரனுக்கு எவன் வீடு தயாரா வச்சிருக்காண்டி போக்கத்தவளே? சரி... போனாப் போவட்டும்னு ரெண்டு நாள் டைம் தரேன். நாளன்னிக்கு பொழுது சாயற நேரத்துல இந்தக் குடிசையில் நீங்க இருக்கக்

கூடாது, ஆமா...” இதுதான் இறுதிப் பேச்சு எனும் விதமாய் அனைவரும் அங்கிருந்து நகர்ந்தனர்.

நாகமணிக்கு துக்கம் பீறிட்டுக் கிளம்பியது. சீனுவை இழுத்து அணைத்துக்கொண்டு விக்கி விக்கி அழலானாள். அவளை மலைப்பாம்பாய் சுற்றிக்கொண்ட நிராதரவு நிலை அவளைப் பார்த்து கைகொட்டிச் சிரிப்பது போல்...

கூலி வேலைக்குப் போகாமல் ஒரு பொழுதுகூட நடக்காது என்பதால் குடிசையினின்று நகர வேண்டாமென்று சீனுவை எச்சரித்து விட்டு வேலைக்குச் சென்றாள் நாகமணி.

குடிசைகளினின்று தலை மட்டும் நீட்டி பீதியுடன் பார்த்து கொண்டிருந்தனர் பெண்கள். எதிர்பட்டவர்கள்கூட ரோகிகளைக் கண்டு அருவருத்து விலகுவதுபோல் சரேலென அப்பால் நகர்ந்தனர். ஒருவரென்றால் ஒருவர்கூட ஐயோ பாவம் எனப் பரிதாப்படவில்லை. ‘ச்சீ... இவங்க பொழப்பு நாசமாவட்டும்...’ என்றவர்கள்தான் எல்லோரும்.

அவள் தொலைவில் பார்வையில் பட்டதும் “அங்கேயே நில்...” எனக் கத்தினான் மேஸ்திரி. மிரண்ட மான்குட்டியாய் நாகமணி...

“கிட்ட வராதே. உம் புருசனுக்கு எய்ட்ஸ்னு டிவில காட்டினாங்க. நாங்க பார்த்தோம். நீ இங்க மண் வேலைக்கு வரலன்னாலும் பரவாயில்ல தாயி. எங்க வாய்ல மண்ணைக் கொட்டிடாதே. உனக்கு ஒரு கும்பிடு தாயி... இங்கிருந்து போய்டு...”

“அண்ணே... அப்படிச் சொல்லாதீங்கண்ணே. வீட்ல சின்னப் புள்ள இருக்கு. அவனுக்காகவது வேலை குடுய்யா. உனக்கும் புள்ளைங்க இருக்காங்க. நீங்க வேலை குடுக்கலன்னா பசி பொறுக்காம செத்துருவோம்யா...”

“எனக்கு புள்ளைங்க இருக்கறதாலதான் உன்னை கிட்ட வரவேணான்னு சொல்றது. உங்க பசி தீர்க்கறதுக்காக நாங்க எய்ட்ஸ் வந்து சாவணுங்கறயா? போ... போய்டு...”

“இல்லண்ணே. அந்த வியாதி தொட்டால்லாம் ஒட்டிக்காதாம். டாக்டர் சொன்னாரு...”

“அப்படின்னா அந்த டாக்டரிடமே போ. வேலை குடுப்பாரு...”

அவன் பேச்சைக் கேட்டு மற்ற கூலிகளெல்லாம் சிரித்தார்கள்.

அவனைக் கண்ணீருடன் பார்த்தபடி நின்றாள் நாகமணி. நேற்று வரை தன்னுடன் வேலை பார்த்த கூலியாட்கள்... தன்னைப் போன்றே வறுமையில் வாடி... ஒரு பிடி சோற்றுக்காக வியர்வை சிந்தி உழைக்கும் இனம். தன் இனம். இன்று தன்னை விலக்கி வைத்து-

எப்படியும் கூலி வேலை கிடைக்காதென்பது புரிந்துவிட்டது. வீடு மாறவேண்டுமென்பதால் அன்று முழுவதும் வீடு தேடுவது நல்லதெனப்பட்டது.

சேலைத் தலைப்பால் முக்காடிட்டுக் கொண்டு தலை குனிந்து முகத்தை மறைத்தபடி நடந்தாலும் யாராவது அடையாளம் கண்டு விடுவார்களோ எனும் கலவரம் அகன்றபாடில்லை.

கூலிகளும் மற்ற வறியவர்களும் வசிக்கும் குடிசைப் பகுதிக்குச் சென்று சுற்றிலும் பார்த்தாள். யாராவது அவள் முகத்தைப் பரிசீலித்துப் பார்க்க முயலும் போதெல்லாம் சேலைத்தலைப்பில் மேலும் ஒளிந்து கொண்டாள்.

அதிர்ஷ்டவசமாய் யாரும் அவளை இனம் காணவில்லை.

லச்சம்மா தன் குடிசைக்குப் பக்கத்திலேயே உள்ள குடிசையை வாடகைக்குத் தருகிறாளெனக் கேள்விப்பட்டு அதைத் தேடிச் சென்றாள்.

குடிசைக்கு வெளியே ஒரு கல் மேல் மீனை வைத்துத் தேய்த்துக் கொண்டிருந்தாள் ஒரு பெண்.

"இங்க லச்சம்மா யாரு?"

"நான்தான் லச்சம்மா..." என்ன வேண்டும் என்பது போல் தலை உயர்த்திப் பார்த்தாள் அந்தப் பெண். கை வேலை மட்டும் தன் போக்கில் நடந்து கொண்டிருந்தது.

"குடிசை வாடகைக்குக் குடுக்கறீங்கன்னு தெரிஞ்சி..."

ஆமா... எங்க பக்கத்து குடிசைதான். யாருக்கு?"

"எனக்குதான்.."

"உனக்கு என்றால்... பொம்பிளை நீ மட்டும்தான் இருக்கப் போறியா...?"

"நான்... என் புருசன் ... என் மவன்.. நாலு வயசு."

"உம் புருசன் என்ன செய்யறாப்பல...?"

"லாரி கிளீனரா இருந்தான்..."

"அப்படின்னா.. இப்ப வேலை செய்யறதில்லையா...?"

"அவனக்கு உடம்பு சுகமில்ல..."

சந்தேகமாய்ப் பார்த்தாள் அந்தப் பெண். "உடம்புக்கென்ன?"

பதற்றமடைந்தாள் நாகமணி. என்ன சொல்வதெனத் தெரியவில்லை. காச நோய் என்று சொல்லலாமா..? அது கூடத் தொற்று நோய்தான். வீடு கிடைக்காது.

"மஞ்சக்காமாலை..."

"வைத்தியம் பார்க்கலயா?"

"ஆ... பச்சிலை மருந்து குடுத்திட்டிருக்கேன்..."

"சரி.... எப்படி வாடகை கட்டுவே?"

"நான் கூலி வேலைக்குப் போறேன்..."

"எறநூறு ரூபா வாடகை. அதோ அந்தக் குடிசைதான். தட்டி திறந்துதானிருக்கு. உள்ள போய்ப் பார்த்துக்க. பிடிச்சிருந்தா வா..."

குடிசை பக்கம் பார்த்த நாகமணி "பார்க்க என்ன இருக்கு. நாளைக்கு வந்துடறோம்..."

"அட்வான்ஸ் நூறு. இப்பவே ரெண்டு பேர் பார்த்திட்டுப் போயிருக்காங்க. யார் மொதல்ல அட்வான்ஸ் குடுக்கறாங்களோ அவங்களுக்குதான். அப்பால உன் இஸ்டம்..."

சுருக்குப் பையிலிருந்து நூறு ரூபாய் எடுத்து அவளிடம் நீட்டினாள் நாகமணி. வலது கையை அங்கிருந்த சட்டி நீரில் முக்கி தலைப்பால் துடைத்துக்கொண்டு நோட்டை வாங்கியபடி கேட்டாள்.

"உன் புருசன் குடிச்சுக் கும்மாளம் போடறவனா?"

"காமாலைன்னு சொன்னேனே. சோறு தண்ணி எறங்கறதே செரமம். குடிக்கறதெங்க...?"

"சரி.. சரி.. சண்டை சச்சரவெல்லாம் இருக்காதில்ல? வாடகை அஞ்சு தேதிக்குள்ள வந்தாகணும். இல்லன்னா சும்மா இருக்க மாட்டேன், ஆமா..."

போன உயிர் திரும்பி வந்தாற்போலிருந்தது நாகமணிக்கு. அங்கிருந்து புறப்பட்டவள் சற்று தயங்கினாள்.

"உங்க வீட்ல டிவி இருக்கா?"

அக்கணம் வரை உலர்ந்த சருகாய் இருந்த லச்சம்மா முகம் சட்டென சிரிப்பால் மலர்ந்தது.

"என்னைப் போலவே உனக்கும் டிவி பார்க்க ஆசையா? நானும் வருசக்கணக்காக் கேட்டுட்டிருக்கேன். எங்க.. நாளைக்கி வாங்கலாம், நாளன்னிக்குன்னு காலம் தள்ளிட்டிருக்கான். அவன் போடற தண்ணிக்கும் இதோ இந்த மீனுக்கும் கருவாடுக்குமே அவன் கொண்டுவர்ற காசு பத்தல. எங்க பொழப்புக்கு டிவி வேறயா..?" நொந்து கொண்டாள் லச்சம்மா.

"இங்க அக்கம் பக்கத்துல யார் வீட்லயாவது டிவி இருக்கா?" கேட்ட நாகமணியை விந்தையாய்ப் பார்த்தாள் லச்சம்மா.

"டிவி நாடகம்லாம் பார்க்காம முடியாதா உன்னால? இங்க யாருக்கும் அவ்வளவு தர்ஜா கிடையாது. குடிக்கக் கூழு தண்ணிக்கே அல்லாடற ஜனங்க நாங்க. எப்பவாச்சும் நாலு காசு கையில விழுந்தா ஞாயித்துக்கிளமை படத்துக்குப் போவோம்..." சிரித்தபடி கூறினாள் லச்சம்மா.

நாகமணிக்கு இப்போது சற்றே ஆசுவாசமாக இருந்தது.

அவள் வீடு திரும்பியபோது கோடய்யாவின் கட்டிலைச் சுற்றி வாந்தி... குடிசை முழுக்க வியாபித்த துர்நாற்றம்.

★ ★ ★

மறுநாள் காலை இயல்பாகவே வேலைகளைக் கவனித்துக் கொண்டிருந்தாள் மாதுரி. நானும் பேச்சு கொடுக்கவில்லை. இப்படி இருப்பதே நான்றாக இருப்பதாய்ப் பட்டது.

எப்போதையும் விட ஒரு அரைமணி நேரம் முன்னதாகவே அலுவலகம் சென்றுவிட்டேன். இருக்கையில் அமர்ந்திருக்கிறேனே தவிர மனம் மட்டும் வேறெங்கெங்கோ... உள் காயம் அதிக வலி உணர்த்தியது.

என்ன வாழ்க்கை இது... இவ்வளவுதானா? இப்படி அன்றாடம் அலுவலகம் வருவது... மாலை வரை உழைப்பது.. மாதம் முடிந்ததும் நாலு காசு கையில் விழுந்து, அதை வைத்து குடும்பத் தேவைகளை நிறைவேற்றிக் கொள்வது... என்ன இருக்கிறது இந்த வாழ்க்கையில்?

அடிமை வாழ்க்கை..! இந்த நாற்காலிக்கு.... மேஜைக்கு... ஃபைல்களுக்குள் அடங்கிவிட்ட வாழ்க்கை. என்றாவது விருப்பம் போல் வாழ்ந்ததுண்டா? கிடையவே கிடையாது. இளம் பருவத்தில் பெற்றோர் விருப்பப்படி வாழ்க்கை. திருமணமான பின் மனைவி, பிள்ளைகளின் தேவைகளை மனதில் இருத்தி அதற்கேற்றபடி வாழ்க்கை.

என் விருப்பங்கள்.. சின்ன சின்ன ஆசைகள்... எத்தனை தியாகம் செய்திருக்கிறேன். மழையில் நனைவது எவ்வளவு பரவசமாய் இருக்கும்...! ஆனால் அப்படி நனைந்தால் சளி பிடிக்கும் என்ற பயம்... அலுவலகத்திற்கு லீவு போட வேண்டி வரும் எனும் பயம்..

கடலோரத்தில் அமர்ந்து அலைச் சங்கீதத்தை ரசித்தபடி சூரியோதயத்தை அனுபவிக்க வேண்டுமெனும் விழைவு. ஹைதராபாத்தில் வேலை பார்க்கும் எனக்கு அக்கொடுப்பினை இல்லை.

அழகாய்ப் பூத்துக் குலுங்கும் நத்தவனத்தில் சாய்வு நாற்காலியில் ஹாய்யாகச் சரிந்து நல்ல கவிதைகள் வாசித்தபடி கணங்கள் கழிய வேண்டுமென...! பரபரப்பான நகர வாழ்க்கையில் அந்த வாய்ப்பும் ஓய்வும் கிடைப்பது சாத்தியமா என்ன?

அசல் எதற்காக இந்த ஓட்டம்? எந்த மனிதனுக்கும் மரணம் தப்பாது என்பது தெரிந்தும் நமக்குப் பிடித்த வகையில் நம் விருப்பம்போல் வாழலாம் இல்லையா? இச் சமூகத்தில் நம் விருப்பப்படியெல்லாம் வாழ்வது அறவே சாத்தியம் இல்லையா? எத்தனை கேள்விகளோ... எவ்வளவு தண்டனைகளோ? எத்தனை எத்தனை கட்டுப்பாடுகளோ மானுட மதிப்பீடுகள் பெயரில்... சமூகத்தின் பெயரில்... நியாயத்தின் பெயரில்... சட்டங்களின் பெயரில்...

இன்னும் எத்தனை நாள் வாழப்போகிறேனோ...? செத்துப் போகும் முன் ஒரு ஆறு மாதம் 'பீம்லி' போய்த் தங்க வேண்டும்.

கடற்கரையையொட்டி சின்னதாய்... பர்ண சாலை போன்ற ஒரு வீடு வாடகைக்கு எடுத்துக் கொள்ள வேண்டும். எனக்கு நானாய்... எந்தத் தொந்தரவும் கட்டுப்பாடுகளுமின்றி... எவ்விதப் பந்தத்திற்கும் அடங்காது... என் விருப்பப்படி... என்னுள் ஓரம் கட்டப்பட்டிருக்கும் சின்ன சின்ன ஆசைகளை நிறைவேற்றிக் கொண்டபடி...

மாதுரி... குழந்தைகள்.. இவ்வளவு இனிமையான அரவணைப்புகளை உலகின் எந்த மூலை சென்றாலும் மறக்க முடிவது சாத்தியமா...? எவ்வளவு தொலைவு ஓடினாலும் என் இதயத்தைப் பின்னிப் பிணைந்த இந்த உறவுகளை உதறவியலுமா..? என்னால் முடியாது...

அலுவலக வேலைகளில் ஆர்வம் குறைந்துவிட்டது. வேலை என்றாலே எரிச்சல் ஏற்பட்டது. பிற்பகல் வரை மிகுந்த சிரமத்துடன் உட்கார்ந்திருந்தேன். அதன்பின் முடியவில்லை. விடுமுறை விண்ணப்பம் கொடுத்து விட்டு வெளியே வந்தேன்.

சினிமாவுக்குப் போகவேண்டும் போலிருந்தது. ஏதாவதொரு நகைச்சுவைப் படம். இரண்டு மணி நேரமாவது துரத்தியடிக்கும் எண்ணங்களுக்குத் தீனியாகாமல் என்னைப் பாதுகாக்கும் படம். சாலையோரமாய் இருந்த பெரிய பெரிய விளம்பரங்களில் பார்வையை ஓட்டினேன். எல்லாமே 'டீன் ஏஜ்' வகையிலான காதல் படங்களே...! சினிமா பெயர் 'டென்த் கிளாஸ் ஆட்டம்' அதாவது பத்தாவது படிக்கும்போதே காதலில் விழுந்து.. ரௌடிகள், தாதாக்களுடன் போராடி... மாமனாரைக் கொன்று... அப்பெண்ணை மணந்து கொள்கிறானோ என்னவோ? காதல், கல்யாணம் மட்டுமே வாழ்க்கை இலட்சியங்களாகி, 'டீன் ஏஜ்' உள்ளங்களில் எப்படிப்பட்ட நச்சு விதைகளை விதைத்துக் கொண்டிருக்கிறார்கள்? நான் அனுபவித்துக் கொண்டிருக்கும் இம்சைகளுக்குத் துணையாய் சினிமா சித்ரவதையையும் சகித்துக்கொள்ள முடியாதெனத் தோன்றியது.

ஹைதர்குடா கடந்து சென்றபோது அப்போலோ மருத்துவமனை கண்ணில் பட்டது. அங்கு சென்று ரத்தப் பரிசோதனை செய்து கொண்டால் என்ன? என்னவென்று கேட்பது... ஹெச்ஐவி டெஸ்ட் செய்யும்படியா...? ஒரு மாதிரியாய்ப் பார்ப்பார்களோ?

ஆனாலும் இது இருப்பது தெரிந்தும் இன்னும் பரிசோதனை எதற்கு? மூன்று நாட்கள்..? எத்தனை தடவை நடந்திருக்கு..?

வியாதி தொற்றிக்கொள்ளாமல் இருக்குமா...? பரிசோதனை செய்து கொண்டால் ஒரு சந்தேகம் தீர்ந்து போகுமல்லவா?

ஸ்கூட்டரை நிறுத்தி உள்ளே சென்றேன். அப்போதுதான் ஞாபகம் வந்தது. இங்கு வேலை பார்க்கும் டாக்டர் ரவீந்தர் எங்கள் வங்கியின் வாடிக்கையாளர். என்னை நிச்சயம் அடையாளம் கண்டு கொள்வார். இங்கு ஏன் வந்தாய் எனக் கேட்டால் என்ன சொல்வது? அவருக்குச் சந்தேகம் ஏற்பட்டு என் ரிப்போர்ட்டுகளைப் பார்ப்பாரோ? எனக்கு ஹெச்ஐவி எனத் தெரிந்தால் எங்கள் அலுவலகம் சென்று எல்லோருக்கும் சொல்லி விடுவாரோ?

ஐயோ... கூடாது.. அது நடக்கவே கூடாது. எவருக்குமே தெரியக்கூடாது. என் உயிரே போனாலும் தெரியக்கூடாது.

சட்டென வெளியே வந்துவிட்டேன்.

'ஜயா டயக்னோஸ்டிக்' பக்கம் வண்டியைச் செலுத்தினேன்.

உள்ளே சென்றதும் முதலில் தெரிந்தவர் யாரேனும் கண்ணில் படுகிறார்களா என்று சுற்றிலும் பார்த்தேன். அப்படி எவரும் தென்படவில்லை. அங்கு பணிபுரிபவர்களுக்கும் பரிசோதனைக்காக வந்திருந்தவர்களும் தங்கள் வேலைகளில் மும்முரமாக இருந்தனர். எவர் பாதை அவருக்கு. கௌண்டர் அருகில் சென்றேன்.

அச்சமயத்தில்தான் இரு நர்ஸ்கள் பார்வையில் பட்டனர். இருவரும் மலையாளிகள். அதில் ஒரு பெண் என்னைப் பார்த்து சின்னதாய்ச் சிரித்தாள். எனக்குத் தெரிந்த பெண்தான். அவளை ஒரு முறை எங்கள் வீட்டுக்குக்கூட அழைத்துச் சென்றது ஞாபகம் வந்தது.

ஸ்வப்னாவுக்குக் காய்ச்சல் வந்திருந்தது. நான்கு நாட்களாகியும் குறையவில்லை. ரத்தப் பரிட்சை செய்யச் சொன்னார் டாக்டர். டைபாய்டு.. மலேரியா இரண்டிற்குமான டெஸ்ட். ஸ்வப்னா மிகவும் பலவீனமாக இருந்தாள். ரத்தப் பரிசோதனை மையத்திற்கு அவளால் வர முடியாத நிலைமை. எல்லாவற்றையும் விளக்கிக் கேட்டுக் கொண்டால் இவர்கள் ஆட்களை வீட்டுக்கே அனுப்பி வைப்பார்களெனத் தெரிந்தது. அவ்வாறு அணுகியதன் பெயரில் இந்த நர்ஸைத்தான் அனுப்பி வைத்தார்கள் குழந்தையிடம் ரத்தம் எடுத்த பிறகு என் வண்டியில் திரும்ப இங்கு கொண்டு வந்து

விட்டேன். மாதுரி இவளுக்குக் காப்பி கொடுத்தாள். அச்சம்பவத்தின் அடிப்படையில் இப்பெண்ணை இப்போது நான் அடையாளம் கண்டாற்போல் இவளுக்கும் நினைவு வந்திருக்க வாய்ப்பிருக்கிறது.

மெல்ல வெளியே நழுவி விட்டேன். இதெல்லாம் சரிப்பட்டு வராது. ஒரு புது இடத்திற்கு... ஏதாவதொரு சிறு பரிசோதனை மையத்திற்குப் போக வேண்டும்.

வனஸ்தல்லிபுரம் பக்கம் சென்றால் நல்லது. எனக்குத் தெரிந்தவர்கள் பார்வையில் விழும் வாய்ப்பு மிகக் குறைவு.

ஒரு மணி நேரம் பிடித்தது அப்பகுதியை அடைய.

சாலையின் இருமருங்கும் பார்த்தபடி வண்டியை மெதுவாய்ச் செலுத்தினேன். 'கிரண் பரிசோதனை மையம்' எனும் பெயர்ப் பலகை தெரிய... வண்டியை நிறுத்திவிட்டு உள்ளே சென்றேன். அறுபது வயதிருக்கும் பெரியவர் மைக்ரோஸ்கோப் முன் உட்கார்ந்து உற்றுப் பார்த்துக் கொண்டிருந்தார். ரிஸப்ஷனிஸ்ட் எவரும் தென்படவில்லை.

என்னைப் பார்த்ததும் எழுந்து வெளியே வந்தார்.

"சொல்லுங்க..."

"ரிஸப்ஷனிஸ்ட் இல்லையா?"

"இல்லை. நான்தான் ரிஸப்ஷனிஸ்ட்... மைக்ரோ பயோலஜிஸ்ட்... எல்லாமே. ஓனர்கூட..." சிரித்தார் அவர்.

அவருடைய முன்வரிசைப் பற்களில் மூன்று நான்கு காணாமல் போயிருந்தன. அடுத்த தடவை அவர் சிரிக்கும் போது கவனிக்க வேண்டும்... மூன்றா, நான்கா எனச் சரியாய்த் தெரிந்துகொள்ள.

"என்ன டெஸ்ட் எடுக்கணும்? டாக்டர் பிரிஸ்கிரிப்ஷன் இருக்கா?"

நான் இப்போது ஹெச்ஐவி டெஸ்ட் என்றால் இவர் 'ரியாக்ஷன்' எப்படி இருக்கும்? அருவருப்புடன் பார்ப்பார். இவன் ஒரு தறுதலைப் பயல் என்று நினைத்துக் கொள்வார். விபச்சாரிகளுடன் திரிந்து வியாதியை ஒட்டவைத்துக் கொண்டு வந்து நிற்கிறான் என்று நினைப்பார். தீர ஹெச்ஐவி பாசிடிவ் என்று ரிஸல்ட் வந்த பின் 'கெட்டலைந்ததற்கு இவ்வாறான

தண்டனை அனுபவித்துதான் தீர வேண்டும். சரியான அயோக்கியன்' எனக் கறுவிக் கொள்வார்.

சட்டென மனதை மாற்றிக் கொண்டேன்.

"நான் ஒரு எழுத்தாளன் சார்..."

"ஓ... அப்படியா?" என்றவர் எதற்காக இங்கு வந்திருக்கிறீர்கள் என்று பார்வையிலேயே கேட்டார். அவரிடம் இப்போது சற்று முன் தெரிந்த உற்சாகம் இல்லை. எழுந்து சென்று தன் மைக்ரோஸ்கோப் முன் உட்கார்ந்தார்.

"கதை, நாவலெல்லாம் எழுதறேன் நான்..."

"கதைகள் வாசிப்பதில் எனக்கு ஆர்வமே கிடையாது. எப்போதோ காலேஜ் படிக்கும்போது சலம், புச்சி பாபு போன்றவர்களின் கதைகள் சில படிச்சிருக்கேன். அவ்வளவுதான்.."

"எய்ட்ஸ் குறித்த ஒரு நாவல் எழுதலாமென்று... சில தகவல்கள் சேகரிக்கலாமென டாக்டர்கள், பரிசோதனை மையங்களில் பணிபுரிபவர்களைச் சந்தித்து வருகிறேன். என் நாவலில் நான் சந்தித்தவர்களைக் குறித்துக்கூட எழுதலாமென்றிருக்கிறேன்..."

அந்த உற்சாகம் அவரிடம் மீண்டும் தொற்றிக்கொண்டது. மைக்ரோஸ்கோப்பை விட்டுவிட்டு அந்த பிளாஸ்டிக் நாற்காலியில் அமர்ந்து என்னையும் அமருமாறு சைகை செய்தார்.

"உங்க பெயர்...?"

"மூர்த்தி..." அப்பெயரில் யாராவது ஒரு எழுத்தாளர் நிச்சயம் இருப்பார் எனும் நம்பிக்கையுடன் கூறினேன்.

"எய்ட்ஸ் குறித்து யோசித்தாலே பீதியாக இருக்கிறது. இன்னும் இருபது இருபத்தைந்தாண்டுகளில் உலக ஜனத்தொகையில் பாதிபேர் இந்த வியாதியால் அழிந்துபோய் விடுவார்கள் போல் இருக்கிறது நிலவரம்..."

"உங்களிடம் டெஸ்டு செய்து கொள்ள வருகிறார்களா, இல்லையா? ரிஸல்ட்டெல்லாம் எப்படி இருக்கு?"

"ரொம்பக் கொடுமை சார். வாரத்துக்கு பத்து கேசாவது பாசிடிவ் வருகின்றன. அதில் நூற்றுக்குத் தொண்ணூறு பேர்

இருபத்தைந்து வயதுப் பையன்கள்தான். முந்தா நாள் ஒரு இளைஞன் வந்தான். ஆறு மாதம் முன்பு அவனும் அவன் நண்பனும் ஏதோ வேலையாய் விஜயவாடா போனார்களாம். அங்கு ஒரு விலைமாதுவுடன் இரவு முழுக்கக் கழித்திருக்கிறார்களாம். இந்தப் பையன் உடம்பு சரியில்லையென பிளட் டெஸ்டுக்கு வந்தான். ஹெச்ஐவி பாசிடிவ் என ரிஸல்ட் வந்தது. ரிப்போர்ட் பார்த்து அவன் அழுத அழுகையை இந்த ஜென்மத்தில் மறக்க முடியாது என்னால். நெஞ்சு வெடித்து விடுவதுபோல் என்பார்களே... அப்படி அழுதான்..." சற்றே நிறுத்தி தொடர்ந்து பேசலானார்.

"அறியாமல் செய்துவிட்ட ஒரு தவறுக்காக செத்துபோக வேண்டியதுதானா? எனக்கு இன்னும் கல்யாணமே ஆகலே அங்கிள்..." என்று என்னைப் பிடித்துக் கொண்டு வாய்விட்டு கதறினான். அவனுக்கு ஹெச்ஐவி இருப்பது தெரியவந்த அடுத்த நாள் அவன் நண்பனும் டெஸ்ட் செய்துகொள்ள வந்தான். அப்போதே அவன் முகத்தில் சாவுக்களை தெரிந்தது. நான்தான் அவனுக்கு தைரியம் சொல்லி ரத்தம் எடுத்தேன். ஆச்சரியம் என்ன தெரியுமா..? அவன் ரிஸல்ட் நெகடிவ் என வந்தது. அவன் எவ்வளவு சந்தோஷப்பட்டான் தெரியுமா? 'இனி எப்போதும் இந்தத் தப்பு செய்ய மாட்டேன் அங்கிள். புத்தி வந்துட்டது' என்று திரும்பத் திரும்பச் சொன்னான். அன்று சாயங்காலம் ஸ்வீட் பாக்கெட் கொண்டு வந்து கொடுத்தான்.

"அதெப்படி சார்? ரெண்டு பேருமே ஒரே பெண்ணுடன்தானே இருந்திருக்கிறார்கள்?"

"உண்மைதான். மூலகாரணம் அந்தப் பெண்ணே. அவளுடன் கழித்த ஒருவனுக்கு பாசிடிவ் வந்து மற்றொருவன் தப்பித்து விட்டான் அதிர்ஷ்டக்காரன்.."

"ஆனால் எப்படி சார்? அப்படிக்கூட நடக்கமுடியுமா?"

"அப்படியாகும் வாய்ப்பு இருக்கிறது. உடம்பில் எந்த ஒரு சின்னக் காயம் இருந்தாலும் அதன் மூலம் ரத்தத்தில் விரைவில் வைரஸ் பரவி விடும். அது மட்டுமில்லை. அதற்கு முன் உள்ளுக்குள் வேறு ஏதாவது நோய் இருந்தாலும் கிருமிகள் உடன் தொற்றிக் கொள்ளும்..."

என் மனம் அவர் கூறிய அந்த இன்னொரு தகவல் மீதே நிலைத்துவிட்டது. ஒரு குழந்தைக்கு ரத்தம் ஏற்ற வேண்டி

வந்தபோது தாய்மாமா ரத்தத்தைப் பரிசோதித்து ஹெச்ஐவி நெகடிவ் வந்ததால் ரத்தம் ஏற்றி அடுத்த இரண்டாண்டில் அக்குழந்தைக்கு ஹெச்ஐவி பாசிடிவ் எனத் தெரிந்து வெகுவாய் வியப்படைந்தார்களாம். மறுபடியும் அந்த மாமாவின் ரத்தத்தைப் பரிசோதித்ததில் பாசிடிவ் என வந்ததாம். இப்படி தவறாக பாசிடிவ், நெகடிவ் என ரிஸல்ட் வந்த சந்தர்ப்பங்களை விவரித்துக் கொண்டிருந்தார் அவர். அவர் சொன்னதை வைத்துப் பார்க்கையில் இரு வருடங்களுக்கு முன் டெஸ்ட் செய்த அந்த மாமாவின் ரிஸல்ட் நெகடிவ் எனத் தப்பாக வந்திருக்கிறது.

சென்னையில் கழித்த அந்த மூன்று நாட்கள் குறித்த ஆலோசனைகள் என் மனதில் சுழன்றன. அப்போது என் உடம்பில் ஏதாவது காயங்கள் இருந்தனவா... எப்படித் தெரிந்து கொள்வது? காயம் இருந்தால்தான் வியாதி தாக்குமா? எல்லோருக்குமே அப்படித்தான் வருகிறதா? இல்லை.. அப்படி ஏதாவது காயம் இருந்தால் ஒரு முறை உடலுறவு கொண்டதும் நோய் தாக்கி விடுமென்றால் நான் திரும்பத் திரும்ப அவளுடன்... கண்டிப்பாய்த் தாக்கியிருக்கும்.

"ஹெச்ஐவி பாசிடிவ் என வந்ததும் அப்படியே நிலைகுலைந்து போகிறார்கள் ஜனங்கள். அச்சொல் காதில் விழுவதுதான் தாமதம்.. பாதி செத்துப் போகிறார்கள். அந்த ரிப்போர்ட்டை 'வெஸ்டர்ன் பிளாட்' டெஸ்ட் செய்து உறுதிப்படுத்திக்கொள்ள வேண்டுமென எவ்வளவு விளக்கினாலும் இவர்களுக்குத் தெரிவதில்லை. ஹெச்ஐவி டெஸ்ட்டுக்காக வருமுன் கௌன்சிலிங் எடுத்துக் கொள்ளவேண்டுமென எவ்வளவு முறையிட்டாலும் பலனில்லை. படிப்பறிவற்றது... இவ்வியாதி குறித்த சரியான புரிதல் அற்றுப் போனது... இதெல்லாம்தான் இதற்கான காரணம். அரசாங்கம் மீடியா மூலம் திரும்பத் திரும்ப அறிவுரை கூறினாலும் அவ்விளம்பரங்கள் மூலம் பயனடைவது ஆணுறை தயாரிக்கும் கம்பெனிகள் தவிர சாமானிய ஜனங்கள் அல்ல."

படிப்பிருந்தும் நல்ல வேலை இருந்தும் கொஞ்சத்துக்குக் கொஞ்சம் உலக ஞானம் இருந்தும் நான் எவ்வளவு முட்டாள் தனமாய் நடந்து கொண்டிருக்கிறேன்...? என் மூளையை 'சிஃபிலிஸ்' பாக்டீரியாக்கள் கொஞ்சம் கொஞ்சமாக அரித்து... என்னுள் பலத்த குற்ற உணர்வு.

“விபச்சாரிகளிடம் சென்று வாரம், பத்து நாளுக்கெல்லாம் வந்துவிடுகிறார்கள் ஹெச்ஐவி டெஸ்ட் செய்துகொள்ள. நெகடிவ் என வந்தால் குதூகலப்பட்டு மறுபடியும் அதே தவறு செய்கிறார்கள். ரத்தத்தில் ஹெச்ஐவி வைரஸ் நுழைந்ததும் ‘ஆண்டிபாடி’ உற்பத்தியாக மூன்று வாரம் முதல் ஆறு வாரம் வரை ஆகும். இக்கட்டத்தைத்தான் ‘விண்டோ பீரியட்’ என்கிறார்கள். இச்சமயத்தில் எத்தகைய வியாதி அறிகுறிகளும் வெளியில் தெரியாது. அந்த அறிகுறிகள் வெளிப்பட ஐந்திலிருந்து ஏழு வருஷம் வரை கூட ஆகலாம். அப்போது உடம்பு நோய்க்கூடாவது... இன்ஃபெக்ஷன்... திடீரென எடை குறைவது... என்று ஒன்றன் பின் ஒன்றாக எட்டிப் பார்த்து அடுத்து நேரடியாகவே வந்து நிற்கும். கான்சர் கிருமிகள் பரவும். அப்போது எய்ட்ஸ் கட்டத்தில் இருப்பதுபோல் மருத்துவ மொழியில் சொல்ல வேண்டுமெனில்... சிடி—4 செல்ஸ் ஒரு மைக்ரோ லிட்டருக்கு இருநூறை விடக் குறைவாக இருந்தால் எய்ட்ஸ் கட்டத்தை அடைந்துவிட்டாற் போல். அக்கட்டத்தில் பிரவேசித்த நபர் ஏறக்குறைய 13 மாதங்கள் வரை வாழ்வார்கள் என்ற கணக்கு...”

ஏதோ சொற்பொழிவாற்றுவதுபோல் அவர் சொல்லிக்கொண்டே போக... நான் பாதியிலேயே எழுந்து வந்து விட்டேன்.. அவருக்கு நன்றி சொல்லும் நாகரிகம்கூட மறந்துபோன பீதி.

வீடு திரும்பியதும் கொஞ்ச நேரம் டிவி முன் உட்கார்ந்திருந்தேன். ஏதோ பாடல்கள் ஒளிபரப்பாகிக் கொண்டிருந்தன.

இடையில் யாரோ தொகுப்பாளினி வந்து “ஹல்லோ, நல்லா இருக்கீங்களா.. என்ன செய்திட்டிருக்கீங்க? உங்க ஹாபி என்ன?” என வளைந்து நெளிந்தபடி ஒயிலாய்ப் பேசினாள். இவ்வளவு தளுக்கு எப்படி வருகிறது...? எல்லாம் பணம்! காசுக்காக என்ன வேண்டுமானாலும்... எவ்விதமாகவும் மாறிவிட முடியும் மனிதர்களால்...

“உங்களுக்கு எத்தனை கேர்ஸ் ஃபிரெண்ட்ஸ்?” தொகுப்பாளினி...

எத்தனை பேர் என்ன? கேர்ள் ஃபிரெண்ட் இருந்தால்கூட ஒரு பெண்தானே இருக்க முடியும்... நான்கைந்து பேர் இருக்கும் வாய்ப்பு உண்டா என்ன? என்னவோ.. இப்போதெல்லாம் அதுதான் நடக்கிறதோ என்னவோ...? எத்தனை கேர்ள் ஃபிரெண்ட்ஸ் இருந்தால் அத்தனை கௌரவமோ என்னவோ...?

சுரேஷ் எனும் அந்தப் பயல் அம்முனையினின்று “என் கோர்ள் ஃபிரெண்ட் நீங்கதான்....” என்று கொஞ்சலாய் வழிந்தான்.

உற்சாகமானாள் தொகுப்பாளினி. “சரி... அப்ப உங்க கேர்ள் ஃபிரெண்ட் போல் பேசட்டுமா..? ஏய் சுரேஷ், நேற்று சினிமாவுக்கு வரேன்னு சொல்லிட்டு ஏன் வரலே? எவ்வளவு நேரம் காத்திருந்தேன் தெரியுமா. இப்படித்தான் நழுவறதா? சாரின்னு சொல்றயா? ஓ.கே... மாஃப்கியா (மன்னித்து விட்டேன்) இன்னிக்கி பப் போகலாமா? அங்க உன்னுடன் என்ஜாய் பண்ணனும் போலிருக்கு...”

டிவியைச் சுக்குநூறாக்க வேண்டும் போல் ஆவேசம் பொங்கியது என்னுள். அந்நிலையத்திற்கு நேரில் சென்று “ஏய் பெண்ணே... பெண்தானா நீ... வெட்கமே கிடையாதா உனக்கு?” எனத் திட்ட வேண்டும் போலிருந்தது.

பெண் என்ற மாத்திரத்தில் அப்படியெல்லாம் பேசக்கூடாது என்று ஏதாவது சட்டம் இருக்கா என்று திரும்பிக் கேட்டால்...?

ஆனாலும் அப்பெண்ணின் தப்பு என்ன இதில்? வயிற்றுப் பிழைப்புக்காக வேலை செய்கிறாள். இவ்வேலையில் நிலைக்க வேண்டுமெனில் இப்படிப் பேசினால்தானே சரிப்பட்டு வரும்?

ஆனால் நான்... ஏதும் பேசாமலே.. நிசப்தமாய் எவ்வளவு கொடிய தவறு இழைத்திருக்கிறேன்...?

நிசப்தத்தை உடைத்தெறிவோம் வாங்கன்னு டிவியில் விளம்பரம் வருகிறது. எய்ட்ஸ் குறித்து விவாதிக்குமளவில் எய்ட்ஸ் அழிவு நடைபெறுகிறதா? அரசாங்கம் இவ்விளம்பரம் வெளியிடத் துவங்கியதும் எய்ட்ஸ் கேஸ்கள் குறைந்திருப்பதற்கான அறிகுறிகள் உண்டா...?

ஆணுறை பயன்படுத்தினால் போதும்... எத்தனை விபச்சாரி களுடன் சென்றாலும் பாதுகாப்புதான். அந்நியர்களுடன் ஒழுங்கீன உறவு கொண்டால் குடிமுழுகிப் போய்விடாது போன்ற தவறான கருத்துக்களை மீடியா நிலைநாட்டுவது எவ்விதத்தில் நியாயம்?

நான் படித்துக் கொண்டிருந்த காலத்தில் பள்ளிப்படிப்பு வரை வாரத்திற்கொரு ‘மாரல்’ வகுப்பு இருக்கும். அவ்வகுப்பில் நல்ல நீதி, நெறிகளைப் போதிப்பார்கள். சமுதாயத்தில் சக மனிதர்களிடம் எப்படி நடந்து கொள்ள வேண்டும்... மானுட

மதிப்பீடுகள் எவை... அவற்றைப் பேணியபடி உன்னதமாய் வாழ்வதெப்படி என்றெல்லாம் விவரமாய் எடுத்துச் சொல்லும் எளிய கதைகள் சொல்வதுண்டு. இந்நாட்களில் அப்படி எதுவுமில்லை. மதிப்பெண்கள் எடுக்கும் இயந்திரங்களாய் மாணவர்கள்... வளர்ந்து பெரியவர்களானதும் வருமானம் ஈட்டும் மனிதர்களாய் உள்ளனரேயன்றி மனிதம் நிறைந்த மாமனிதர்களாய் விளங்குபவர் எவரையேனும் காணமுடிகிறதா? ஒழுக்கத்தில் எவ்வளவு சரிந்துவிட்டிருக்கிறது இம் மனித இனம்!

சட்டென அழுகை வந்தது எனக்கு. என் சிறு வயதில் நீதிப் பாடங்கள் கற்றுக்கொண்டேன் எனப் பெருமிதப்படுகிறேனே... இறுதியில என்ன நடந்தது? சேற்றுக் குழியில் தடாலென விழுந்து விட்டேனே... மீண்டெழவே இயலாத ஆழத்தில்...

ஓயாது துரத்தும் எண்ணங்களால் புத்தி பேதலித்து விடும் போலிருந்தது. அப்படி நடந்தாலும் நன்றாக இருக்கும். மனப் போராட்டம் இருக்காது.

சாப்பிட வேண்டுமென இல்லை. மாதுரியிடம் சாக்கு போக்கு சொல்ல விரும்பாது கொஞ்சம் மோர் சாதம் மட்டும் சாப்பிட்டு விட்டு படுக்கையறைக்குச் சென்றுவிட்டேன்.

உறக்கத்திற்காகப் போராட்டம். திருப்தியாய்த் தூங்கி எத்தனை வாரங்களாகி விட்டன! இனி எப்போதுமே அது வாய்க்காதோ என்னவோ? கண்களில் எரிச்சல். இதயம் தீக் குண்டமாய் தகித்து கொண்டிருந்தது.

பத்து மணி தாண்டியதும் மாதுரி அறைக்குள் வந்து படுத்துக் கொண்டாள்.

நான் ஆழ்ந்த உறக்கத்தில் இருப்பதுபோல் நடித்தபடி... தோற்றுப் போய்... மீண்டும் முயன்றபடி...

“எனக்குத் தெரியும். நீங்க விழிச்சிட்டுதான் இருக்கீங்க...”

பதில் சொல்லவில்லை நான்.

“இன்று ஏதோ ஒன்று தெரிந்தாக வேண்டும். நீங்க ஏன் என்னுடன் சுபாவமாய் இல்லை? நான் ஏதாவது உங்க மனதுக்குப் பிடிக்காத விதமாய் நடந்து கொண்டு விட்டேனா?”

“இல்லை... எனக்குதான் மனம் சரியில்லை..”

“அதான் ஏன்னு கேட்கறேன். எனக்குத் தெரியும். உங்கள் வாழ்க்கையில் இன்னொரு பெண் நுழைந்திருக்கிறாள். அதனால்தான் எதையும் தீர்மானிக்க முடியாமல் குழம்பிப் போய் இருக்கீங்க. என்னிடம் நீங்கள் ஆசையாய்ப் பேசி எத்தனை நாட்களாகிவிட்டன தெரியுமா? எவ்வளவு நாளாய் என்னிடமிருந்து விலகியிருக்கீங்கன்னு ஞாபகம் இருக்கா? என் அருகாமை உங்களுக்குப் பிடிக்கவில்லையா? அவ்வளவு தூரம் அலுத்துப் போய்விட்டேனா நான்? இல்லை... அவ்வளவு உபயோகமற்றவளாகி விட்டேனா?”

“உன்னைத் தவிர வேறு யாரும் என் வாழ்க்கையில் கிடையாது மாதுரி...” மனதாரப் பொய் சொன்னேன். உண்மை கூறி அவளைக் கடும் துயரத்தில் ஆழ்த்த வேண்டுமா? உண்மை சொல்ல வேண்டிய நேரம் வரும்... அப்போது பார்த்து கொள்ளலாம்.

“அப்படியா... பின் எதற்காக இப்படி விலகியிருக்கீங்க? நாம் புருஷன், பெண்டாட்டி இல்லையா? குடும்பம் என்றால் உங்களுக்கும் பிள்ளைகளுக்கும் சமைத்துப் போடுவது மட்டும்தானா? நம்மிடை அந்நியோன்யம் அவசியமில்லையா?”

“என்ன நீ... கொஞ்ச நாள் அச்சுகம் இல்லாமல் இருக்க முடியவில்லையா உன்னால்? வாழ்க்கையில் நூற்றுக்கணக்கில் ஆயிரக்கணக்கில் பிரச்னைகள் இருக்க உனக்கு அதுதான் முக்கியமாய்ப் படுகிறதா?” கோபத்துடன் கேட்டேன். வரவழைத்து கொண்ட சினம். மாதுரி உணர்வுகளை நான் அறிவேன்.

சற்று நேரம் ஏதும் பேசவில்லை அவள். அந்நிசப்த இரவைத் துளைத்துக்கொண்டு அவள் தேம்பல்...

“எவ்வளவு கேவலமாய்ப் பேசிட்டீங்க. பெண் கோருவது கணவனின் ஆதரவு. நேசத்துடன் அருகில் இழுத்து அணைத்தபடி படுத்துக் கொண்டால் அதுவே போதுமென நினைக்கிறாள். தன் மேல் தன் கணவன் வைத்துள்ள நேசம் பத்திரமாய் இருக்கிறது எனும் நம்பிக்கை அந்த அணைப்பில்... அந்தத் தொடுகையில் தெரியும். அவ்வளவுதான். உங்க ஆண்களைப் போல் உடல் சுகத்துக்காக அலைபவளில்லை பெண். அந்தச் சுகம் இல்லாமல் பெண்மீது நேசம் வராது உங்களுக்கு. எவ்வளவு நீசமாய்

நினைத்திருக்கீங்க என்னைப் பற்றி. நான் அவ்வளவு அலைபவளாய்த் தெரிகிறதா உங்களுக்கு? எனக்குத் தேவையில்லை அச்சுகம். அதற்கும் உங்களுக்கும் ஒரு பெரிய கும்பிடு. ஆணின் வாழ்க்கையில் இன்னொரு பெண் நுழைகிறபோதுதான் இப்படிப்பட்ட பேச்சுக்கள் கிளம்பும்..."

நான் நினைத்தது போன்றே மாதுரி வெகுவாய்க் காயப்பட்டு விட்டாள். எனக்கு வேண்டியதும் இதுதான். வாரம், பத்து நாள் வரை இந்த ஆத்திரத்துடன் இவள் என்னிடமிருந்து விலகி இருப்பாள்.

ஆனால்... இப்படி எத்தனை நாட்களுக்கு எனும் கேள்விக்கு என்னிடம் பதில் இல்லை.

"என்னை நிம்மதியாகச் சாகவாவது விடறயா?"

அவ்வளவு கோபத்திடையும் அலறினாள் மாதுரி. "ஐயோ... என்ன பேச்சு இது? இப்படி அபசகுனமாய்ப் பேசாதீங்க..."

என் பிரியத்திற்குகந்த என் மனைவியை இப்படி இம்சிப்பது மிகவும் வேதனையாகத்தான் இருக்கிறது. ஆனால் தவிர்க்க முடியாது. என்னுள் விரவிக் கிடக்கும் கொடிய நஞ்சை என் மனைவிக்குச் செலுத்த முடியுமா...?

"சரி.. என் சங்கதி ஒரு பக்கம் இருக்கட்டும். நீங்க சென்னையில் இருந்து வந்தது முதல் குழந்தைகளுடனாவது கொஞ்ச நேரம் கழித்தீர்களா? அவர்கள் நல்லது கெட்டது குறித்து சற்றேனும் அக்கறை காட்டறீங்களா? பிள்ளைகள் மேல் கூட பாசம் வறண்டுபோய் விட்டதா?"

"ஆபீஸ் விவகாரங்களில் ஆயிரம் பிரச்னைகள் இருக்கும். நீ இருப்பது எதற்காக? இப்படியான சமயங்களில் பிள்ளைகளைக் கவனித்துக் கொள்ளத்தானே?"

"உங்களுடையது ஆபீஸ் பிரச்னை இல்லேன்னு எனக்குத் தெரியும். முந்தாநாள் உங்க பேங்க் மேனேஜர் கிருஷ்ணமூர்த்தியைப் பார்த்தேன். கொஞ்ச நாளா நீங்க ஆபீஸ் வேலைகளைச் சரியா கவனிப்பதில்லையாம். துளியும் ஈடுபாடில்லாம இருக்கீங்களாம். உங்களுக்கு உடம்பு சரியில்லையா, டாக்டரிடம் போகலயான்னு கேட்டார்."

"அப்ப என்னைக் குறித்து துப்பறியும் வேலையெல்லாம்கூடச் செய்யறேன்னு சொல்லு..."

“உங்க பெண்டாட்டியா நடந்துக்கறேன். உங்களுக்கு ஏதாவது பிரச்னை ஏற்பட்டால் என்னால் முடிந்த உதவி செய்யணும்கற தவிப்புதான். உங்க பிரச்னை என்னன்னு தெரிஞ்சுக்கற பதற்றம். அவ்வளவுதான்...”

“என்னை எரிச்சல் படுத்தறே மாதுரி. எத்தனை ஒற்றர்கள் வேண்டுமானாலும் நீ ஏற்பாடு செய்துகொள். உன் இஷ்டம்...” கோபத்துடன் கத்தினேன்.

“உங்க பிரச்னை என்னன்னு நீங்க சொல்றீங்களா, இல்லை... நானே கண்டு பிடித்துக்கொள்ளவா?”

“ஓ... அவ்வளவு தூரம் வந்துட்டியா... என்ன திமிர்டி உனக்கு?”

“இது திமிர் இல்லை... அன்பு. ஐயோ... எப்படிச் சொன்னால் உங்களுக்குப் புரியும்?” அழுகை விசும்பலாகி.. அதுவும் குறைந்து அப்படியே உறங்கிவிட்டாள் அவள்.

இரவெல்லாம் விழித்தபடி ரத்தக் கண்ணீர் வடித்தேன்... மௌனமாய்...

★ ★ ★

டக்டர் மூர்த்தி அன்று மிகுந்த எரிச்சலுடன் காணப்பட்டார். எப்போதும் அமைதி நிலவும் அவர் முகத்தில் ஏகத்துக்குச் சினம் கொப்பளித்தது. அவர் எதிரில் டியூட்டி நர்ஸ்கள்.. வார்ட் பாய்ஸ்... மற்ற ஊழியர்கள் நின்று கொண்டிருந்தனர்.

“உங்களுக்கெல்லாம் கொஞ்சம் கூட மனிதாபிமானமே கிடையாதா...? டிவிக்காரர்களுக்கு தகவல் அனுப்பியது யார்? இதுவரை எத்தனை ஹெச்ஐவி கேஸ்கள் பதிவாகியுள்ளன என்று தெரிவிக்க வேண்டுமே தவிர ஒரேயடியாய் எய்ட்ஸ் நோயாளியின் அட்ரஸ் தூக்கிக் கொடுத்தால் அவர்கள் வாழ்க்கை என்ன ஆவது?”

அவர் பக்கத்திலிருந்த டாக்டர் ராமகிருஷ்ணா “இதில் தப்பு என்ன இருக்கு டாக்டர்? நம் ஊரில் எய்ட்ஸ் தாக்கிய முதல் ஆள் அவர். ‘நிசப்தத்தை உடையுங்கள்’ என்பதுதானே விளம்பர வாசகம்...; எய்ட்ஸ் நோயாளி யார் எனச் சமூகத்திற்குத் தெரிவிப்பதால் எத்தனை விபரீதங்களைத் தடுக்க முடியும் என்று உங்களுக்குத் தெரியாதா டாக்டர்? அந்நோயாளிகளிடமிருந்து பீதியுடன் மக்கள் விலகி இருப்பதால் அவர்கள் மூலம் அவ்வியாதி

மற்றவர்களுக்குப் பரவாமல் தடுக்கும் காப்புணர்வு மீதான எச்சரிக்கைதானே இது? எய்ட்ஸ் நோயாளிகள் இனம் கண்டு கொள்ளப்படாமல் விட்டால் அவர்களெல்லோரும் நிசப்தமாய் நகர்ந்து கொண்டிருக்கும் 'பாம்'கள் போல்தானே...? இதனால் எவ்வளவு பாதகம் ஏற்படும்..?" நீள நெடுகப் பேசிமுடித்தார்.

"வேறு ஏதாவது வியாதியென்றால் பரவாயில்லை. எய்ட்ஸ் ஆயிற்றே. நீங்கள் ஒரு டாக்டராக இருந்தும் அன்று அந்த எய்ட்ஸ் பேஷண்டைத் தொடக்கூட அவ்வளவு பயப்பட்டீர்களே! அப்படியிருக்க சாமானிய ஜனம் குறித்துச் சொல்லவும் வேண்டுமா? அருவருப்பு காட்டி... புறக்கணித்து... விலக்கி வைத்து.. மிகவும் கேவலமாய் நடத்தி... அவர்கள் வாழ்க்கையை மேலும் நரகமாக்கி விடாதா? நம்மிடம் வரும் நோயாளிகளின் நோய்களை வெளிச்சம் போட்டுக் காண்பிக்கக் கூடாதென்பது தெரியாதா உங்களுக்கு? டிவியில் காண்பித்தால் அவர்கள் எங்கு சென்றாலும் காக்கைகளை விரட்டுவது போல் விரட்டியடிக்க மாட்டார்களா? அவர்கள் வாழ்க்கை எவ்வளவு மோசமாகிவிடும்..? இதையெல்லாம் யோசித்துப் பார்த்தீர்களா?"

"டாக்டர்... நீங்கள் பேசுவது சரியில்லை, மற்ற எந்த வியாதியானாலும் மறைத்து வைக்கலாம். எய்ட்ஸ் அப்படிப் பட்டதில்லையே. பத்து பேருக்குத் தெரிந்தால்தான் சமூகத்துக்கு நல்லது. எய்ட்ஸ் நோயாளிகள்... ஹெச்ஐவி பாசிடிவ்காரர்கள் எல்லோரும் நீறு பூத்த சாம்பலைச் சுமந்து கொண்டிருப்பவர்கள். அவர்கள் யார் எனத் தெரியவந்தால் மற்றவர்கள் அவர்களை நெருங்காமல் தொடாமல் பொசுங்கிப் போகாமல் பாதுகாத்துக் கொள்ளலாமே..."

"எதுவானாலும் நோயாளியின் அனுமதி இல்லாமல் அவர் சம்பந்தப்பட்ட தகவல்களை மீடியாக்களுக்கு... குறிப்பாய் டிவிக்குக் கொடுப்பது பெரிய தப்பு. நோய்க்கான காரணங்கள் பால் ஜனங்கள் கவனம் மேற்கொள்ளச் செய்வது போய் நோயாளியைக் குறி வைத்து கொடுமையான பிரசாரம் நடந்து விட்டிருக்கிறது. உண்மைகளை விட ஊகங்கள் அதிகளவில் வியாபித்துள்ள வியாதி எய்ட்ஸ். ஹெச்ஐவி பாசிடிவ் நபர்கள் பிழைத்திருக்கும்போது இம்மாதிரியான அறிவிப்புகள் அவர்களின் வாழும் உரிமையைக் கொன்று போடுகின்றன. சமூகத்தில் முழுமையான மாற்றம் வரும் வரை எய்ட்ஸ் நோயாளிகள் பால் மாற்றுப் பார்வை காண்பிக்காமல்

சக மனிதனாய் அரவணைக்கும் காலம் வரும் வரை இப்படியான தகவல்களை இரகசியமாய் வைத்து கொள்வது நம் கடமை...”

மௌனமாய் அவரைப் பார்த்தவாறு நின்று கொண்டிருந்தவர்கள் கலைந்து சென்றனர்.

டாக்டர் ராமகிருஷ்ணாவிற்கு டாக்டர் மூர்த்தியின் கருத்துக்களில் துளியும் உடன்பாடில்லை. ஒரு நோயாளியை... அவர் குடும்பத்தைச் சமூகத்தின் இழிவான பார்வையினின்று.. அதன் பின்விளைவுகளினின்று பாதுகாக்கும் நோக்கத்துடன் வியாதிகளை இரகசியமாய் வைத்தால் அவை மற்றவர்களுக்குத் தன்னியல்பாய்ப் பரவுவதற்கு வழிவகுத்தாற்போல் அமைகிறதே! இதை மூர்த்தியிடமும் கேட்டார்.

“நம்மிடம் வரும் நோயாளிகளில் இரகசிய நோய்களும் உள்ளன அல்லவா? பின் ஏன் அவர்கள் குறித்து பத்து பேருக்குச் சொல்வதில்லை? சிஃபிலிஸ் எவ்வளவு கொடிய நோய் என்று உங்களுக்குத் தெரியும். எவ்வளவு நிசப்தமாய் முக்கியமான உறுப்புகளுக்குப் பரவி உயிரை அரிக்கிறது... எய்ட்ஸைவிடப் பயங்கரமான வியாதிகள் எத்தனை இல்லை? பின் எய்ட்ஸ் என்றால் மட்டும் ஏன் இத்தனை பதற்றம்.. இவ்வளவு முக்கியத்துவம்?”

“மற்ற வியாதிகள் சிகிச்சைக்குக் கட்டுப்படும். எய்ட்ஸுக்கு மருந்தே கிடையாது. அதனால்தான்...”

“உண்மைதான். எய்ட்ஸ் நோயாளிகள் பால் எல்லோரும் அன்பு ஆதரவு காண்பிக்கும் நாள்.. அவர்கள் தன்மானத்தை மதித்து சக மனிதர்களாய் அவர்களின் உரிமைகளை அங்கீகரிக்கும் நாள்... எதிர்காலம் குறித்து அவர்களின் திட்டங்களை ஆமோதித்து அவற்றுக்காகக் கை கொடுக்கும் நாள்... அக்காலம் எப்போது வருகிறதோ அப்போது எய்ட்ஸ் நோயாளிகளை சமூகத்திற்கு அறிவியுங்கள். அதுவரை தயவு செய்து அவர்களைக் குறித்துப் பிரச்சாரம் மேற்கொள்ளாதீர்கள். ஒரு வருடம் வாழக்கூடிய நோயாளியை நான்கு மாதங்களிலேயே சாகடிக்காதீர்கள்...” மன்றாடும் குரலில் வேண்டுகோள் விடுத்த மூர்த்தியை விந்தையாய்ப் பார்த்துவிட்டு அங்கிருந்து வெளியேறிவிட்டார் ராமகிருஷ்ணன்.

கொஞ்ச நேரம் அப்படியே அமர்ந்திருந்தார் மூர்த்தி. அனைவரின் மீதும் ஆத்திரம் ஏற்பட்டது அவருக்கு. எவ்வளவு

அரக்கத்தனம்...! ஆதரவற்ற மனிதர்களுடன் விளையாடுவது எவ்வளவு அறியாமை...

அந்த எய்ட்ஸ் பிரச்சார நிகழ்ச்சியை ஒளிபரப்பிய தொலைக்காட்சி நிலையத்திற்கு ஃபோன் செய்தார்.

"நேற்று ஒரு எய்ட்ஸ் நோயாளி மற்றும் அவர் குடும்பத்தை ஒளிபரப்பியது உங்கள் சேனல்தானே?"

"ஆமாம் டாக்டர். அதற்கு எப்படிப்பட்ட வரவேற்பு இருந்தது தெரியுமா? ஜனங்களிடையே மிகுந்த 'சென்சேஷன்' ஏற்படுத்திய நிகழ்ச்சி அது..."

"ஆமாம்.. உங்களுக்கு எதிலும் 'சென்சேஷன்'தான் முக்கியமே தவிர அதனால் விளையும் பிரச்னைகள் குறித்து அக்கறையே கிடையாது..."

"அதென்ன டாக்டர், எங்களைப் பாராட்டுவதை விட்டு பழி சுமத்திக் கொண்டிருக்கிறீர்களே. வெறும் எலும்புக் கூடாகி சவம் போலிருக்கும் எய்ட்ஸ் நோயாளியைப் பார்க்கும் எவருக்கும் கண்டிப்பாய் ஒரு பயம் ஏற்பட்டிருக்குமே? அப்பீதியால் நிலை குலைந்து போயிருப்பார்கள். இந்தத் தாக்கத்திற்காகத்தான் ஒரு ஃபுல் ப்ளோன் எய்ட்ஸ் நோயாளி எப்படி இருப்பார் என்பதைக் காண்பித்தோம்..."

"பார்ப்பவர்கள் நடுநடுங்கி மிரண்டு போவது நிஜம்தான். ஆனால் ஹெச்ஐவி பாதித்திருப்பவர்கள் அச்சம் காரணமாய் ஏற்கெனவே பாதி செத்திருப்பார்கள். நீங்கள் காண்பித்த அந்த கோடய்யா குடும்பம் தொடர்பான அந்த நிகழ்ச்சியால் இப்போது முழுசாய் செத்துப் போயிருப்பார்கள். உயிர்களை எடுக்காமல் கொன்னுட்டீங்க நீங்க..."

அம் முனையினின்று பதிலில்லை.

"நீங்கள் பேட்டி காணும்முன் அக்குடும்பத்திடமிருந்து அனுமதி வாங்கிக் கொண்டீர்களா? இல்லைதானே? அவர்கள் அனுமதியின்றி அவர்களுடைய அந்தரங்க விஷயங்களில் தலையிடும் உரிமையை உங்களுக்கு யார் கொடுத்தார்கள்? படிப்பறிவற்ற அப்பாவி ஏழைகள் என்பதால் பிரச்னை ஏதும் தலையெடுக்கவில்லை. அதே அந்த இடத்தில் வேறு எவராவது இருந்திருந்தால் உங்கள் மீது கேஸ் போட்டிருப்பார்கள்.."

"எதற்கு கேஸ் போடவேண்டும்? எய்ட்ஸ் வியாதி குறிப்பிட்ட அந்த நபருக்கு மட்டுமேயான தனிப்பட்ட பிரச்னை இல்லை. ஒட்டு மொத்த சமுதாயம் சம்பந்தப்பட்ட ஆரோக்கியப் பிரச்னை. நாட்டில் அபாயகரமான கட்டத்தில் உள்ள ஆறு மாநிலங்களில் நம் மாநிலம்தான் முதலிடத்தில் உள்ளது. மக்களுக்கு விழிப்புணர்வு ஏற்படுத்தவேண்டிய கடமை எங்கள் மீடியாவுக்கும் உண்டு..."

"டிவியில் அந்நிகழ்ச்சி ஒளிபரப்பான அடுத்த நாள் அங்கு சென்று பார்த்தீர்களா அக்குடும்பத்திற்கு என்ன நேர்ந்ததென...?"

"எங்களுக்குச் சம்பந்தமில்லாத விஷயம் அது..."

"உங்களைப் போன்ற படிப்பறிவுள்ள, பொறுப்புள்ள ஆட்களே தப்பு செய்துவிட்டு... அதற்குப் பிறகு எதுவுமே நடக்காததுபோல் கை உதறிக் கொள்வது எவ்வளவு பெரிய துரதிர்ஷ்டம்? சக மனிதன் நாசமாய்ப் போனாலும் பரவாயில்லை, தனக்கு நல்லது நடந்தால் போதும் என்கிற மனோபாவம் எய்ட்ஸை விடக் கொடுமையானது..."

மறு முனையில் தொடர்பு துண்டிக்கப்பட்டது.

வீடு காலி செய்யும்போது மிகவும் சிரமப்பட்டு விட்டாள் நாகமணி. அவளுக்கு உதவி செய்ய ஒருவரென்றால் ஒருவர்கூட முன்வரவில்லை. வேறு பேட்டையினின்று ஒரு ரிக்ஷாவைக் கூட்டி வந்தாள்.

அவள் எப்போது குடிசையைக் காலி செய்வாள் எனக் காத்து கிடந்த அப்பேட்டை வாசிகள் கோடய்யாவுக்கு எய்ட்ஸ் என ரிக்ஷாக்காரனிடம் சொல்லவில்லை. சொன்னால் அங்கேயே போட்டுவிட்டு போய்விடுவான் என்ற பயம்.

கோடய்யாவிடமிருந்து துர்நாற்றம். ரிக்ஷாக்காரன் மூக்கைப் பொத்திக் கொண்டான்.

"சீக்கு மனுசன் பாபு. புண்ணியமாப் போவட்டும் உனக்கு. சவாரி காசு போட்டுத் தரேன்..." கையெடுத்துக் கும்பிட்டாள் நாகமணி. பெண் என்பதால் பரிதாபம் ஏற்பட்டது ரிக்ஷாக் காரனுக்கு. உதவி செய்ய அக்கம் பக்கத்தார் முன் வராதது கண்டு கோபம் கூட வந்தது அவனுக்கு.

ராத்திரி பத்து மணி கடந்து விட்டது. வேண்டுமென்றே அந்நேரத்தைத் தேர்ந்தெடுத்திருந்தாள் நாகமணி.

ரிக்ஷா நகர்ந்தபோது அச்சந்தில் ஒரு புழு பூச்சிகூட இல்லாமல் காலியாகக் கிடந்தது. கதவுகளை மூடிக்கொண்டு தட்டி பொந்துகளினின்று பார்த்துக் கொண்டிருந்தனர், அதற்கு முன் அவளுடன் நன்கு பேசிப் பழகிக்கொண்டிருந்தவர்கள்.

அப்புது குடிசைக்குப் போய்ச் சேர்ந்தபோது வீட்டு எஜமானியின் கதவு மூடியிருந்தது. அவள் எதிர்பார்த்ததும் அதுதான்.

ரிக்ஷாக்காரன் உதவியுடன் கோடய்யாவை உள்ளே கூட்டிச் சென்றாள்.

சவாரி காசை வாங்கியபடி கேட்டான் அவன். "மனுசன் சாவின் பிடியில் இருக்கறாப்பல தெரியுது. டாக்டரிடம் போவலயா...?"

பதிலேதும் கூறவில்லை நாகமணி.

குடிசை காலி செய்வதற்கு வெங்கன்னா கொடுத்த இரண்டாயிரம் ரூபாய் மிகவும் உதவியாக இருந்தது. வேலை கிடைக்கத் தாமதமானாலும் சில நாட்களுக்கு வயிற்றுப் பாடு இருக்காது எனும் ஆசுவாசம்.

மறுநாள் எப்படியாவது ஏதாவதொரு வேலை தேடிக் கொள்ள வேண்டுமென நினைத்துக் கொண்டாள். ஆனால் கோடய்யா நிலைமை மேலும் மோசமடைந்துவிட்டது. வாய் முழுவதும் ஃபங்கல் இன்ஃபெக்ஷன். நாக்கு வெளுத்துவிட்டது. தண்ணீர் குடிக்கக்கூட முடியவில்லை.

நாளெல்லாம் கோடய்யாவைக் கவனித்துக் கொள்ளவே சரியாகிவிட்டது.

லச்சம்மாவிடமிருந்து எவ்வளவுதான் தப்பித் திரிந்தாலும் ஒருநாள் பிடித்துவிட்டாள்.

"வேலைக்குப் போவதில்லையா?"

"இல்லம்மா. எம் புருசனுக்கு கொஞ்ச நாளா உடம்பு இன்னும் மோசமாயிருக்கு."

"அப்ப எதை வச்சி குடும்பம் நடத்துவே? வாடகை சீராக் குடுத்துடுவ இல்ல...?"

"சேத்து வச்ச காசு கொஞ்சம் இருக்கு. சமாளிச்சிடுவேன். உங்க வாடகைக்கு எந்த பங்கமும் வராது... கவலைப்படாதீங்க."

அவளை ஒரு முறை சந்தேகமாய்ப் பார்த்துவிட்டு அங்கிருந்து நகர்ந்தாள் லட்சம்மா.

அம்மாதம் முடிந்தபோது அந்த இரண்டாயிரத்தில் ஐந்நூறு மட்டுமே மிச்சமிருந்தது. அதுவும் தீர்ந்துபோனால் விற்றுக் காலம் தள்ளவும் எதுவுமில்லை தன்னிடம்.

கூலிவேலை கிடைக்காவிடினும் பரவாயில்லை. இரண்டு மூன்று வீடுகளில் வேலைக்கு ஏற்பாடு செய்துகொண்டால் மாதத்திற்கு இவ்வளவு என கையில் கறாராய் காசு விழுந்துவிடும்.

மறுநாள் சீனுவுடன் சந்தைப் பேட்டைக்குச் சென்றாள்.

காலை எட்டு மணி வேளை.

ஓரிரு வீடுகளில் விசாரித்தாள் வீட்டு வேலைக்கு ஆள் வேண்டுமா என்று விசாரித்தாள்.

"அதோ அங்க வரிசையா நான்கைந்து வீடுகள் இருக்கில்ல. அங்க ஒரு பெண் நிறைமாசக்காரி. வேலைக்கு ஆள் தேவைப்படலாம். போய் கேட்டுப்பாரு..."

"அம்மா... வேலைக்கு ஆள் வேணுமா..? பாத்திரம் தேய்க்கறது, துணி துவைக்கறதல்லாம் செஞ்சி வக்கறேன்..." கெஞ்சுவது போல் கேட்டாள் நாகமணி.

இரண்டு வீடுகளினின்று பெண்கள் வெளியே வந்தனர்.

"எங்க இருக்கே நீ...?"

அவள் வசிக்கும் பேட்டையின் பெயர் சொன்னாள்.

"அவ்வளவு தொலைவிலிருந்து எப்படி வருவே?"

"வந்துடுவேம்மா. நீங்க ஆறு மணிக்கெல்லாம் வரச் சொன்னாலும் கரக்டா வந்து நின்னுடுவேன்..."

"நீ யாருன்னு தெரியாம எப்படி வேலைக்கு வைத்துக் கொள்வது? தெரிந்தவர்கள் யாராவது இருந்தால் கூட்டிட்டு வா. முன்னே பின்னே தெரியாதவர்களையெல்லாம் வீட்டு வேலைக்கு அமர்த்திட்டு வீட்டில் ஏதாவது காணாமல் போச்சுன்னா யார்னு போய் கேட்பது தாயி?"

"அப்படிப்பட்டவ இல்லீங்க நான்..."

"எப்படிப்பட்டவள்னு எங்களுக்கென்ன தெரியும்... உனக்கு இங்க யாராவது தெரியும்னா சொல்லு..."

"யாரையும் தெரியாதும்மா. நானே ஊருக்குப் புதுசு..."

"கிழிஞ்சுது போ. விடிந்தும் விடியாததுமாய் வந்து எங்களோட வேலையை நல்லாத்தான் கெடுத்தே போ..." அவர்கள் உள்ளே சென்று விட்டனர்.

நம்பிக்கை இழக்காமல் அடுத்த வீடு சென்றாள் நாகமணி.

"அம்மா..."

வெளியே வந்தார் ஒருவர்.

"அம்மாவைக் கூப்பிடறீங்களாய்யா?"

"என்ன விஷயம்னு சொல்லு. நான் இருக்கேன் இல்லே..." அவளைச் சந்தேகமாய்ப் பார்த்தார் அந்த மனிதர்.

"வீட்டுக்கு ஆள் தேவைப்பட்டா நான் செஞ்சி வக்கறேன்யா.."

அவளை உற்றுப் பார்த்தார் அவர்.

"எங்கயோ பார்த்த மாதிரி இருக்கே...?"

தூக்கி வாரிப் போட்டது நாகமணிக்கு.

சில கணங்கள் மூளைக்கு வேலை வைக்கும் முயற்சியில் இருந்தார் அவர். எங்கே பார்த்தோம் இவளை எனும் விதமாய் நெற்றியை நீவிக் கொண்டார். வானத்தை வெறித்தார். சரேலெனப் பொறி தட்டியது.

"ஆங்... ஞாபகம் வந்துட்டது. உன் புருஷனைக் கூட்டிட்டு நீ ஆஸ்பத்திரிக்கு வந்திருந்தே இல்லே? உன் புருஷனுக்கு எய்ட்ஸ். உனக்குக் கூடன்னு டிவியில் காட்டினாங்களே..."

அக்கணம் அவளுக்கும் ஞாபகம் வந்துவிட்டது அவர் யாரென.

“கோடய்யாவைக் கம்பால் நெட்டித் தள்ளிய அந்த இரு ஆட்களில் இவர் ஒருவர். ஆஸ்பத்திரி உடையில் இருந்தவர்... இப்போது லுங்கியில் இருப்பதால் முதலில் அடையாளம் தெரியவில்லை.

சட்டெனத் திரும்பி அங்கிருந்து வேகமாய் நடக்கலானாள். சீனுவைச் சுமக்க முடியாமல் கொஞ்ச தூரம் நடத்தி... இழுத்துக் கொண்டு... வெறி நாய் போல் பயம் அவளைத் துரத்தியது. துரத்தியடித்தது.

தனக்கும் ஒரு முகவரி உண்டெனத் தெரியப்படுத்துவதற்காக தற்போது அவள் வசிக்கும் பேட்டையின் பெயர் சொன்னாள். லச்சம்மாவின் குடிசையில் வாடகைக்கு இருப்பதாய்ச் சொன்னாள். அவ்விவரங்கள் இப்போது தூக்குக் கயிறாய் கழுத்தை இறுக்குவதாய் அமைந்துவிட்டதே என வேதனைப்பட்டாள்.

திரும்பித் திரும்பிப் பார்த்தபடி நடந்தாள். யாராவது நிழல் போல் பின்தொடர்ந்து கொண்டிருக்கிறார்களோ எனும் சந்தேகம்...

குடிசையை அடைந்தபோது கோடய்யா மேல் மூச்சு கீழ் மூச்சு வாங்கிக் கொண்டிருந்தான். விழிகள் செருகி அச்சுறுத்தியது. எலும்புக் கூடாய் இருந்த நெஞ்சு மேலும் கீழுமாய்... வேகமாய்...

இன்னிக்கோ நாளைக்கோ கண்ணை மூடி விடுவான் என்பது நிச்சயமாய்த் தெரிந்து போயிற்று. அம்மரணம் கண் முன் நிதரிசனமாய் சம்பவித்துக் கொண்டிருந்தபோது அவளுக்குக் கைகால்கள் மூளை எல்லாமே செயலற்றுப் போனது போல் இருந்தது.

லச்சம்மாவைக் கூப்பிட்டால்... அவள் புருஷன் இப்போது வீட்டில்தான் இருப்பான்... சென்று உதவி கேட்கலாமா?

பதற்றத்துடன் வெளியே வந்தாள்.

குடிசைக்கு வெளியே நின்று கொண்டிருந்தாள் லச்சம்மா. அவளுடன் யாரோ பேசிக்கொண்டிருக்க... முதலில் அது யார் எனத் தெரியவில்லை. அடுத்த கணமே தெரிந்து விட்டது. கோடய்யாவைக் கம்பால் நெட்டித் தள்ளிய அந்த ஆள்... பின்னாலேயே வந்திருக்கிறான்...

சரேலெனத் திரும்பி குடிசைக்குள் செல்ல முயன்றபோது லச்சம்மா கூச்சலிட்டாள்.

"நில்லுடி... படுபாவி. உன் புருசனுக்கு என்ன வியாதின்னு சொன்னடி...?"

பத்ரகாளிபோல் தெரிந்தாள் அவள். சத்தம் கேட்டு அவள் புருஷன் தள்ளாடியபடி வெளியே வந்தான். பொழுது விடிந்ததும் குடித்துவிட்டு வந்திருக்கிறான் போல்_! விழிகள் செக்கச் செவேலென நெருப்புத் துண்டங்களாய் பளபளத்துக் கொண்டிருந்தன.

"எவ்வளவு மோசக்காரிடி நீ. எப்படி புளுகியிருக்கடி. எய்ட்ஸ் சனியனை வச்சிட்டு என் வீட்ல குடியிருந்தயேடி கொலகாரப்பாவி. எங்க எல்லோருக்கும் வியாதியை ஓட்டவச்சிட்டயோ என்னவோ. திருட்டு முண்டை..." வேகமாய்ப் பாய்ந்து வந்து நாகமணி முடி பிடித்து தரதரவென இழுத்து வந்து முகத்தில் பளீரென ஒரு அறை விட்டாள்.

அடியின் வேகத்தில் கீழே விழுந்து விட்டாள் நாகமணி.

"அவளுக்கும் எய்ட்ஸ் இருக்கு. அவள் ரத்தம் உனக்கு ஒட்டிக் கொண்டால் ஆபத்து. பாத்திரம்..." எச்சரிக்கை விடுத்தான் மருத்துவமனை ஊழியன்.

கீழே கிடந்த நாகமணியைக் காலைத் தூக்கி உதைக்கப் போன லச்சம்மா அவன் பேச்சைக் கேட்டு அப்படியே மந்திரம் போட்டாற்போல் நின்று விட்டாள்.

அவளுக்கு ஆத்திரம் ஆத்திரமாய் வந்தது. நாகமணியின் உடம்பு ஊனமாகும் அளவுக்கு அவளை அடித்து நொறுக்கினால் தவிர தீரா ஆவேசம். வஞ்சித்து விட்டாள்... பொய் சொல்லி ஏமாற்றிவிட்டாள்... ஒரு எய்ட்ஸ் வியாதிக்காரன் தன் பக்கத்து குடிசையில் முப்பது நாட்களுக்கும் மேலாய் இருந்திருக்கிறான்.. நிஜத்தை ஜீரணிக்க முடியாத குமுறலில் பொங்கிப் பொங்கி எழுந்த கண்மண் தெரியாத கோபம்..

குடிசைக்குள் சென்று துடைப்பம் எடுத்து வந்து ஆத்திரம் தீர அடிக்கலானாள்.

அப்பேட்டையின் ஆண், பெண், குழந்தை குட்டிகள் என எல்லோரும் அங்கு குழுமிவிட்டனர்.

'ஓ'வென அழ ஆரம்பித்தான் சீனு.

"இப்பவே காலி செய்துட்டு ஓடிப்போ. இனிமே ஒரு நொடி எம் முன்னாடி நின்னே... கொன்னே போட்டுடுவேன்..."

அவள் குடிகாரப் புருஷன் கெட்ட வார்த்தைகள் சரமாரியாய்க் கொட்டினான். பெண்டாட்டியைக்கூட வாய்க்கு வந்தபடி திட்டினான்.

"கேவலம் எரநூறு ரூபாய்க்காக எய்ட்ஸ்காரனை நம்ம பக்கத்துல கொணாந்து வச்சிட்டயேடி பாவி மவளே. என்னைச் சாவடிக்கணும்கறதுதான உன் நெனப்பு? எனக்கும் எய்ட்ஸ் வந்தே வந்திருக்கும். இந்தப் பயலோட பேசினேனில்ல...? பெத்தவங்களுக்கு வியாதின்னா இதோ இதுக்கும் வந்திருக்கும். இதைத் தொட்டேன் கூட...." சீனுவைச் சுட்டிக் காட்டிப் புலம்பத் தொடங்கினான்.

"அம்மா... அய்யோ... எம் புருசன் உசிரு போய்ட்டிருக்கு. பெரிய மனசு வச்சி எங்களை விரட்டாதீங்க. உங்க கால்ல விழறேன்..?" அனைவரையும் கண்ணீருடன் பார்த்து தரையில் விழுந்து கும்பிட்டாள் நாகமணி.

"வாயைத் திறந்தே... கொன்னுடுவேன். ஜல்தியா காலி செஞ்சிட்டு ஓடுடி. இல்லன்னா உம் மூட்டை முடிச்சுகளை எடுத்து வெளியில வீசுவேன்..." நாகமணியின் குடிசைக்குள் கூச்சலிட்டபடி நுழைந்தாள் லச்சம்மா.

"அங்க எய்ட்ஸ்காரன் இருக்காண்டி....." புருஷன் எச்சரிக்கை கேட்டு சரேலெனத் திரும்பி வந்தாள்.

"அம்மா.. அய்யா. உங்களுக்குப் புண்ணியம் இருக்கட்டும். எம் புருசன் செத்துப் போகப் போறான். அவனைக் குழி தோண்டி புதைச்சுட்டு இங்கர்ந்து போய்டறேன்..." தீனமாய்க் கெஞ்சினாள் நாகமணி.

"முடியாது இந்த நிமிசமே போயாவணும்.." காளி மாதிரி கத்தினாள் லச்சம்மா. அவன் புருஷன் காது கொடுத்துக் கேட்க முடியாத வார்த்தைகளால் ஏசினான்.

மெல்ல எழுந்து நின்ற நாகமணி சேலையில் படர்ந்திருந்த புழுதித் திட்டுகளை உதறிவிட்டு சீனுவைத் தூக்கிக்கொண்டு குடிசைக்குள் சென்றாள்.

கோடய்யா செத்துபோயிருந்தான்.

நாகமணிக்கு அழுகை வரவில்லை. துக்கம் ஏற்படவில்லை. சலனமேயின்றி அவன் உடலை வெறித்தாள். அவளும் ஒரு சவம் போல் வெளியே வந்தாள். "அய்யா. எம் புருசன் செத்துட்டான். அவனைப் புதைக்க பெரிய மனசு வச்சி யாராவது சகாயம் செய்யுங்கய்யா..."

"எவனும் வரமாட்டான். அவள் உடம்பை நாய் கூடத் தொடாது..." பகையுடன் சொன்னாள் லச்சம்மா.

மருத்துவமனை ஊழியனுக்கு பெரும் ஆசுவாசமாக இருந்தது. அப்பேட்டையை ஒரு பெரிய கண்டத்தினின்று காப்பாற்றிவிட்ட ஹீரோ போல பெருமிதப்பட்டான். லச்சம்மாவுக்கானால் அவன் சாட்சாத் கடவுளாகத் தென்பட்டான்.

"போற வழியில் முனிசிபாலிட்டிக்காரனிடம் தகவல் சொல்லிட்டுப் போறேன். அவங்களைத் தவிர வேற யாரும் செய்ய மாட்டாங்க இந்த வேலையை..."

"அவுங்க பொணத்த எடுத்திட்டுப் போவாங்கறயா?" சந்தேகத்துடன் கேட்டாள் லச்சம்மா. எவருமே அதற்குத் தயாராக இல்லாவிட்டால் அந்த உடலை குடிசையினின்று அப்புறப்படுத்துவது எப்படி எனும் பெரும் கவலை அவளுக்கு.

"எதுக்கு செய்யமாட்டாங்க? அழுகிப்போன நாய்க. பன்னிங்களை எடுத்து வீசறது அவங்கதானே?" என்றான் மருத்துவமனை ஊழியன்.

அனைவரையும் ஒரு முறை பெருமையுடன் பார்த்து திருப்தியுடன் தலை உயர்த்தி வேகமாய் நடந்தான்.

அவன் சென்ற ஒரு மணி நேரத்திற்கெல்லாம் முனிசிபாலிடி சிப்பந்திகள் இருவர் வந்தனர். சாலைத் துப்புறவுப் பணியாட்கள். அவர்களுடன் சக்கரம் வைத்த தள்ளுவண்டி.

"பொணம் எங்க..?" ஒரு ஊழியன் கேட்க...

அவர்களிடம் அநாதை சவம் என்று சொன்னார்களே தவிர உண்மையைக் கூறவில்லை.

அவர்கள் அங்கிருந்து நகர முற்பட்டபோது கூட்டத்தினின்று எவனோ இளவட்டக்காரன் கத்தினான். "அவன் எய்ட்ஸ் வியாதிக்காரன்..."

அவ்வளவுதான்.. அப்படியே நின்றுவிட்டார்கள்.

"எய்ட்ஸ் பொணமா..?" அதிர்ச்சியுடன் வாய் பிளந்தான் மற்றவன். பயத்தால் நாக்கு உலர்ந்து போயிருந்தது.

"ஆமா... டிவில கூடக் காட்டினாங்களாம். எங்களுக்கும் இப்பதான் தெரியும். கவர்ன்மெண்ட் ஆஸ்பத்திரியில் வேலை செய்யற ஆள் சொன்னார்..." கூட்டத்திலிருந்து ஒரு குரல்.

"அப்படின்னா நாங்க தொடமாட்டோம். முனிசிபாலிட்டியில் குப்பை அள்ளற ஆளுங்கன்னு அவ்வளவு கேவலமாயிட்டமா? நாங்களும் மனுசங்கதான்..."

"எவனும் தொடமாட்டான்னா அந்தப் பொணத்தை என் குடிசையிலர்ந்து வெளியில் கொண்டாறது யாரு?" திகிலுடன் கேட்டாள் லச்சம்மா.

"எங்களுக்குத் தெரியாது..."

செத்த மிருகங்கள எடுத்து வீசறீங்க இல்ல.. இவனையும் அப்படியே இழுத்துப் போடுங்க. நூறு ரூபா குடுக்கறேன்..."

"எங்களுக்கு பொண்டாட்டி புள்ளங்க இருக்காங்க. உசிரு மேல ஆசை இருக்கு. செத்த மிருகம்னா நாத்தம் அடிக்கும். கொஞ்ச நேரம் மூக்கைப் பொத்திட்டா சரி. எய்ட்ஸ் சவம்.. அந்த நாத்தத்துல எங்களுக்கும் அது வந்துடும். இந்த வேலையை நாங்க செய்ய மாட்டோம்னா மாட்டோம்..."

என்ன செய்வதெனத் தெரியவில்லை நாகமணிக்கு.

"நானும் நூறு குடுக்கறேன். சகாயம் செய்யுங்கண்ணே..."

பரிதாபமாய் இறைஞ்சினாள்.

"அத நீயே வச்சுக்க தாயி. நீங்க குடுக்கற நூறு எரநூறுக்காக எங்க உசிருங்கள காவு கொடுக்கணுமா..."

"முனிசிபாலிடிக்காரங்க நீங்க இந்தச் சனியன இழுத்துப் போவலன்னா எங்க ஏரியாவுல எல்லாருக்கும் எய்ட்ஸ் வந்துடாதா? உங்க மேல நாங்க கம்ப்ளைண்ட் குடுப்போம்..." இளைஞன் ஒருவன் மிரட்டினான்.

"என்னவாச்சும் செஞ்சுக்கங்க. எங்க வேலை போனாலும் பரவாயில்ல. உசிரு போகவிடமாட்டோம்..."

சக்கர வண்டியைத் தள்ளிக் கொண்டு அங்கிருந்து அவர்கள் நகர முற்பட்டபோது நாகமணி குறுக்கே வந்து நின்றாள்.

"அய்யா... நீங்க தொடக்கூட வேணாம். நானே எடுத்து வந்து வண்டியில வக்கறேன். வண்டியை இழுக்கக்கூட வேணாம் நீங்க. அதையும் நானே செய்யறேன். சகாயம் செய்யுங்கய்யா..." கை கூப்பிக் கெஞ்சினாள்.

"அவனை வண்டியில படுக்க வச்சா அவனோட சேர்த்து வண்டியையும் எரிக்க வேண்டியதுதான். இல்லன்னா அதையும் துண்டா உடைச்சி அவனுடன் மண்ணுல புதைக்க வேண்டியதுதான். இது ஒண்ணும் எங்க சொந்த வண்டி கிடையாது. கண்டபடி உடைச்சுப் போட. கவர்ன்மெண்டுக்காரங்களுக்கு என்ன சமாதானம் சொல்றது..." அவளைத் தள்ளிவிட்டு அவர்கள் போய் விட்டனர்.

நாகமணி உணர்வுகள் மரத்துப்போன நிலையடைந்து... சில கணங்கள்தாம்.. மனதைக் கல்லாக்கிக் கொண்டாள்.

"யாராவது ஒரு கடப்பாறையாச்சும் குடுப்பீங்களா?" கும்பலை நோக்கிக் கேட்டாள்.

இரண்டே நிமிடங்களில் அவள் முன் கடப்பாறை வீசப்பட்டது.

விறுவிறுவென குடிசைக்குள் நுழைந்தாள். சாமான்களையெல்லாம் மூட்டை கட்டினாள். கோடய்யாவின் உடல் எந்தத் துப்பட்டியில் கிடந்ததோ அதை அப்படியே நான்கு முனைகளையும் இணைத்து சடலத்தை மூட்டையாய்க் கட்டி அழுத்தமாய் முடிச்சு போட்டு தோளில் மாட்டிக் கொண்டாள். மிகவும் இலேசாக இருந்தது. சீனுவை எடுத்துக் கொள்ளும்போது இருக்கும் கனம்கூட இல்லை. இன்னொரு தோளில் சாமான் மூட்டையை மாட்டிக் கொண்டாள். கடப்பாரையை எடுத்துக்கொண்டு புறப்பட்ட, அவள் சேலைத் தலைப்பைப் பிடித்துகொண்டு பின்னாலேயே சீனு....

அவளுக்கு வழிவிட்டபடி பேட்டைவாசிகள் அலறியடித்துக் கொண்டு வெகு தொலைவில் போய் நின்று கொண்டனர். அவளை கொஞ்ச தூரம் நடக்கவிட்டு... பின் தொடர்ந்தனர். அவள் பேட்டையைத் தாண்டிவிட்டாள் என்பது உறுதியானதும் திரும்பி வந்தனர்.

அவள் அப்படியே நடந்து கொண்டே இருந்தாள். கொஞ்ச தூரம் நடந்ததும் மூட்டைகளை இறக்கி சற்றே ஆசுவாசப்படுத்திக்

கொண்டாள். பிறகு தோள்களில் மூட்டைகளை மாற்றிப் போட்டு கொண்டு கடப்பாரை, சீனுவுடன் நடக்கத் தொடங்கினாள்.

ரயில் நிலையம் தாண்டி தண்டவாளங்களையொட்டி அரை கிலோ மீட்டர் வரை நடந்தாள். இருமருங்கும் புதர்கள்... முட்செடிகள்... மரங்கள்... கண்ணுக்கெட்டிய தூரம் வரை மனித நடமாட்டம் தென்படவில்லை.

சேலைத் தார்பாய்ச்சிக் கட்டிக் கொண்டு கடப்பாரையால் மண்ணைத் தோண்ட ஆரம்பித்தாள். இளக்கனமான மண்.... உழைத்து உரமேறிய கைகள்.. சரசரவென பெயர்ந்து சிதறியது மண். அந்த மண்ணை இரு கைகளால் அள்ளி அள்ளி பக்கத்தில் போட்டாள்.

மனிதர்கள் மீதான ஆத்திரத்தையெல்லாம் மண்மீது காட்டினாள். மண்ணில் அவள் கடப்பாரையை இறக்கும் போதெல்லாம் ஒரு முறை டாக்டர் ராமகிருஷ்ணா, அடுத்த முறை லச்சம்மா... இன்னொரு முறை மருத்துவமனையில் கம்பால் கோடய்யாவை உருட்டித் தள்ளிய ஊழியர்கள்... இப்படி ஒவ்வொருவராய்.. அழுக்கு மனிதர்கள்... அருவருக்கத்தக்க மனிதர்கள்... எய்ட்ஸை விடக் கொடூரமான மனிதர்கள்... கட்டுக்கடங்கா ஆவேசத்துடன் அவர்கள் அனைவரின் மார்பிலும் கடப்பாரையால் ஓங்கிக் குத்தினாள்... ஆழமாய்த் தோண்டினாள்... பகையுடன்... ஆற்றாமையுடன்... தீயெனத் தகிக்கும் கோபத்துடன்...

பகல் பன்னிரண்டு மணி தாண்டிவிட்டது. வெய்யில் கூட ஈவிரக்கமற்ற மனிதர்கள் போல் தன் வீரியத்தை அத்திக்கற்றவர்கள் மீது காண்பித்துக் கொண்டிருந்தது. அவள் சேலை வியர்வையில் நனைந்துவிட்டது. கைகள் மட்டும் தோண்டுவதை நிறுத்தவில்லை. பள்ளத்தை அகலப்படுத்தியவுடன் கோடய்யாவின் உடலை அப்படியே துப்பட்டியுடன் அதில் இறக்கி மேலே மண்ணைப் போர்த்தினாள். அப்படிச் செய்யும்போது சீனுவும் அவளுக்கு உதவி செய்தான்.

மண்ணால் முழுவதும் மூடியதும் அப்பரப்பில் கால்களை வைத்து அழுத்திச் சமன் செய்தாள். எல்லாம் முடிந்ததும் கடப்பாரையை வீசியெறிந்துவிட்டு அச்சமாதியருகே அப்படியே சரிந்து உட்கார்ந்து விட்டாள்.

அக்கணம் மெல்ல எட்டிப் பார்த்த துக்கம்... அடி வயிற்றினின்று பீறிட்டுக் கிளம்பி... வெடித்துப் பொங்கி... அலை அலையாய்... பெரு வெள்ளமாய்... காட்டாற்று வெள்ளமாய்...

அனைத்தும் பெரும் சூன்யமாய்... ஆதங்கமாய்... வறட்சியாய்... ஜடமாய்... உணர்ந்தாள்... உட்கார்ந்திருந்தாள்.

சுதாரித்து எழுந்து நடந்தாள். நீள நெடுக நடந்து ரயில் நிலையம் அடைந்து அங்கிருந்த குழாயைத் திருப்பி கடகடவெனக் குடித்தாள். வயிறு நிரம்பக் குடித்தாள்.

கையில் ஐந்நூறு மிச்சமிருந்தது. சீனுவுக்கு பன் வாங்கிக் கொடுத்து அவள் டீ மட்டும் குடித்தாள்.

ரயில் நிலையம் பரபரப்புடன் காணப்பட்டது. விதவிதமான தொனியில் பல குரல்களின் இரைச்சல்.

மனிதர்களிடமிருந்து சற்றே தூரம் விலகி ஒரு சுவரில் சாய்ந்து உட்கார்ந்தாள். கடுமையான இடுப்பு வலி. சேலைத் தலைப்பை விரித்துப் படுத்துக் கொண்டவள் உடனே தூங்கி விட்டாள்.

விழிப்பு வந்தபோது பக்கத்தில் சீனு இல்லை. சாமான் மூட்டை மட்டும் அப்படியே இருந்தது.

கலவரமடைந்த நாகமணி எழுந்து பிள்ளையைத் தேடலானாள். யாராவது தூக்கிச் சென்றிருப்பார்களோ..? கீழே தவறி விழுந்து விட்டிருப்பானா, அப்படி நடந்திருந்தால் கூச்சலும் அலறலும் பெரிதாய்க் கேட்டிருக்குமே..? இருக்காது. வேடிக்கை பார்த்தபடி நடந்து வழி தெரியாமல் திண்டாடுகிறானா? பிரச்னை மீது பிரச்னை...? மூச்சுத் திணறியது அவளுக்கு. மறுபடியும் அடி வயிற்றினின்னு துக்கம் பீறிட்டது. அடக்கமுடியாமல் அழுதாள்.

காலையில் புருஷனைப் பறிகொடுத்து.. இப்போது பிள்ளையையும் தொலைத்தாகிவிட்டதா.. தான் எவ்வளவு பெரிய துரதிர்ஷ்டக்காரி..?

சட்டென ஓரிடத்தில் நின்று விட்டாள். சீனு நின்று கொண்டிருந்தான். அவன் பார்வை அங்கு உயரத்தில் பொருத்தப் பட்டிருந்த டிவி மீதிருந்தது. அம்மாவைப் பார்த்ததும் உற்சாகமாய்க் கத்தினான்.

"அம்மா... இங்க டிவி இருக்கு. பொம்மைங்க தெரியுது பாரு..."

சரேலெனப் பாய்ந்து பிள்ளையை அள்ளி நெஞ்சோடு அணைத்துக் கொண்டாள். தொலைத்துவிட்டோம் எனப் பயப்பட்ட பொக்கிஷம் கிடைத்துவிட்ட பரவசம் அவளுள்.

தலை திருப்பி டிவி பக்கம் பார்த்தாள். மிகப் பயங்கரமான பூதத்தைப் பார்க்க நேரிட்டது போல் சீனுவுடன் பிளாட்பாரத்தின் கோடிக்கு ஓடினாள்... டிவி ஒலி காதில் விழாத தூரம்...

வங்கியை அடைந்ததும் கிருஷ்ணமூர்த்தியைத் தேடினேன். கண்ணில் படவில்லை. உடம்பு சரியில்லையென லீவு போட்டிருக்கிறானாம்.

பிழைத்துப் போனான். இல்லையென்றால் அவனை ஒரு பிடி பிடித்திருப்பேன். ராஸ்கல்...! வாய்ப்பு கிடைக்கும்போதெல்லாம் ஏதோ ஒரு சாக்கு சொல்லி லீவு போட்டு விடுகிறான். பெண்டாட்டியுடன் சினிமா, ஹோட்டல் எனச் சுற்றிக்கொண்டு இருப்பவன். வாழ்க்கையை அனுபவிக்க வேண்டுமெனில் ஏதோ ஒரு சிறிய வேலையில் இருப்பதே நல்லதோ என்னவோ? அவ்வளவாய் பொறுப்புகள் இருக்காது. இலக்குகள் இருக்காது. அவற்றை எட்டிப் பிடிப்பதற்கான ஓட்டம் இருக்காது. கெடுபிடி அழுத்தங்கள் இருக்காது.

பகல் உணவு இடைவேளையின்போது சக ஊழியர்களின் பேச்சு எய்ட்ஸ் பக்கம் திரும்பியது.

ஜான்சன் 'புரொபேஷனரி' ஆபீசர். உண்மையான கிறிஸ்துவன் எப்படி இருக்க வேண்டுமென அனைவரும் அவரைப் பார்த்துத் தெரிந்து கொள்ளலாம்.

"எங்க பைபிளில் பிரளயம் எப்படி வருகிறதெனச் சொல்லப் பட்டிருக்கு. அப்படி இல்லயென்றால் எந்த கிரகமாவது நம் பூமியுடன் மோதினால் மனித இனம் அழிந்து போகும் என நினைத்துக் கொண்டிருந்தேன். ஆனால் இப்போது என்ன தோன்றுகிறதென்றால் எய்ட்ஸ் ஒன்று போதும்.. இந்த உலகத்தைச் சுத்தமாய் அழித்துப் போட. அணுகுண்டைவிடக் கொடியது அது. இப்போதே ஆப்பிரிக்காவின ஜனத்தொகையில் பாதிக்கு

மேல் ஹெச்ஐவி தாக்கியவர்களாகவோ எய்ட்ஸ் நோயாளிகளாகவோ இருக்கிறார்களாம். நம் நாடு உலகத்தில் இரண்டாம் இடத்தில் உள்ளது. இது இப்படியே தொடர்ந்தால் மிக விரைவில் நாம் முதலிடத்திற்கு வந்துவிடுவது நிச்சயம்...” மிகுந்த ஆதங்கத்துடன் கூறினார் ஜான்சன்.

“சார்... எனக்கொரு சந்தேகம். ஹெச்ஐவி என்பது நிஜமாகவே இருக்கிறதா..?” ரமணமூர்த்தி கேட்க...

அக்கேள்வி அனைவரையும் வெகுவாய் வியப்பிலாழ்த்தியது. ரமணமூர்த்தி முதுகலைப் பட்டதாரி. குமாஸ்தாவாகச் சேர்ந்து நான்கைந்தாண்டுகளாகின்றன.

“இவ்வளவு விசித்திரமான சந்தேகம் ஏன் வந்தது உங்களுக்கு?” ஜான்சன் கேட்டார்.

“இதெல்லாம் நன்றாக முன்னேறிய நாடுகளின் அரசியல் குயுக்திகள். சில நாடுகளைப் பலவீனப்படுத்துவதற்காக இப்படிப்பட்ட வதந்திகளைப் பரப்பி விடுவதாக யாரோ சொன்னதாக ஞாபகம். இப்படி இல்லாத பொல்லாத புரளியெல்லாம் கிளப்பி பீதி ஏற்படுத்தினால் ஆணுறை தயாரிக்கும் நிறுவனங்களுக்கு கொள்ளை லாபம் கிடைக்குமென இதே வேலையாய் எய்ட்ஸ் பூதத்தை ‘ஐ மாக்ஸ்’ ஸ்க்ரீன் மீது வெளிச்சம் போட்டுக் காண்பிக்கிறார்களென இன்னொரு வாதமும் உண்டு. அதனால்தான் கேட்டேன்...”

“மெத்தப் படித்தவர்களே இப்படி முட்டாள்தனமாய்ச் சிந்திக்கத் தொடங்கினால் படிப்பறிவற்றவர்களைப் பற்றி என்ன சொல்வது? இன்னும் இருபத்தைந்தாண்டுகளில் நாற்பது வயது தாண்டிய எவரும் உயிர்வாழ மாட்டார்கள். குழந்தைகளெல்லாம் எய்ட்ஸுடன்தான் பிறக்கும்...”

“அதற்குள் இந்த வியாதிக்கு மருந்தோ தடுப்பூசியோ கண்டு பிடித்து விடுவார்கள்...”

“சொல்ல முடியாது. மருந்துகள் கண்டுபிடிக்கும் முயற்சிகளுக்காக அரசாங்கங்கள் கோடி கோடியாய் பணம் விநியோகித்துக் கொண்டிருக்கின்றன. ஹெச்ஐவியை இப்படித்தான் என அறுதி இட்டு கூற முடியாது... கணங்களில் தன் உருவை மாற்றிக்கொள்ளக் கூடிய ரிட்ரோ வைரஸ் அது. அதனால்தான் அதற்கு தடுப்பு மருந்து கண்டுபிடிப்பதென்பது சிரமமாகிக் கொண்டிருக்கிறது...”

“நீங்கள் என்னவோ எய்ட்ஸுக்கு மருந்தே கிடையாதெனச் சொல்லிக் கொண்டிருக்கிறீர்கள். விஜயவாடாவில் ஒரு டாக்டர் இந்த வியாதியை நிச்சயம் குணப்படுத்த முடியுமென்று பரவலாய் பிரசாரம் செய்து கொண்டிருக்கிறார். நம் ஹைதராபாத்தில் கூட சிக்கடபல்லியில் உள்ள ஒரு டாக்டர் தன்னிடம் எய்ட்ஸ் மருந்துகள் இருப்பதாகச் சொல்கிறார்...”

“எல்லாமே ஏமாற்றுவேலை. மோசடி. எய்ட்ஸுக்கு மருந்தே கிடையாது. அதிர்ஷ்டவசமாய் அப்படி ஏதாவது மருந்துகள் கண்டுபிடித்தாலும் அது மனித இனப் பயன்பாட்டிற்கு வருவதற்கு பத்து பதினைந்தாண்டுகள் ஆகலாம். இவ்வியாதி தொற்றிக் கொண்டால் இறுதியில் சாவு ஒன்றுதான் சரணாகதி. விதவிதமான நோய்களுக்கு உடம்பு இருப்பிடமாகி விடுகிறது. நோய்ப் புற்று என்கிறார்களே... அப்படி...”

என் உடம்பெல்லாம் நடுக்கம் பரவியது. பீதியேற்பட்டது. இந்த உரையாடலை இத்துடன் நிறுத்திவிட்டால் நன்றாக இருக்குமே எனத் தோன்றியது.

சாப்பாட்டை பாதியிலேயே விட்டு எழுந்து கொண்டேன்.

“இதற்கு மருந்து கண்டுபிடிக்கும் முயற்சியில் சில தொண்டர்கள்... சமூகப் பரிவாளர்கள்... தம் உடலில் ‘லைவ் வைரஸ்’ ஏற்றிக் கொண்டிருக்கிறார்கள் தெரியுமா. எவ்வளவு பெரிய தியாகம்! இந்த வேள்வியில் அழிந்து கரைந்து போகும் மெழுகுவத்திகள் எத்தனை எத்தனையோ! சரித்திரத்தில சாசுவதமாய் இருக்கக் கூடிய தியாகம்..” என்றார் ஜான்சன்.

“கர்ப்பிணிகளுக்கு எய்ட்ஸ் இருந்தால் பிறக்கவிருக்கும் சிசுக்களுக்கும் அது பரவாமல் தடுக்கும் மருந்துகள் இருக்கின்றன என டிவியில் விளம்பரங்களைப் பார்த்தேன்...” ரமணமூர்த்தி

“ஆன்டி ரிட்ரோ வைரஸ் டிரக்ஸ் பயன்படுத்தினால் இது சாத்தியமாகும் என நினைக்கிறேன். உலக ஆரோக்கிய அமைப்பு எய்ட்ஸை உயிருக்கு ஆபத்தான வியாதிப்பட்டியலிலிருந்து நீக்கி நீண்ட கால வியாதிப்பட்டியலில் சேர்த்து விட்டார்கள். இவ்வளவு முக்கியான அம்சத்தில் தகுந்த பிரச்சாரம் மேற்கொள்வதில் ஏன் எல்லோரும் அலட்சியமாக இருக்கிறார்களெனப் புரியவில்லை...” வருத்தத்துடன் கூறினார் ஜான்சன்.

அங்கிருந்து நகர்ந்து விட்டேன் நான். அலுவலக வேலை மீது ஏகத்துக்கு அலுப்பாக இருந்தது. என்னுள் இவ்வளவு எரிச்சல்.. கோபம் ஒளிந்திருப்பது எனக்கே தெரியாது. எதிரிலிருந்த பேப்பர் வெயிட்டை எடுத்து வீச வேண்டும் போல் ஆவேசம். கையொப்பத்திற்காக வந்த காசோலைகளை சுக்கு நூறாக்க வேண்டும் போலிருந்தது. கௌண்டரிலுள்ள கம்ப்யூட்டர்களை உடைத்து நொறுக்க வேண்டும் போல் வெறி ஏற்பட்டது. முடியைப் பிய்த்துக் கொள்ள வேண்டும் போல் ஆத்திரம்... உரக்கக் கத்த வேண்டும் போல் ஆற்றாமை.. யாரையாவது கண்மண் தெரியாது அடித்து உதைக்க வேண்டும் போல் உணர்வுக் கொந்தளிப்பு... இத்தனையும் மீறி ஒரேடியாய்ச் செத்துவிட வேண்டும் போல் கையாலாகாத்தனமான கழிவிரக்கம்...

தொலைபேசி ஒலித்தது.

"ஹாய் குமார்...?"

...சுதீரா...!"

யாருடய குரல் கேட்கவேண்டுமென ஒரு காலத்தில் துடியாய்த் துடித்தேனோ... நாட்கணக்கில் பரிதவித்து ஏங்கி எதிர்பார்த்துக் கொண்டிருந்தேனோ... அவள்...? சுதீரா!

தொலைபேசி அழைப்பைத் துண்டித்துவிட்டேன்.

மறுபடியும் ஒலித்தது. கடன்காரி... விடவே மாட்டாளா? அடி மரண தேவதையே...? என்னைத் துரத்தித் துரத்தி... சாதித்து.. பாதித்து.. நான் செத்துப் போகும்வரை இப்படித்தான் இம்சித்துக் கொண்டே இருப்பாயா ராட்சசி...

மீண்டும் துண்டித்தேன். மீண்டும் ஒலித்தது. சக ஊழியர்கள் தலை திருப்பி கேள்வியுடன் நோக்கினர் என்னை. இனி நன்றாக இருக்காதென எழுந்து கொஞ்ச தூரம் சென்று சுதீரா பேசுவதற்குள் நானே கேட்டேன் எரிச்சலுடன்.

"என்ன...?"

"எப்படி இருக்கே?" அக்குரலில் இனிமை இல்லை. கடற்கரையில் நின்று கொண்டு பாடும்போது வீணை இசை போல் மதுரமாய் ஒலிக்கும் குரல் இப்போது துயரத்தை நிரப்பிக்கொண்டு.. மெல்லிய சோகம்... பனிக்கத்திபோல் மெல்ல இதயத்துள் இறங்கும் கூர்மையுடன்...

பதில் சொல்லவில்லை நான்.

“எரிச்சலாய் இருக்கா? சரி... இனிமேல் தொந்தரவு செய்ய மாட்டேன். இதுதான் கடைசி முறை...”

நெஞ்சில் பால் வார்த்தாய் தாயே...! ஆசுவாசமாக இருந்தது.

“நீ வருவேன்னு எதிர்பார்த்துக் கொண்டிருந்தேன்...” அவள் குரலில் நஞ்சு கலந்து விட்டாற்போன்ற வேதனை.

“எங்கே..?”

“எங்கே என்ன.. சென்னைக்குதான். என்னைப் பார்க்கணும்னு..”

“ரொம்ப பிஸியா இருக்கேன்...”

“என் லெட்டர் கிடைத்ததா?”

“எந்த லெட்டர்?”

ஐயோ... கடிதம் வேற எழுதியிருக்கிறாளா என்ன? எதுவும் வரவில்லையே? யாராவது வாங்கிப் படித்திருப்பார்களா? என்னும் பதற்றம் கூடியது. பேரலையாய்ப் பொங்கியெழுந்த கலவரம்.

அனைவரின் பார்வையில் நான் ஸ்ரீராமசந்திரன் அல்லவா...? அப்பிம்பம் உடைந்து விடும் எனும் அச்சம். என்னுள் குடிபுகுந்துள்ள மர்மநோய்... அப்பயங்கர வியாதி பற்றி அக்கடிதத்தில் குறிப்பிட்டிருப் பாளா? எப்போது எழுதினாள்? கடிதத்தொடர்பு கூடாது எனும் இங்கிதம்கூட இல்லையே. அவள் எதற்கும் துணிந்தவள்... சரி... என்னைக் கூட அக்குழியில் இறக்குகிறாளா? எங்கும் சேறு... உடம் பெல்லாம் அழுக்கு. கழுவிக் கொள்வதற்கும் வாய்ப்பற்ற கழிவு. எதுவும் எவருக்கும் தெரியவரக் கூடாதெனும் அடிவயிற்றுப் பிறாண்டல்.

“லெட்டர் எப்ப எழுதினே?”

“முந்தாநாள் போஸ்ட் செய்தேன். ஸ்பீட் போஸ்ட். நேற்றே உனக்குக் கிடைத்திருக்க வேண்டும்...”

“வரலே...”

இப்போது சற்றே நிம்மதியாக இருந்தது. ஸ்பீட் போஸ்ட்...? புத்திசாலிதான். கடிதம் என் கைக்குதான் வரும். நேற்று லீவு போட்டுவிட்டு வெளியே சென்ற சங்கதி சட்டென நினைவுக்கு

வந்தது. கண நேரம்தான் நிம்மதி. மீண்டும் கலவரம். நேற்று யாராவது வாங்கிக் கொண்டார்களா? என்னிடம் கொடுக்க மறந்து விட்டார்களா.. வேண்டுமென்றே கொடுக்கவில்லையா?

“ஓ... அப்படின்னா உனக்கு விஷயம் தெரியாதுன்னு சொல்லு...”

“எந்த விஷயம்?”

“ஒண்ணுமில்லே. உன்னை எரிச்சல் படுத்தமாட்டேன். உன்னுடன் பேசுவது இதுதான் கடைசின்னு சொன்னேன் இல்லே? உன்னிடமிருந்து நிரந்தரமாய்ப் பிரியப்போறேன்... கொஞ்சம் அன்பாய்ப் பேசலாமில்லையா?”

“பேச என்ன இருக்கு?”

எதிர் பக்கம் மௌனம். சில கணங்களுக்குப் பின்....

“பேச நம்மிடை எதுவுமே இல்லையா குமார்? மனிதர்கள் என்றால் ரொம்பப் பிடிக்கும் எனக்கு. நான் மனதார நேசித்தவர்களுடன்தான் என் உடம்பைப் பகிர்ந்து கொண்டேன். உன்னுடனும் அப்படித்தான். என் மீது உனக்கு காதல் இருக்கா இல்லையான்னு எனக்குத் தெரியாது. ஆனால் ஒரு வேண்டுகோள். உனக்கு என் மீது அன்பு இல்லேன்னாலும் பரவாயில்லை. என்னை வெறுக்க மட்டும் செய்யாதே. அருவருப்பாய்ப் பார்க்காதே. என்னால் தாங்கிக்க முடியாது...”

“அப்படியெல்லாம் ஒன்றுமில்லை...” சுருக்கமாய்ச் சொன்னேன்.

“வேலையை அப்படியே விட்டுட்டு வந்திருக்கேன். வேறென்ன?” எவ்வளவு விரைவில் விடுவித்துக் கொண்டால் அவ்வளவு நல்லது.

“வேலையைப் பாதியில் விட்டதற்கே இவ்வளவு ஆதங்கப் படறயே. வாழ்க்கையை பாதியில் விட்டுட்டு ஒரேடியாய்ப் போகப் போகிறவர்களின் மனநிலை எப்படி இருக்கும்னு எப்போதாவது யோசித்ததுண்டா?”

எதுவும் பேசவில்லை நான். அம்முனையில் மீண்டும் நிசப்தம். கணங்கள் நகர...

மிக மெல்லிய குரலில் “குட் பை...” என்றாள் சுதீரா. எங்கோ தொலைதூரத்திலிருந்து ஒலிப்பது போல் அந்தக் குரல்..

ஏற்கெனவே எரிச்சலில் இருந்தவனை சுதீராவின் அழைப்பு மேலும் வெறுப்பேற்றி விட்டது.

“மேடத்திடமிருந்தா சார்?” ஆறு மாதத்திற்கு முன்புதான் வேலையில் சேர்ந்திருந்த நவீனா சிரித்தபடி கேட்டாள்... ஏகத்திற்கு குறும்பு அக்கேள்வியில். ஆந்திரா யூனிவர்சிடியில் எம்.எஸ்ஸி. பிஸினஸ் செய்துள்ள நவீனா வங்கித் தேர்வுகளில் தேர்வு பெற்று... ஹைதராபாத் கிளை வேண்டுமெனக் கேட்டுப் பெற்று... சிவில் சர்வீஸ் தேர்வுகளுக்காகத் தயாராகிக் கொண்டிருக்கிறாள். மென்மையும் அழகும் அறிவும் ஒருங்கிணைந்து... மிக நாகரிகமாகவும் நடந்து கொள்வாள். அதிக உரிமை எடுத்து கொண்டு பழகும் சுபாவம் ஒன்றுதான் இவளிடம் எனக்குப் பிடிக்காத அம்சம்.

“ஏன் இப்படிக் கேட்கிறீங்க?”

“இல்லை... எந்த ‘கால்’ வந்தாலும் சீட்டில் உட்கார்ந்துதான் பேசுவீங்க.. இப்ப எழுந்துபோய் தூரமாய் நின்று பேசியதால் உங்களுக்கு ரொம்ப நெருக்கமானவங்களோன்னுதான்...”

“கௌண்டரில் உட்கார்ந்துகொண்டு கஸ்டமர்களைக் கவனிப்பதை விட்டு இதென்ன வேவு பார்க்கற வேலை...? நீ இன்னும் கிளார்க்தான். ஐ.ஏ.எஸ். ஆயிடலே...” சற்று கடுமையாகத்தான் சொன்னேன்.

“மேடத்திடமிருந்து ஃபோன் வந்தால் உற்சாகமாய் இருப்பாங்களே தவிர இப்படி எரிச்சல் படறவங்களை எங்கேயும் பார்த்ததில்ல நான். உங்களுக்குள்ளே டிஷ்யூம் டிஷ்யூமா?” ‘வித்ட்ராயல் ஃபார்ம்’ வாங்கி கம்ப்யூட்டரில் பதிவு செய்தபடி கேட்டாள். “இப்ப வந்த கால் கேர்ள் ஃபிரெண்டா?” அதே குறும்புச் சிரிப்பு.

இதயத்துள் ஒரு அதிர்வு. சில கணங்கள்தாம். சுதாரித்துக் கொண்டேன். ஆறு மாதங்களாய் கவனித்துக் கொண்டிருக்கிறேன். எல்லோரிடமும் அவள் இப்படித்தான் கலகலவெனப் பேசிக் கொண்டிருப்பாள். எந்நேரமும் வம்பிழுத்துக் கொண்டிருப்பாள்.

“ரொம்ப சீரியாஸாய்... முகத்தை உர்ரென வைத்து கொண்டு வேலை செய்தால் சீக்கிரம் சோர்ந்து போய்விடுவோம் சார். ஜாலியா இருந்தா சிரமம் தெரியாது...” என்பாள்.

நவீனா இருக்கும் வரை சூழல் கலகலப்பாக இருக்கும். அவள் லீவு போடும் நாட்களில் வங்கியில் வெறுமை தெரியும்.

அவள் அப்படிக் கேட்டதற்கு தோள்களைச் சுருக்கிக் கொண்டு முகத்தில் சிரிப்பை ஒட்டவைத்துக் கொண்டு "பேசாமல் வேலையை கவனி..." என்று அதட்டினேன்.

அப்படிச் சொல்லிக்கொண்டே கௌண்டர் முன் எத்தனை பேர் இருக்கிறார்கள் எனப் பார்த்தேன். 'பிஸினஸ் அவர்ஸ்' முடிய இன்னும் அரை மணி நேரம் இருந்தது.

கௌண்டர் அருகே நின்றிருந்த ஒரு வாடிக்கையாளரைப் பொதுவாய்ப் பார்த்துவிட்டு என் வேலையில் ஈடுபட முற்பட்ட போது ஏதோ ஓர் உந்துதலில் மறுபடியும் தலை உயர்த்திப் பார்த்தேன்.

மாதுரி...? சற்றே தூரமாய் நின்று என்னையும் நவீனாவையும் மாறி மாறிப் பார்த்து கொண்டிருந்தாள்.

மாதுரி வங்கிக்கு மிக அரிதாகத்தான் வருவாள். ஏதாவது அவசரம் நேரிட்டால் தொலைபேசியில் தொடர்பு கொள்வாளே தவிர இப்படியெல்லாம் வந்ததில்லை.

எனக்கு ஏனோ பயமாக இருந்தது. அவசரம் அவசரமாய் எழுந்து கௌண்டர் தாண்டி வெளியே வந்தேன்.

மாதுரி முகத்தில் ஒரு விந்தையான ஒளி... ஒரு புதிர் விடுபட்டாற்போல்... ஒரு விடுகதைக்கு விடை கண்டுபிடித்தாற் போல்... ஒரு பெரிய இரகசியத்தைத் தெரிந்து கொண்டது போல்...

"என்ன... ஏதாவது பிரச்னையா...?"

"ஒன்னுமில்லை..." சலனமற்ற குரலில் கூறினாள்.

"பின்ன ஏன் ஆபீஸ் வரை வந்திருக்கே?"

"ஏன்... வரக்கூடாதா?"

அவள் எப்போதும் இத்தினுசில் பேசியதில்லை. இது புதிது எனக்கு.

"வரக்கூடாதுன்னு இல்லே. காரணம் தெரிஞ்சுக்கலான்னுதான்..."

“கடை வீதிக்குப் புறப்பட்டேன். வழியில்தானே உங்க பேங்க். உங்களைப் பார்த்துட்டுப் போகலாமேன்னு... ஏன்... தப்பா? உங்களுக்கு பிரச்னை எதுவுமில்லையே...?”

“ஐயோ.. இதில் என்ன பிரச்னை..?” அவளுடன் பேசியபடி வெளியில் வந்தேன்.

கொஞ்ச தூரம் நடந்திருப்போம். “அந்தப் பெண்தானே?”

“எந்தப் பெண்?”

“அதான்... கௌண்டரில் கஸ்டமர்ஸ் இருந்தாலும் பின்னால் திரும்பி உங்களுடன் சிரித்துச்சிரித்துப் பேசிக் கொண்டிருந்தாளே... அவள்தான்... துணிச்சல்காரிதான். அத்தனை பேர் இருக்கும்போது உங்களுடன் அரட்டையடித்துக் கொண்டிருக்கிறாள் என்றால்...”

“ஓ... நவீனா?”

“நவீனா.. பெயர் ரொம்ப நல்லா இருக்கு. பெயர் போலவே பெண்ணும் அழகுதான். முல்லைப் பூப்போல் நாசூக்காய் இருக்கா. என்னைவிட அழகா இருக்கா. வயதிலும் சின்னவ. என்னிடம் என்ன இருக்கு... பழைய புளியங்காய்த் தொக்கு. இரு பிள்ளைகளைப் பெற்றவள்...” அழ ஆரம்பித்தாள் மாதுரி. யாராவது கவனித்துக் கொண்டிருப்பார்களோ என்னும் பதற்றத்துடன் அப்படியும் இப்படியும் பார்த்தேன்.

“என் சந்தேகம் நிஜமாகிவிட்டது. குழந்தைகள் பிறந்தப்புறம் ஆம்பிள்ளைங்களுக்கு பெண்டாட்டி மேல் மோகம் தீர்ந்துவிடும், எச்சரிக்கையாய் இருக்கணும்னு எங்கம்மா சொல்லிட்டே இருப்பாங்க. ‘செவன் இயர்ஸ் இட்ச்’னு சொல்வாங்களே, அது சரியாயிட்டது உங்க விஷயத்தில். பத்து வருடம் கூட ஆயிட்டது. அதனால்தான் என்னைவிட அழகான ஒரு சின்னப் பெண்ணின் வலைக்குள் விழுந்திருக்கீங்க. வெளியில் இவ்வளவு சுவையான உணவு கிடைக்கும்போது, வீட்டுச் சாப்பாடு உப்பு உறைப்பில்லாமதான் தெரியும். சரியான அசடு நான்..” தாரை தாரையாய்க் கண்ணீர் வடித்தாள்.

“பைத்தியம்போல் பேசாதே... படிக்காத முட்டாள்போல் நடந்துக்கறே. இது நடுத்தெருவுன்னு மறந்துட்டியா? அந்தப் பெண் ஆறு மாசம் முன்தான் கிளார்க்காய் சேர்ந்தாள்...”

“ஓ...? ஆறு மாதத்திற்குள்ளேயே இவ்வளவு வலுவான பிணைப்பு ஏற்பட்டிருக்கா?”

“ஷட்அப்... வாய்க்கு வந்தபடி உளறாதே...”

“நீங்களும் ஷட்அப்... நான் என்ன எதற்கும் கையலாகாதவளா? உங்களால்தான் இரு பிள்ளைகளைப் பெற்றேன். கல்யாணமான புதிதில் நானும் நாசூக்காய்த்தான் இருந்தேன். இரண்டு பிரசவம் நடந்த பின் உடம்பில் மாற்றங்கள் வராமல் தளதளத்து கொண்டிருக்குமா என்ன..? அவள் போதையில் விழுந்துதானே நான் எதற்கும் லாயக்கற்றவள்னு ஒரேடியா ஒதுக்கி வச்சிட்டீங்க? இருபத்தொன்றாம் நூற்றாண்டுப் பெண் நான். நீங்க என்ன செய்தாலும் வாய் மூடிக் கிடக்கமாட்டேன். டைவர்ஸுக்கு அப்ளை செய்யப் போகிறேன்...”

“ப்ளீஸ் மாதுரீ. ஜனநடமாட்டம் உள்ள இடம். எல்லாம் வீட்டில் போய்ப் பேசிக்கலாம்..”

“இன்று ஏதோ ஒரு முடிவு தெரிந்தே தீரணும்.” அப்பக்கமாய் வந்த காலி ஆட்டோவை நிறுத்தி சரேலென ஏறிக் கொண்டாள்.

அவள் சென்ற பிறகு நீண்ட நேரம் அங்கேயே ஜடமாய் நின்று கொண்டிருந்தேன்.

இக்குழப்பங்களை எப்படிச் சமாளிப்பது என மலைப்பாக இருந்தது. இந்த அகண்டப் பிரபஞ்சத்தில் நான் தனியாள். என் துணையென எவருமில்லை. என் பிரச்னை குறித்து எவருக்கும் அக்கறையில்லை.

மாதுரியிடம் அனைத்தையும் சொல்லிவிடுவதே நல்லதெனப் பட்டது. ஐயோ... அவளால் அதைத் தாங்கிக்கொள்ள முடியுமா? அதைவிட இப்படி என் மேல் சந்தேகப்பட்டு... ஆத்திரமடைந்து... என்னை வெறுப்பதே நல்லது. பகைவனுக்குக்கூட இப்படியான தண்டனை கூடாது. ஏதோ கான்சரோ க்ஷயமோ வந்து படுக்கையில் தள்ளிவிட்டால் அனுதாபமாவது கிடைக்கும். எய்ட்ஸ் என்றால் அருவருத்து... முகத்தில் காறி உமிழ்ந்து செல்ல மாட்டார்களா...

ஒரு பழைய சினிமாவில் ஒரு இளைஞனின் நெற்றியில் ‘இவன் அப்பா திருடன்...’ என பச்சை குத்துகிறார்கள். என் பிள்ளைகள் மேல் “இவர்கள் அப்பா எய்ட்ஸ் வியாதிக்காரன்” என்று சமூகம் எழுதிவைக்குமோ என்னவோ..

வேண்டாம்... சொல்லமாட்டேன். எவரிடமும் சொல்ல மாட்டேன். எவருக்கும் தெரியவிடமாட்டேன். எத்தனை இன்னல்கள் எதிர்பட்டாலும் சரி.

மாதுரி உண்மையாகவே பிரிந்து விடுவாளா? ஐயோ... அப்படி நடந்தால் என்னால் வாழ முடியுமா? ஆனாலும் நான் வாழப் போவதில்லையே? விரைவில் இறக்கப் போகிறவன். இந்த உலத்தை விட்டு ஒரேடியாகப் போகப்போகிறவனுக்கு இதெல்லாம் ஒரு கணக்கா.

செத்துப்போகும் வரையாவது பெண்டாட்டி பிள்ளைகளுடன் நிம்மதியாக இருக்க வேண்டுமென நினைப்பது சகஜம்தானே. என் குழந்தைகள் என் உயிர். மாதுரி என் சர்வமும் ஆவாள். இவர்களை விட்டு இருக்க முடியுமா?

மாதுரி மிகுந்த ஆவேசத்துடன் அங்கிருந்து போய்விட்டாள். பெண்கள் உணர்ச்சிமயமானவர்கள். ஏதாவது விபரீத முடிவுக்கு வந்துவிட்டால்..?

இந்த எண்ணம் அச்சமாய் மாறுவதற்கு அதிக நேரமாகவில்லை.

வங்கியை நோக்கி வேகமாய் நடந்தேன். மிச்சமிருந்த இரண்டு செக்குகளில் கையெழுத்திட்டேன்.

“வந்தது மேடம்தானே?” — நவீனா.

“ஆமாம்.” அவள் பக்கம் தலையைத் திருப்பாமல் சொன்னேன்.

“ரொம்ப அழகா இருக்காங்க. அப்படியானால் கொஞ்ச நேரம் முன்பு வந்த ஃபோன் கால் கண்டிப்பா உங்க கேர்ள் ஃபிரெண்டாத்தான் இருக்கணும்...”

அவள் மீது அளவில்லாக் கோபம் ஏற்பட்டது.

“ஷட் அப். நீ பேசிக்கொண்டிருப்பது உன் சுபீரியரிடம். ஞாபகம் இருக்கட்டும். லிமிட் தாண்ட வேண்டாம்...” உரக்கக் கத்தினேன்.

நவீனாவின் விழிகளில் மிரட்சி தென்பட்டது. நான் அப்படிப் பேசுவேன் என்று அவள் சற்றும் ஊகித்திருக்க மாட்டாள்.

எப்போதும் தன்மையாய்ப் பழகும் நான் அவ்வளவு கடுமையாய்ப் பேசியது கண்டு மற்ற ஊழியர்களுக்கும் வியப்பு ஏற்படுத்தியிருக்கும்.

மானேஜரிடம் அனுமதி பெற்று வீட்டிற்குச் சென்றேன்.

மாதுரி எங்கள் அறையில் படுத்திருந்தாள்.

"வேலையை விட்டு வந்திருக்கீங்களே. நான் ஏதாவது செய்து கொண்டு விடுவேன்னு பயமா? அவ்வளவு முட்டாளும் கிடையாது. தப்பு செய்தது நீங்க. ஒரு வேலை தேடிக் கொள்ளத் தேவையான படிப்பு எனக்கும் உண்டு. என்னால் வாழ முடியும். என் பிள்ளைகளைப் பார்த்துக்க முடியும்..."

"ப்ளீஸ் மாதுரி. ஸ்கூலிலிருந்து பிள்ளைகள் வரும் நேரம். நாம் இப்படி சண்டை போட்டுக்கொள்வது நல்லதில்லை."

"இங்க பாருங்க. உங்களை எனக்கு மிகவும் பிடிக்கும். உங்கள் மீது அன்பு ஆசை மரியாதை எல்லாம் உண்டு. அதற்காக நீங்க என்ன செய்தாலும் தலை குனிந்துகொண்டு ஒரு அடிமை போல் உங்க காலடியில் விழுந்து கிடக்கும் பெண்ணில்லை நான். அக்காலம் மலையேறிவிட்டது. இப்படி வாக்குவாதம் செய்து.. நாய்கள் போல் சண்டை போட்டபடி காலம் தள்ளுவது எனக்கும் உடன்பாடில்லை. அது அசிங்கம்கூட. இனிமேல் ஒருவருக்கொருவர் மரியாதையுடன் நடந்து கொண்டு கௌரவமாய்ப் பிரிந்து விடலாம். இரு தரப்பிலும் மனப்பூர்வமான விவாகரத்து..."

"மதூ.... என்ன இது... உன் மீதும் குழந்தைகள் மீதும் நான் எவ்வளவு பாசம் வச்சிருக்கேன்னு உனக்குத் தெரியாதா... பிரிந்தெல்லாம் நம்மால் வாழ முடியும்னு பேச்சளவில் கூட எப்படி முடிகிறது உன்னால்...?"

'மாதுரி... நான் சொல்வதெல்லாம் உண்மை. நம்பு மாதுரி. நீயும் குழந்தைகளும்தான் என் உலகம். எப்படி எடுத்துச் சொன்னால் உனக்கு நம்பிக்கை ஏற்படும்...' என் மனம் ஊமையாய் ஓலமிட்டது.

"இவ்வளவு காலம் அந்தப் பிரமையில்தான் இருந்தேன். இப்ப தானே உண்மைகள் கொஞ்சம் கொஞ்சமா வெளியில் வந்துட்டிருக்கு"

அசட்டு மதூ... அசலான உண்மை உனக்கு எப்போதும் தெரியவிடமாட்டேன்...

"உன்னை எப்படி நம்பவைப்பதெனத் தெரியவில்லை. நீயும் பிள்ளைகளும் என் உயிர்.." கிளிப்பிள்ளை போல் திரும்பவும் சொன்னேன்.

"சரி... அப்ப அந்த நவீனா..?"

"ஐயோ... அவளுடன் எனக்கு எந்தச் சம்பந்தமும் இல்லை, மாதுரி. நீ நினைப்பது போல் எங்களுக்கு நடுவில் எதுவுமில்லை. நம் பிள்ளைகள் மேல் ஆணையிட்டு சொல்றேன்..."

"சரி... நவீனா இல்லை. அப்ப உங்களைத் தன் தலைப்பில் முடிந்து வைத்திருக்கும் அவள் யார்? இல்லே... சுடிதார் துப்பட்டாவில் சுற்றிக்கொண்ட பெண் என்று சொல்லட்டுமா? யார் அவள்?"

"அப்படி யாரவாது இருந்தாத்தானே...?"

"நான் நம்பமாட்டேன். நீங்க யார் மீது சத்தியம் செய்தாலும் நம்பமாட்டேன். நீங்க என்னைத் தொட்டு நாலு மாசத்துக்கு மேலாயிட்டது. கல்யாணமான ஒரு ஆண் நாலுமாசமாய் சந்நியாசி போல் நடந்து கொள்வது நம்பும்படியாகவா இருக்கு?"

"முடியும்... இதோ நானிருக்கேனே..."

"இல்லை. உங்களுக்கு அத்தொடர்பு இல்லை. ஆனால் வேறு பெண்ணுடன் சந்தோஷமா இருக்கீங்க..."

"யாருடனும் எதுவுமில்லை மதூ. எனக்கு உடம்பு சரியில்லேன்னு சொன்னேன் இல்லே...?"

"புல் ஷிட். ஏதோ ஒரு சாக்கு. வெளியில் கிடைக்கும் சுவைக்குப் பழகிட்டீங்க. அங்கேயே வயிறு நிரம்பியாறது. அதுதான் சங்கதி..." அவள் விழிகளில் மறுபடியும் நீர் நிறைந்தது.

"உடம்பு சரியில்லை என்பது உண்மையானால் அது என்னன்னு சொல்லுங்க. என்னிடம்கூடச் சொல்லாமல் மறைக்குமளவு அப்படி என்ன பிரச்னை உங்க உடம்புக்கு? கிளம்புங்க... டாக்டரிடம் போகலாம். நீங்க சொல்வது எவ்வளவு நிஜம்னு தெரிந்துபோகும்.."

"ஆபீஸ் டென்ஷன். அந்தப் பாதிப்பில் கொஞ்சம் சோர்வா இருக்கு. அவ்வளவுதான் மாதுரி..."

"நான் நம்பமாட்டேன். இப்படிக் குடும்பம் நடத்த என்னால் முடியாது. பொய்த் தாம்பத்தியம். நாம் விவாகரத்து பண்ணிக்கலாம். பிள்ளைகள் என்னிடம் இருப்பார்கள். இந்த விஷயத்தில் அப்பா அம்மாவையெல்லாம் கூப்பிட்டு பேசுவதில் எனக்கு விருப்பமில்லை.

இது முழுக்க முழுக்க நம்ம சொந்த விஷயம். நாமே பேசித் தீர்த்துக்கலாம்..."

"அபசகுனமாய்ப் பேசாதே மாதுரி. மேலே இருக்கும் ததாஸ்து தேவதைகள் கேட்டு கொண்டிருப்பார்களாம்..."

"செய்யறதெல்லாம் செய்வீங்க நீங்க. நான் சொல்லிக் காட்டினால் அது அபசகுனம்.. கசப்பாத்தான் தெரியும். அவள் யாருன்னுதான் சொல்லுங்களேன். உங்க ரெண்டு பேர் நடுவில் நான் குறுக்கே வரமாட்டேன்..."

"யாரும் இல்லேன்னா ஏன் நம்பமாட்டேங்கறே? சொன்னதையே சொல்லி அலுப்பு ஏற்படுத்திட்டிருக்கே தெரியுமா?"

"இப்ப மட்டும் என்னவாம்? நாலு மாசமா நான் உங்களுக்கு அலுப்பாத்தான் தெரியறேன்..."

"திரும்ப அதே பேச்சு. சே... வீடு நரகமாயிட்டது போ..."

"ஆமாமாம். வீடு நரகம். பெண்டாட்டி பேய்... பிள்ளைகள் பிசாசுகள்..."

"கடவுளே... போதும்... கொஞ்சம் வாயை மூடறயா?"

"இல்லை... இன்னிக்கு நாம் ஒரு முடிவுக்கு வந்தே ஆகணும்... பிரிந்து விடுவதா... இல்லை முன்பு போல் அன்னியோன்யமாய் சேர்ந்து வாழ்வதா?"

"இப்பவும் சேர்ந்துதானே இருக்கோம்?"

"சேர்ந்துதான் இருக்கோம். ஆனால் அன்னியோன்யமாவா? இந்த நாலு மாசத்துல ஒரு நாளாவது என்னிடம் ஆசையா இருந்ததுண்டா நீங்க? அன்பாய்ப் பேசியிருக்கீங்களா? உரிமையுடன் பழகியிருக்கீங்களா? சொல்லுங்க..."

குழந்தைகள் பள்ளிக்கூடத்திலிருந்து வந்துவிட்டனர்.

முணுமுணுத்தபடி அவர்களைக் கவனிக்கச் சென்றாள் மாதுரி.

அப்பாடா என்றிருந்தது.

இதோ, வந்துவிடுகிறேன் என்று சொல்லி வெளியில் கிளம்பி விட்டேன். டாங்க் பண்ட் வரை சென்று அங்கு சற்று நேரம்

உட்கார்ந்திருந்தேன். மெல்ல இருள் படர்ந்து கொண்டிருந்தது. பளீரென ஒளிர்ந்தன மின் விளக்குகள். நீரில் ஒளியலைகளின் அசைவுகள்.

இருள் என் வாழ்க்கையில் படர்ந்து கொண்டிருந்தது. வெளிச்சம் வரும் நம்பிக்கையே இல்லை.

மணி ஏழை நெருங்கிக் கொண்டிருந்தது. சற்றே தள்ளி இருந்த பெஞ்சில் இளைஞர்கள் இருவர் அமர்ந்து பீர் குடித்துக் கொண்டிருந்தனர்.... மிளகாய் பஜ்ஜியுடன்.

எவ்வளவு சுதந்திரம்? வெளிப்படையாய்க் குடிக்கிறார்கள்... பயம், மிரட்சி எதுவுமின்றி. குடித்து பெண்களைச் சீண்டுவார்கள். குடிக்காவிட்டாலும் அதைச் செய்வார்கள்.

எதற்காகக் குடிக்கிறார்கள் இவர்கள்? ஸ்ரீகாந்த் சொன்னது போல் வலிகளை மறப்பதற்கா? அப்படியெனில் இந்த இளைஞர்களுக்கு என்ன துன்பமோ? மகிழ்ச்சியுடன் தென்படுகிறார்களே? குடித்தால் நிஜமாகவே துயரங்களை மறந்துவிட முடியுமா?

குடிக்க வேண்டும் போலிருந்தது. அந்தப் போதையில் எனக்குள்ளிருக்கும் கொடூரமான உயிர்க்கொல்லி நோய்.... வீட்டில் நடந்து கொண்டிருக்கும் சண்டை... எல்லாமே மறந்து போகவேண்டும் போலிருந்தது.

பாரடைஸ் சர்க்கிள் அருகே உள்ள பாருக்குச் சென்று உட்கார்ந்தேன். தெரிந்தவர் எவரேனும் இருக்கிறார்களா எனச் சுற்றிலும் நோட்டமிட்டேன்.

வெயிட்டர் வந்தார். என்ன ஆர்டர் செய்ய வேண்டுமெனத் தெரியவில்லை. லிக்கர்ஸ் குறித்து எனக்கு அவ்வளவாய்த் தெரியாது. மெனுவில் மேக்டோவெல் என்று இருந்தது. கேள்விப்பட்ட பெயராய்த் தெரிய...

"ஒரு பெக் மேக்டோவெல் விஸ்கி..."

"லார்ஜா ஸ்மாலா?"

"உங்க இஷ்டம்..." என்ற போது வெயிட்டர் சிரித்தார். நான் இதற்குப் புதிசு என்று அவருக்குத் தெரிந்துவிட்டது. கொறிப்பதற்கானவை கூட 'உங்கள் விருப்பம்போல்' என்றேன்.

சோடா... விஸ்கி கிளாஸ்... அதில் மிதக்கும் ஐஸ் கட்டிகள்..

குடிக்க வேண்டும்.. ஆமாம்... குடித்து அப்போதையில் தள்ளாட வேண்டும். அதில் மூழ்கி அனைத்தையும் மறக்க வேண்டும்.

கிளாஸை எடுத்துக் குடிக்கப் போனவன் அப்படியே நிறுத்தி விட்டேன்.

ஹெச்ஐவி, எய்ட்ஸ் இருப்பவர்கள் குடித்தால் ஏற்கெனவே உறுதியான சாவு இன்னும் முன் கூட்டியே வந்துவிடும் என்று எங்கோ படித்தது மனதில் வந்தது.

மரணம் எனும் நினைவு வந்ததும் சற்றே மறந்திருந்த பீதி மீண்டும் எட்டிப் பார்த்தது. எந்த அச்சத்தினின்று தப்பி ஓடுவதற்காகக் குடிக்க நினைத்தேனோ அதற்கும் குடிக்கும் ஆழமான தொடர்பிருப்பது ஞாபகம் வந்ததும் கலவரம் மேலும் வலுவடைந்தது.

அவற்றை அப்படியே விட்டுவிட்டு பில் கட்டிவிட்டு வெளியே செல்ல அடி வைத்தபோது என்னை விந்தையாய்ப் பார்த்தார் அந்த வெயிட்டர்.

வீட்டை நோக்கிச் சென்று கொண்டிருந்தபோது களைப்பு தெரிந்தது. அளவற்ற அயர்ச்சி. வியாதி முற்றிக் கொண்டிருக்கிறதோ என்னவோ? என் ரத்தத்தில் சிடி4 அணுக்களின் எண்ணிக்கை குறைந்து கொண்டிருக்கிறதோ..? அதனால்தான் இவ்வளவு சோர்வாக..

சில நாட்களாய் அடிக்கடி ஜலதோஷம் வேறு பிடித்துக் கொள்கிறது. இம்யூனிடி குறைந்து போயிருக்கலாம். பத்து கிலோ எடை குறைவு கூட. உடலில் ஏதோ ஒரு மாற்றம் உணர்கிறேன். இதெல்லாம் எய்ட்ஸ் அடையாளங்களோ?

என் உடம்பின் அணுவணுவும் பயம் வியாபித்தது. மனம் நிறைய பீதி. நான் என்பவன் அழிந்துபோய் நானே பயமாக உருமாறியிருக்கிறேன் என்ற அளவு அச்சம்... மிரட்சி.

★ ★ ★

கையிலிருந்த ஐந்நூறு இரு வாரங்களில் கரைந்து விட்டது.

என்ன செய்வதெனத் தெரியவில்லை நாகமணிக்கு. அவளைப் போன்றே பிளாட்பாரக் கோடியில் சிதிலமடைந்த கழிவறைக்குப் பக்கத்தில் குடியிருப்பவர்களில் அநேகம் பேர் ஸ்டேஷனில் பிச்சையெடுப்பவர்கள்தாம்.

இவ்வளவு காலம் உடல் உழைப்பை நம்பி பிழைப்பு நடத்திய அவளுக்கு பிச்சையெடுக்க மனம் ஒப்பவில்லை.

“தப்பென்ன... உயிரோடிருக்க ஏதோ ஒண்ணு செஞ்சாகணுமே. எத்தனையோ வேலைங்க. இதுவும் ஒரு வேலை...” மஸ்தானம்மாவின் வாதம் இது.

அங்கு வசிக்கத் தொடங்கியது முதல் அவளுக்கு ஆதரவாய் இருக்கும் மஸ்தானம்மா... பெற்றவள்போல் பரிவு காண்பிப்பவள்...

மஸ்தானம்மாவிற்கு அறுபது வயதிருக்கலாம். அவள் சொந்த ஊர் பேர்னமிட்ட. அவள் புருஷன் மேஸ்திரியாக இருந்தான். இரு பிள்ளைகள். புருஷன் கண் மூடியதும் அந்த ஆண் பிள்ளைகள் அவளைப் பராமரிப்பதை நிறுத்திக் கொண்டார்கள். மருமகள்கள் அவளுக்குச் சோறு போடுவது தண்டச் செலவு என எண்ணி எல்லோருமாய்ச் சேர்ந்து அவளை வீட்டை விட்டுத் துரத்திவிட்டார்கள். அப்போது இந்த ரயில்வே ஸ்டேஷன்தான் அவளுக்குப் புகலிடமானது.

மஸ்தானம்மா எவ்வளவு எடுத்துச் சொல்லியும் நாகமணிக்கு அதை ஏற்பது கடினமாகவே இருந்தது. இரு தினங்களைப் பசியுடனே கடத்தினாள். மஸ்தானம்மா கேட்கும்போதெல்லாம் எப்போதும்போல் சாப்பிட்டுவிட்டதாய்ச் சொல்வாளே தவிர கையில் காசில்லை என்பதை வெளிப்படுத்திக் கொண்டதே கிடையாது. பசியை அவள் பொறுத்துக் கொண்டதுபோல் சீனுவால் இயலவில்லை.

அன்றிரவு சீனு... “பசிக்குதும்மா. சோறு குடும்மா...” என அழ ஆரம்பித்தபோது அவனைத் தண்ணீர் குடிக்க வைக்க.. அப்படியே வாந்தியெடுத்துவிட்டான்.

பக்கத்திலேயே தூங்கிக் கொண்டிருந்த மஸ்தானம்மா பையனின் அழுகுரல் கேட்டு எழுந்து உட்கார்ந்தாள்.

“ஏன் அழுதுட்டிருக்கான்? ஒடம்பு சொகமில்லையா?”

நாகமணி பதில் சொல்வதற்குள் சீனு முந்திக்கொண்டான்.

“பசிக்குது அம்மம்மா...”

நாகமணியைச் சந்தேகமாய்ப் பார்த்தாள் மஸ்தானம்மா.

"புள்ளைக்கி ரொட்டி வாங்கிக் குடுத்தேன்னு சொன்னில்ல?"

தலை குனிந்து கொண்டாள் நாகமணி. "கையிலிருந்த காசெல்லாம் தீர்ந்து போச்சு. இவனுக்குத் திங்கக் குடுத்து ரெண்டு நாளாச்சி..."

"என்ன காரியம் செஞ்சே. ஒரு பேச்சு எங்கிட்ட சொல்லியிருந்தா இதுக்கு ஏதாச்சம் வாங்கிக் குடுத்திருப்பேன் இல்ல... நான் ஒனக்கு ஆத்தா போலன்னு சொல்றேன். நீயானா வேத்து மனுசியாத்தான் நடந்துட்டிருக்க..."

"உங்கிட்டயும் காசு எங்கர்ந்து வருது... கையேந்தித்தானே? என்னை உனக்குப் பாரமா இருக்கச் சொல்றயா?"

"அப்படின்னு பச்சப்புள்ளய பசியால கொன்னுப் போடுவியா என்ன? பிச்சையெடுத்த காசுன்னு அது மேல எழுதி வச்சிருக்கா? இதுவும் காசுதான்..." மூன்று ரூபாய் எடுத்து நாகமணியிடம் கொடுத்தாள்.

"ஸ்டேஷன்ல பன்னு, ரொட்டில்லாம் கெடைக்கும். அத்தோட கொஞ்சம் பாலும் வாங்கிக் குடு. நீயும் ஏதாச்சும் துன்னுட்டு வா சொல்றேன்..."

பிள்ளையின் பசிக்கு முன்னால் நாகமணியின் தன்மானம் தோற்றுப் போய்விட்டது.

அங்கு வந்த இரு வாரங்களில் மஸ்தானம்மாவை செத்துப் போன தன் தாயாகவே நினைக்கத் தொடங்கினாள் நாகமணி. அவளுக்கு பத்து வயதிருக்கும்போது அவளைப் பெற்றவள் போய்ச் சேர்ந்துவிட்டாள். அப்பன் எந்நேரமும் குடித்து விட்டு கண்மண் தெரியாது அடித்து சித்ரவதை செய்ய... அந்த இம்சையைத் தாங்கிக்கொள்ள முடியாது உலகை விட்டே சென்று விட்டாள் அம்மா.

எவ்வளவு மென்மையாய்ப் பேசுவாள் அம்மா? எவ்வளவு ஆசையாய்ப் பார்த்துக் கொண்டாள்? இந்த மஸ்தானம்மா கூட அதே விதமாய்ப் பழகுகிறாள்... ஊர் மொத்தமும் ஒன்று சேர்ந்து துரத்தித் துரத்தியடித்தாலும் ஆசுவாசமாய் அவளை அரவணைக்கும் மனிதாபிமானி! புருஷன் நோய்வாய்ப்பட்டு செத்துப் போனான் என்று சொன்னாளே தவிர எய்ட்ஸ் குறித்து மூச்சுவிடவில்லை

அவளிடம். க்ஷயரோகமெனச் சொன்னாள். உள்ளதைக் கூறினால் அந்த ஒரு ஆதரவும் போய்விடும் எனும் அச்சம்.

கோடய்யா செத்துப்போன அன்று லச்சம்மாவும் அப்பகுதி ஜனங்களும் தன்னை எப்படியெல்லாம் சிறுமைப்படுத்தினார்கள் என்று மஸ்தானம்மாவிடம் சொன்னபோது....

"ஒன் சங்கதி எவ்வளவோ மேல். அந்நிய ஆளுங்க அப்படி நடத்துனாங்க. என்னை எடுத்துக்க. என் விதி... பெத்த புள்ளங்களே வெரட்டிட்டாங்க..." வேதாந்திபோல் சிரித்தபடி கூறினாள்.

"இந்தக் காலத்துல யாருக்கு யார் சொல்லு. பாழாப்போன காசாலதான் ஊர் உலகம் எல்லாம். கட்டியவன் இல்லை. புள்ளைங் களும் வுட்டுட்டாங்க. பாழாப்போன ஜன்மம். இருக்கறவரை சாவுதான். இப்படி பிச்சை எடுக்கறதுக்காகவாச்சும் ஒடம்புல வலு இருக்கு. நாளக்கி கையும் காலும் வுளுந்துட்டா அந்த ஈனமான வேலை கூட முடியாமப் போய்டும்-" மிரட்சியுடன் சொன்னாள் மஸ்தானம்மா.

"அப்படிப் பேசாத. உனக்கு நானிருக்கேன். எம் புள்ள இருக்கான். இவன்தான் உன் பேரப்புள்ள..."

உலக ஞானத்தைக் கரைத்துக் குடித்தவள் போல் சிரித்தாள்.

"இந்த ஸ்டேஷன்ல ரெண்டு வருஷமா கெடக்கறேன். ஜனங்க வந்துட்டும் போய்ட்டுமா இருக்காங்க. என்னென்னவோ பேசறாங்க. வாக்கு குடுக்கறாங்க. ரயிலுங்க வந்து போய்ட்டே இருக்கு. மனுசங்க பிரிஞ்சி போய்ட்டே இருக்காங்க... ஆளுங்க ரயிலடியில வுளுந்து சாவறதும் நடந்துட்டே இருக்கு. இந்த பிளாட்பாரம் பொழப்பில் என்னென்ன அதிசயமெல்லாம் பார்த்திருக்கேன் தெரியுமா? நீ இன்னும் சின்னப் பொண்ணு. வாழ்க்கை எவ்வளவு பயங்கரம்னு, மனுசங்க எத்தனை கெட்டவங்கன்னு ஒனக்கு முழுசா தெரியவர்றப்ப நீயும் என்னைப்போல் கல்லா மாறிடுவே..."

அவள் போக்கு புரியவில்லை நாகமணிக்கு. நாதியற்ற அவர்கள் ஒருவருக்கொருவர் துணையாக இருக்கலாம் என்பது மட்டும் தெளிவாயிற்று.

சீனுவுக்காகவாவது பிச்சை எடுப்பது தப்பாது என்று நினைத்துக் கொண்டாள். தன் மகனுக்காக அல்லல்பட்டுத்தான் தீரவேண்டும். அவமானங்களைச் சகித்துக்கொண்டே ஆக வேண்டும்.

அடுத்த நாளினின்று மஸ்தானம்மாவுடன் நாகமணியும் கையேந்தத் தொடங்கினாள்.

ஸ்டேஷனில் பொருத்தப்பட்டிருந்த டிவி பெட்டிகள் பார்வையில் படும்போதெல்லாம் குலை நடுங்கும். பயணிகள் முன் கை நீட்டி..... 'அய்யா... சாமி.. பசி தாங்கல... தின்னு ரெண்டு நாளாச்சி. தர்மம் செய்யுங்க சாமி..." என இறைஞ்சியபடி ஓரக் கண்ணால் டிவி பக்கம் பார்ப்பாள். மறுபடியும் தன்னையும் கோடய்யாவையும் அதில் காட்டி விடுவார்களோ எனும் மிரட்சி.

ஹெச்ஐவி, எய்ட்ஸ் குறித்து டிவியில் ஏதாவது அறிவிப்பு வரும்போதெல்லாம் அவள் இதயத்தில் ரயில் தண்டவாளங்கள் அழைத்துவிடும். அவை மீது பயங்கரமாய் இரைச்சலிட்டபடி ரயில்கள் ஓடும்.

அவளுக்கு சில்லறை போடும் சாக்கில் கையை வருடி பசியுடன் பார்க்கும் போக்கிரிகள் குறித்து ஓரிரு முறை எச்சரித்திருக்கிறாள் மஸ்தானம்மா.

"பத்திரம் தாயி. வயசுப் பொண்ணு. இந்த ஸ்டேஷன்ல பிச்சைக்காரப் பொண்ணுங்க நிறைய பேர் ராத்திரி நேரங்கள்ல தொழில் செய்யுதுங்க. ஒன்னை அதுங்களுடன் ஜமா சேர்க்கற ஆபத்து இருக்கு..."

உழைத்து உழைத்து உரமேறிய உடம்பு நாகமணியுடையது. நிறம் கறுப்பானாலும் மூக்கும் முழியும் செதுக்கி வைத்தாற்போல் இருக்கும் உடலில் ஹெச்ஐவி கிருமிகள் குடியிருந்தாலும் நோயின் அறிகுறி அறவே தெரியாது. கரிய விசாலமான விழிகள் அவளின் கூடுதல் கவர்ச்சி.

"அதுங்க வெறிப்பார்வை என்னால் கண்டுபிடிக்க முடியாதா.. நாம பசியுடன் திண்டாடிட்டிருக்கோம். அந்தச் சனியனுங்க எருமைங்க போல் தின்னு, பெத்தவங்க உசிரக் குடுத்து உழைச்சு கொண்டார காசில் கொழுப்பேறி கூத்தடிச்சி கும்மாளம் போடறானுங்க. ஆனாலும் உடம்பில் பயமே இருக்காதா இதுங்களுக்கு..?"

"ஆமா தாயி. நானும் டிவில கேட்டிருக்கேன். நான் சின்னப் பொண்ணா இருந்தப்ப இப்படிப்பட்ட வியாதிங்களே கேட்டதில்லை. செய்யக் கூடாத தப்புல்லாம் செஞ்சா அந்த சாமி பார்த்திட்டு

சும்மா இருக்குமா? நாய் மவனுகளுக்கு புத்தி வரணும்னே இத மாதிரி வியாதிங்கள கொணாந்து வச்சிட்டாரு போல..."

கோடய்யாவின் ஞாபகம் வந்தது நாகமணிக்கு. தன் புருஷனும் அப்படித்தானா...? லாரியில் சரக்கு ஏற்றிக் கொண்டு சென்றால் ஒவ்வொரு சமயம் வாரம் வரை திரும்பமாட்டான். எல்லா வற்றுக்குமாய் தண்டனை அனுபவித்துவிட்டான். ஆனால் அவள் என்ன செய்தாள் என்று அவளுக்கு இத்தண்டனை? அப்படிப்பட்ட தப்பான ஆம்பிளைக்கு பெண்டாட்டியானதே அவள் செய்த தப்பா?

ஒரு நாள் கையில் சிறு பெட்டியுடன் நின்றிருந்த ஒரு ஆளிடம் சென்று "அய்யா... தர்மம்..." என்று கை நீட்டினாள். அவர் அவளை அருவருப்புடன் பார்த்தார். மறுபடியும் கேட்டாள்... "அய்யா... ரெண்டு நாளா சாப்பிடலை பசிக்குது சாரு..."

அவர் அவளை எரிச்சலுடன் பார்த்து... பிறகு உறுத்துப் பார்த்தார். "உன்னை எங்கேயே பார்த்தாற்போல்..." என்று ஞாபகப்படுத்திக் கொள்ளும் முயற்சியிலாழ்ந்தார்.

"பிச்சை எடுக்கறவய்யா. இந்த ஸ்டேஷன்லதான் எங்காச்சும் பார்த்திருப்பீங்க..." என்றபடி அங்கிருந்த வேகமாய் நகர்ந்தாள்.

ஸ்டேஷனுக்கு வெளியே வந்து அவர் கண்ணில் படாது பின்வழியாய் கோடியிலிருந்த கழிவறைப் பக்கம் சென்றாள்.

அடுத்த இரு நாட்கள் பிச்சை எடுக்கப் போகவே இல்லை. இங்கிருந்தும் துரத்தியடித்து விடுவார்களோ எனும் உயிரைக் கவ்வும் பீதி.

மஸ்தானம்மாவுடன் சேர்ந்து சீனுவும் யாசகத்திற்குப் போக ஆரம்பித்தான். நாகமணிக்கு முதலில் மிக வேதனையாக இருந்தது. பிள்ளையைக் குறித்து எப்படியெல்லாம் கனவு கண்டிருக்கிறாள்? அவனை நன்றாகப் படிக்க வைக்க வேண்டும்... தங்களைப் போல் கூலி வேலைக்குப் போகாமல் ஆபீசில் உத்தியோகஸ்தனாய் அவனைப் பார்க்க வேண்டுமென்றெல்லாம் ஆசைகளை வளர்த்து கொண்டிருந்தாள். கடைசியில் என்னாயிற்று? அவனும் பிச்சைக் காரனாகி விட்டான்.

அன்று பிற்பகல் இரண்டு மணிக்கு சாப்பிட உட்கார்ந்தனர் மூவரும். சமைத்து வைத்திருந்த சோறுடன் யாரோ கொடுத்திருந்த

ஊறுகாய் வைத்துச் சாப்பிட்டுக் கொண்டிருந்தனர். இன்னும் அரைமணியில் ஒரு ரயில் வரும். அப்போது மறுபடி டியூட்டிக்குப் போகவேண்டுமென நினைத்தபடி ஏதேதோ பேசிக் கொண்டிருந்த போது...

"ஏய்.. என்ன இது. சட்டி பானை குமுட்டின்னு சம்சாரமே நடத்திட்டிருக்கே இங்கே? இது என்ன ரயில்வே ஸ்டேஷனா இல்ல உங்கப்பன் வீடா?"

அக் கூப்பாடு கேட்டு அப்படியும் இப்படியுமாய்ப் பார்த்தாள் மஸ்தானம்மா.

போலீஸ் கான்ஸ்டபிள் சிங்கய்யா...

"அம்மோவ்... திரும்பவும் வந்துட்டானே திருட்டுப்பய. இத்தனை நாளா கண்ணுல படலயா, செத்துட்டான் போல... தொல்லை தீர்ந்ததுன்னு நெனச்சிருந்தேன். வந்து குதிச்சிருக்கானே..."

அவள் குரலில் தெறித்த கலவரம் நாகமணியையும் தொற்றிக் கொண்டது.

"நான் இல்ல... பீடை ஒழிஞ்சது... கேட்க நாதியில்லன்னு ஆட்டம் போட்டிருக்கீங்களா. ஒரு மாசம் லீவுல போய் இப்ப வந்துட்டேன்... உடம்பில் பயம் இருக்கட்டும் ஏடாகூடமா நடந்துட்டீங்க, எலும்பு முறிஞ்சிடும் ஜாக்கிரதை..."

மஸ்தானம்மாவைப் பார்த்ததும் அருகில் வந்தான்.

"ஏய் கிழவி... இந்த ஒரு மாசத்தில் எவ்வளவு சம்பாரிச்சடீ?"

"என்ன இருக்கு சாரு. தொண்டை வத்தக் கூப்பாடு போட்டு மல்லாடினாலும் கையில் காசு வக்கற புண்ணியமாருங்க பஞ்சமாயிட்டாங்கல்ல. தள்ளாத வயசாச்சேன்னு பாவப்பட்டு திடடிட்டே வீசற ரெண்டு மூணு பைசா ஒரு வேளை வயிறு நெறயறதுக்குக்கூடப் பத்தறதில்ல..."

"இந்த மாய்மாலமெல்லாம் வேணாம். உன் ஆட்டம் இந்த சிங்கய்யாவிடம் பலிக்காது. என் பங்கை ஒழுங்கா என் கையில் வச்சிடு. இல்லன்னா உன் மூட்டை முடிச்செல்லாம் எடுத்து அதோ அந்தத் தண்டவாளத்தில வீசிடுவேன். உன்னையும் விசாகப்பட்டணம் போற ரயில்ல ஏத்திடுவேன். ஜாக்கிரதை.

நாளைக்கு இதே நேரத்தில் வருவேன். எனக்குச் சேர வேண்டியதை ரெடியா வச்சிடு." மிரட்டலாய்க் கூறிவிட்டு அங்கிருந்து நகரப் போனவன் அப்படியே நின்றுவிட்டான்.

"இது யாரு புதுசா... எங்கேர்ந்து வந்தாப்பல...? ஏண்டி.. எந்த ஊர்லேர்ந்து இங்க வந்து சேர்ந்திருக்கா?..." வெகு அருகில் வந்து நின்றான்.

நாகமணியின் உடலெங்கும் நடுக்கம் பரவியது. இளம் தளிர்போல் வெடவெடத்தபடி மஸ்தானம்மாவைப் பார்த்தாள்.

"என் மவதான்யா. புருசன் செத்துட்டான். எங்கிட்ட வந்திருக்கா. மாசம்கூட ஆவல. இது எம் பேரப்பய. திக்கத்தவங்க. கொஞ்சம் பெரிய மனசு வச்சி..." சிங்கய்யாவின் பூட்ஸ் மேல் இரு கைகளையும் பதித்து அவற்றின் மீது தலை சாய்த்தாள்.

"ச்சீ... என்னைத் தொடாத. எட்டி நில்லு. ஏண்டி கெழவி... உனக்கு ஒரு மக இருக்கான்னு எங்கிட்ட சொல்லவே இல்லையே. போலீஸ்காரங்கிட்டயே டிராமா போடறயா? வயசுல இருக்கற இந்த முண்டய இழுத்து வந்து தொழில்ல வுட்டிருக்கியா? நெஜந்தான நான் சொல்றது...? எனக்குத் தெரியாதுங்கற நெனப்பா. இதுவரை இவளை எத்தனை பேர்கிட்ட அனுப்பி வைச்சிருக்கடி? அந்தக் காசெல்லாம் எடுத்துட்டு வா சொல்றேன்..." நாகமணி மார்பை லத்தியால் அழுத்தியபடி கத்தினான்.

"உன்னைக் கும்பிடறேன் சாரு. எம் புள்ள அப்படியானவ கெடயாது. எங்கூட சேர்ந்து பிச்சை எடுத்திட்டிருக்கா. கருணை காட்டுய்யா..." தரையில் தலை சாய்த்து அழுதாள்.

"ஏய் கெழவி.. நிறுத்துடி உன் நீலி அழுகையை." நாகமணியைப் பரிசீலனையாய்ப் பார்த்தான். களையான முகம். அகன்ற விழிகள்... கறுப்பாக இருந்தாலும் திடமான தோளும் திரட்சியான மார்புகளுமாய்...

"நல்ல சரக்குதான். கட்டுதிட்டமா உடம்பு. வளப்பமா இருக்கு குட்டி. ரேட் என்னடி?"

அவமானத்தால் உடலும் உள்ளமும் குன்றிப்போக பாதி செத்துவிட்டாள் நாகமணி.

"அப்படில்லாம் பேசாத சாரு. எம் மவ வாழ்ந்து கெட்டவதான். ஆனால் கெட்டுப் போனவ இல்ல..."

"ஓ...? உம் பொண்ணு பெரிய பத்தினிங்கற. நம்பச் சொல்ற..." சுற்றிக் குழுமியிருந்தவர்களைப் பார்த்து ஏளனமாய்க் கூறினான். "இவ விபச்சாரி இல்லயாம். என் காதுல எப்படி பூ வக்கறா இந்தக் கெழவி, பார்த்தீங்களா?"

"சரி... நாளைக்கு இதே டைம்ல வரேன். என் பாக்கியை எடுத்து வைங்க. இல்லன்னா உங்க பிழைப்பு பிளாட்பாரத்துலர்ந்து நடு வீதிக்கு வந்துடும்..." நாகமணியை ஓரக்கண்ணால் பார்த்தபடி அங்கிருந்த நகர்ந்தான்.

"அய்யோ சாமி. சரியான கேப்மாரி இவன். ராட்சசன். இவன் கண்ணு உம் மேல விளுந்தாச்சு. ஜாக்கிரதைம்மா. பிச்சை எடுத்துப் பொழைக்கும் நம்மளப் போன்ற ஜென்மங்க மேல் விளுந்து புடுங்கித் திங்கற நாய் மவன் செத்துட்டான்னு நெனச்சேன். இவனப்போல பாவிப்பசங்க அவ்வளவு சுளுவா மண்டையைப் போடுங்களா என்ன... நம்மளைத்தான் சாவடிப்பாங்க.." புலம்பத் தொடங்கினாள் மஸ்தானம்மா.

அன்றிரவு நாகமணி உறக்கம் வராது புரண்டு கொண்டிருந்தாள். கண்ணயர்ந்த மிகக் குறைந்த நேரத்திலும் ஏதேதோ கெட்ட கனவுகள்.. சிங்கய்யா விகாரமாய் சிரித்தபடி அவளை இழுத்து செல்கிறான். அவள் கதறலை எவரும் சட்டை செய்யவில்லை. சிங்கய்யா தலையில் இரண்டு கொம்புகள் முளைத்திருக்கின்றன. எம சிங்கரன் போல் காணப்பட்ட அவன் அவளைப் பளீர் பளீரென சவுக்கால் விளாசிக் கொண்டிருக்கிறான். கோடாரியை ஓங்கி வெட்ட முயன்று கொண்டிருக்கிறான். கத்தக்கூட நாவெழும்பாது தொண்டை வற்றிவிட்டது.

சட்டென விழிப்பு வந்தது. ஒரு கையால் அவள் வாயை இறுகப் பொத்தி மறு கையால் அவள் மார்புகளைத் துழாவிக் கொண்டிருந்தான் சிங்கய்யா.

இது கனவல்ல. நிஜம்தான். கூப்பாடு போட முயன்றபோது அவள் வாயை இன்னும் இறுக மூடினான். பக்கத்தில் பார்த்தாள். மஸ்தானம்மா ஆழ்ந்த உறக்கத்திலிருந்தாள். அவளருகில் சீனு....

ரயில் நிலையத்தில் எந்நேரமும் இருக்கும் சந்தடியும் பரபரப்பும் ஆரவாரமும் அடியோடு அடங்கிவிட்டிருந்தது. நள்ளிரவு மணி இரண்டோ மூன்றோ இருக்க வேண்டும்.

வலுவெல்லாம் திரட்டி அவனை உதறித் தள்ள முயன்றாள். அவள் வாயை அழுத்தமாய் மூடியபடியே அவளை கழிவறைப் பக்கம் இழுத்து சென்றான். அவனை விலக்க முயன்று... தன்னிடமிருந்து நெட்டித் தள்ள முயன்று.. இரு கைகளால் மாறி மாறி அடிக்கலானாள். அவன் வலிமை முன் அவள் தோற்றுப் போனாள்.

தூங்கிக் கொண்டிருந்த இரு பிச்சைக்காரர்கள் தலை உயர்த்திப் பார்த்தவர்கள் சகஜம்தான் இது என்பதுபோல் திரும்பிப் படுத்துக் கொண்டார்கள்.

மஸ்தானம்மாவை எழுப்பி விடுமாறு தெய்வத்திடம் நெஞ்சு கரைய வேண்டிக் கொண்டாள். ஆனால் எந்த முறையீட்டிற்கும் அந்தத் தெய்வம் இளகியதாய்த் தெரியவில்லை.

மிருக பலத்துடன் அவன் அவளை ஆக்கிரமித்து கொண்டான். தன்னால் இயன்றவரை போராடிய நாகமணி பிறகு சவம் போல் விழுந்து கிடந்தாள்.

அவளுடைய எதிர்ப்பும் போராட்டமும் அடங்கிப் போன பின் மேலும் வெறியானான் சிங்கய்யா.

"எனக்குத் தெரியும்டி... பெரிய பத்தினி போல் பாவலா பண்ணிட்டிருக்க.. சம்சாரி யார் விபச்சாரி யார்னு தெரிஞ்சுக்க முடியாத முட்டாப்பய இல்லடி நான்..."

எதுவும் பேசவில்லை அவள். நெஞ்செங்கும் ஆவேசம்... துக்கம். உடலெங்கும் சோர்வு... இயலாமை.

"எவ்வளவு மாய்மாலம் செஞ்சடி கசுமாலம்..." அவளிடமிருந்து விலகி எழுந்து கொண்டிருந்த சிங்கய்யா முகத்தில் காறி உமிழ்ந்தாள் நாகமணி.

"எவ்வளவு திமிருடி உனக்கு..." அவள் முகத்தில் பளீரென ஒரு அறை விட்டான். எழுந்து நின்று பிணமாய்க் கிடந்த அவள் இடுப்பில் பூட்ஸ் காலால் உதைத்தான்.

அவளிடமிருந்து மூச்சு முனகல் இல்லை. அவள் விழிகளில் எவ்வித வேதனையும் இல்லை. மாறாய் ஒரு கொடூரம் பளிச்சிட்டது. தீக்கங்குகள் கக்குவது போல் அவனைப் பார்த்தாள்.

"எம் மேலயே துப்பறயாடி? நான் போலீஸ்காரன். உன் பொழைப்பை எப்படி நாசமாக்கிக் காட்டறேன், பார்த்திட்டே இரு. நாங்க தின்னு வீசிய எச்சில் இலைதானேடி நீ. எதுக்கு இந்தப் பொழப்பு, சாவறது மேல்னு அழப்போறடி கேடு கெட்ட முண்டம்..." வெற்றிக் களிப்புடன் கொக்கரித்தான் சிங்கய்யா. எவ்வளவு அடித்துப் புரட்டினாலும் அவன் ஆத்திரம் அடங்கிய பாடில்லை. "அய்யோ... ஆத்தா'ன்னு அவள் முனகியிருந்தால் அவன் ஆவேசம் தணிந்திருக்கும். கால்களைப் பிடித்துக் கொண்டு கதறியிருந்தால் ஆத்திரம் தீர்ந்திருக்கும். ஆனால் எவ்வளவு அடித்து உதைத்தாலும் சத்தமே எழும்பாது பொறுத்துக் கொண்டாள் நாகமணி.

"என்ன சொன்ன? திரும்பச் சொல்லு பார்ப்போம், சாவே பரவாயில்லன்னு நெனப்பனா?"

"ஆமாண்டி... அப்படித்தான். இல்லன்னா நான் சிங்கன்னா இல்ல..." மீசையை முறுக்கினான்.

நாகமணி சிரித்தாள். எழுந்து நின்று சிரித்தாள். திகைப்புடன் பார்த்தான் சிங்கய்யா. ஒரு வேளை இவள் பைத்தியமா?

....தான் இப்போது சுகித்தது... மெய்மறந்து கிடந்தது ஒரு பைத்தியத்திடமா...?

"நான் இல்லடா. நீதான் நெனைக்கப்போற சாவே மேல்னு. வியாதிகளுடன், சீழும் புண்ணுமாய் அழுகி அல்லாடப் போறவன் நீதான். புழுப்பிடிச்சு சாவப்போறவன் நீதாண்டா..."

"என்னடி பினாத்திட்டிருக்க...?" அவள் தொடைகளிடை ஓங்கி உதைத்தான்.

மறுபடியும் சிரித்தாள் நாகமணி.

"அடிடா. எவ்வளவு அடிக்கறயோ அடிடா. டேய்... எனக்கு எய்ட்ஸ் இருக்குன்னு உனக்குத் தெரியாதில்ல? பாவம் இந்நேரத்துக்கு உனக்கும் வந்திருக்கும். இதாண்டா உனக்கு நான் குடுக்கற தண்டனை..." வன்மையாய்ச் சிரித்தாள்.

உயிரே உறைந்து போனது போலிருந்தது சிங்கய்யாவிற்கு. அவனால் நம்ப முடியவில்லை. மஸ்தானம்மா சொன்னது மட்டுமில்ல... அவனுக்கே புரிந்து விட்டிருந்தது நாகமணி விபச்சாரி

இல்லை என்பது. அவனுடைய இருபத்தைந்தாண்டு கால அனுபவத்தில் ஒரு பெண்ணைப் பார்த்த மாத்திரத்தில் கணித்து விடுவான்.... யார் எப்படிப்பட்டவள் என. நாகமணி கண்ணுக்கு அழகாகத் தென்பட்டதால் அவளை எப்படியாவது அனுபவித்துவிட வேண்டுமென ஆசைப்பட்டான்.

அவள் பேச்சை நம்பவில்லை அவன். ஒரு ஆத்திரம் காரணமாய் அவனை அப்படிச் சொல்லி வெறியேற்றுகிறாள் என நினைத்தான். ஆனாலும் சந்தேகம். ஒரு பெண்ணைச் சுகித்த பரவசத்தை விட அக்கணம் அவன் அனுபவிக்க நேர்ந்த பீதி அதிகமாக இருந்தது. சந்தேகமாய் குழப்பமாய் கலவரமாய் அவநம்பிக்கையுடன் அவளை வெறித்தபடி அங்கிருந்து நகர்ந்தான் சிங்கய்யா.

★ ★ ★

மஸ்தானம்மாவும் சீனுவும் பிச்சை எடுக்கச் சென்றிருந்தார்கள். இரும்புச் சட்டங்கள் மீது சோர்வுடன் சாய்ந்து உட்கார்ந்திருந்தாள் நாகமணி. என்ன வாழ்க்கை இது? இவ்வளவு ஈனமாய்... சேற்றில் மலினத்தில் விழுந்து புரள்வது போல்... வாழ்வில் இவ்வளவு இன்னல்களும் இருளும் தொடர் துயரங்களும் உள்ளன என்பதை சுயமாய் முழுமையாய் அனுபவித்தாகி விட்டது. எவர் வாழ்க்கை அவருடையது என்று வாழவிடாத இச்சமூகம் மீது காறி உமிழ வேண்டும் போலிருந்தது. அதிகாரம் உள்ளதென வலுவானவர்கள் வக்கிரபுத்தியுடன் கீழ்த்தட்டு மக்களை, ஆதரவற்றவர்களை வறியவர்களை அடக்கியாண்டு ஆளுமையுடன் நடந்து கொள்ளும் அவலத்தை நினைத்து கொந்தளித்துக் கொண்டிருந்தது அவள் இதயம்.

சிங்கய்யாவை நினைத்தபோது அருவருப்புடன் அச்சமும் ஏற்பட்டது. ஏற்கெனவே போலிஸ்காரன். மூர்க்கனும் கூட. ஈவிரக்க மற்ற அத்தீய குணம் படைத்த நீசனை உசுப்பேற்றியாகி விட்டது, அவளுக்கு எய்ட்ஸ் இருப்பதை அவனிடம் போட்டு உடைத்ததன் மூலம். கள் குடித்த குரங்கு போல் இன்னும் என்னென்ன வெறியாட்டங்கள்... நாச வேலைகளில் ஈடுபடப் போகிறானோ அக்கயவன்?

யோசிக்க யோசிக்க வரவிருக்கும் ஆபத்து புரிய வந்தது அவளுக்கு. அவளின் நோயைப் பகடையாக்கி வேறு விதங்களில் அவன் தொந்தரவு தரத் தொடங்கினால் இருக்கும் ஒரு ஆதரவும் அற்றுப் போகும். தாய்போல் அவளை அடைகாக்கும் மஸ்தானம்மா

கூட அருவருத்து ஒதுக்கலாம். அப்படி நேர்ந்தால் அவள் பிழைப்பு என்னாவது?

இன்னொரு எண்ணமும் அவளுள் எட்டிப் பார்த்தது. அவளுக்கு எய்ட்ஸ் இருப்பது சிங்கய்யாவிற்கு எப்படித் தெரியும் என்று மஸ்தானம்மா கேட்டால் என்ன பதில் சொல்வது அவளுக்கு? அவன் தன்னைப் பலாத்காரம் செய்த இழிச் செயலை வெளியில் சொல்ல முடியுமா? அதனால் அவன் வாய் திறக்க மாட்டான்.

அவன் திரும்பத் திரும்ப வந்து தொல்லை கொடுக்கும் வாய்ப்பு குறித்து யோசிக்கலானாள். அவளுக்கு எய்ட்ஸ் என்பது தெரிந்து விட்டதால் இன்னொரு முறை அவளைத் தீண்டும் சாகசம் செய்யமாட்டான். ஆனால் வேறு விதங்களில் தொந்தரவு கொடுப்பான். காசு கேட்டு மிரட்டலாம். அவன் கேட்கும் போதெல்லாம் பணம் கொடுக்காவிட்டால் அவள் அங்கு இருக்கக்கூடாதென அங்கிருந்து துரத்தியடிக்க முற்படலாம்.

எப்படி ஆலோசித்தாலும் கிடைத்துள்ள இந்த நிழல்கூட கை நழுவிப்போகும் வாய்ப்புதான் அதிகமாய்த் தெரிகிறது. அப்படிப்பட்ட நிலைமை ஏற்பட்டால் அதை எப்படி எதிர் கொள்வதென யோசிக்கலானாள்.

தீவிர யோசனையிலாழ்ந்து சுற்றுப்புறத்தை மறந்திருந்த நாகமணியின் தோள் மீது தடியடி விழுந்தது.

"அம்மா..." கட்டுப்படுத்தவியலாது அலறியபடி நினைவுலகிற்கு வந்தாள்.

எதிரில் சிங்கய்யா. அவன் விழிகளில் அப்பட்டமாய்த் தென்பட்ட ஆவேசம்... வெறி! மானின் கழுத்தைக் கடித்துக் குதறப் பாய்ந்து வரும் புலியின் குரூரம்..

"பட்டப்பகல்லயே விபச்சாரம் செய்யறயாடி நட ஸ்டேஷனுக்கு. ராத்திரி பத்து பேரோட படுத்திட்டு சம்பாதிக்கறது பத்தலயாடி... பகல்ல கூட கடை விரிக்கறயா?" முகத்தின் மேல் தடியால் அடித்தான். உதடு கிழிந்து உதிரம் கொட்டியது.

பொங்கிய சீற்றத்துடன் பெண் புலியாய் பெண் புலியெனச் சிலிர்த்தெழுந்தாள்.

"யாருடா விபச்சாரி? நீ தாண்டா. பிளாட்பாரத்தில் பிச்சை எடுக்கும் முண்டைகளுடன் படுக்கற நீதாண்டா விபச்சாரி. த்தூ... உன் பிழைப்பு நாசமாய்ப் போக.. உன்னுடையதும் ஒரு பிழைப்புதானா? விபச்சாரியிடம் போனா பத்து ரூபாயாவது வீசிட்டுதான் போவாங்க. நீ... பன்னியாட்டம் உருண்டு... பிச்சை எடுத்துக் கிடைக்கற நாலு பைசாவையும் பிடுங்கற நீதாண்டா நீசமான..."

நாகமணியின் தொடையில் ஓங்கி ஒரு உதை விட்டான் சிங்கய்யா. அவள் அப்படியே சுழன்று சுழன்று கழிவறைச் சுவரில் போய் மோதிக் கொண்டாள்.

யாரோ விரைந்து சென்று மஸ்தானம்மாவிடம் நடப்பதைச் சொல்ல.. லபோதிபோவெனக் கத்தியபடி ஓடி வந்த மஸ்தானம்மா சிங்கய்யா காலில் விழுந்து இறுகப் பற்றிக் கொண்டாள்.

"அய்யோ.. என் மவளைக் கொன்னுடாதே. உன்னைக் கும்பிடறேன்..."

"அடி கிழவி! வயசுப் பொம்பளய வச்சி யாவாரம் செய்திட்டிருக்கில்ல. நீயும் கெளம்புடி ஸ்டேஷனுக்கு. அங்க கவனிச்சுக்கறேன் உங்க ரெண்டு பேரையும்..." வலது காலை விடுவித்து கொண்டு அவள் முகத்தில் உதைத்தான்.

"செத்தேன்டா சாமி..." கதறியபடி தூரமாய்ப் போய் மல்லாக்க விழுந்தாள்.

நாகமணியின் ஆத்திரம் எல்லை மீற... சிங்கய்யாவின் சட்டையை இழுத்துப் பிடித்து பலமாய்த் தள்ளினாள்.

"டேய் பேமானி... நீயும் ஒரு ஆம்பிளையாடா. த்தூ... தள்ளாத கிழவிகிட்ட உன் வீரத்தைக் காட்டிட்டு... என்ன அடிடா. உன் பகை அடங்கும் வரை அடி.... கொன்னு போடு. அதைத் தவிர உன்னால் வேற என்னடா முடியும் பொட்டைப் பயலே..."

அவள் ஆவேசத்தைக் கண்டு சிங்கய்யாவுக்கே நடுக்கம் பரவியது. கண்ணை மறைக்கும் வெறியில் அவள் சாவதற்கு மட்டுமல்ல... எதிராளியைக் கொன்று போடவும் துணிந்துவிட்டாள் என்பது தெளிவாய்ப் புரிந்துவிட்டது.

“மொதல்ல உன் நீச வரும்படியெல்லாம் எங்க ஒளிச்சிருக்கே, வெளியில் எடுடி...” அவள் சாமான்களையெல்லாம் துழவலானான். சட்டி பானைகள் கிழிந்த துணிமணிகள் எல்லாவற்றையும் கலைத்துப் போட்டான். ஆதாரங்கள் தேவை அவனுக்கு. நாகமணிக்கு உண்மையிலேயே எய்ட்ஸ் இருக்கிறதா இல்லை, சும்மா பயமுத்துகிறாளா என்று தெரிந்துகொள்ளப் பதற்றப்பட்டான்.

ஒரு பாலித்தீன் உறையில் சில காகிதங்கள் இருந்தன. எடுத்துப் படித்தான். ஓங்கோல் அரசு மருத்துவமனையில் கொடுத்த மருந்து சீட்டுகள்.... அவன் இதயம் தடம் புரண்டாற்போல் ஆனது.

உண்மைதான்... நாகமணிக்கு எய்ட்ஸ்? திருட்டு முண்டை! “என் வாழ்க்கையை அழிச்சுட்டயேடி பாவி” எனக் குமுறினான். கவலையுடன் விபரீதமான ஆத்திரம் ஏற்பட்டது. தனக்கு சாவைப் போன்ற எய்ட்ஸைப் பிரசாதமாக்கிய இவளை உயிருடன் விடக்கூடாது எனும் வெறி ஏற்பட்டது.

“அடி கசுமாலம்... நீ நாசமாய்ப் போக, எல்லோரும் கேளுங்க. இவளுக்கு எய்ட்ஸ் இருக்கு. இதோ, டாக்டர் எழுதிக் குடுத்த சீட்டு கூட இருக்கு, பாக்கறீங்களா?” சுற்றியுள்ளவர்களைப் பார்த்து கத்தினான்.

நாகமணியிடம் சென்று லத்தி எட்டும் இடங்களிலெல்லாம் அடித்தான்.

“செத்துத் தொலைடி வியாதிப் பிண்டம். எத்தனை பேருக்கு ஒட்ட வச்சிருக்கடி...?” நிறுத்தாமல் அடித்தான்.

மஸ்தானம்மா எழுந்து குறுக்கே நின்றாள். “என் மவள வுட்டுடு சாரு. ஒனக்கு புண்ணியமாப் போகும் சாமி. அவ செத்துப்போனா நானும் செத்துடுவேன் சாரு...” நாகமணியை இறுகப் பின்னிக் கொண்டு லத்தி அடிகளைத் தன் உடம்பில் வாங்கிக் கொண்டாள். சரசரவென ரத்தம் பொங்கியது.

இருவரையும் போலீஸ் ஸ்டேஷனுக்கு இழுத்துச் சென்றான் சிங்கய்யா. அங்கிருந்த மற்ற பிச்சைக்காரர்களும் சீனுவுடன் பின் தொடர்ந்தார்கள். நிற்காமல் வடிந்து கொண்டிருந்த ரத்தம் மஸ்தானம்மாவின் கன்னங்களை நனைத்தது. கூட்டத்திலிருந்த யாரோ துணியை நனைத்து அவளிடம் நீட்ட... அதை மஸ்தானம் மாவின் தலைக் காயத்தின் மீது வைத்து அழுத்திக் கட்டினாள் நாகமணி.

சப் இன்ஸ்பெக்டரிடம் இல்லாத, பொல்லாததையெல்லாம் கூட்டிச் சொன்னான் சிங்கய்யா. அவர் மஸ்தானம்மாவையும் நாகமணியையும் மாறி மாறி நோட்டமிட்டார். ரத்தம் வடிவது நின்றபாடில்லை. ஏற்கெனவே வயோதிகம். செத்து போய் விடுவாளோ என்று பயம் ஏற்பட்டது. ஸ்டேஷனில் மண்டையைப் போட்டால் அடுத்து தன் மண்டை உருளும்....

"விபச்சாரம் என்பது ஒரு பெரிய குற்றம். ஆனாலும் இந்தக் கிழவி மீது அனுதாபப்பட்டு விட்டுடறேன். இனிமேல் இந்த ஸ்டேஷனில் என் கண்ணில் படக்கூடாது. இங்கிருந்து கிளம்பற வழியைப் பாருங்க..." எச்சரித்தார்.

அவர் காலில் விழுந்து புலம்பனாள் மஸ்தானம்மா.

"நீ நல்லா இருக்கணும் சாரு...." என்று நெகிழ்ந்தபடி சிங்கய்யா பக்கம் திரும்பினாள். "என் சாபம் உன்னைச் சும்மா வுடாது. உன் வாயில் மண்ணு விழ..." ஆத்திரத்துடன் சபித்தாள்.

ஸ்டேஷனிலிருந்து திரும்பிய மறுகணம் புயலில் சரியும் மரம் போல் அப்படியே விழுந்துவிட்டாள் மஸ்தானம்மா. கடும் காய்ச்சல். நெஞ்சு வலியும் சேர்ந்துகொள்ள துடியாய்த் துடித்தாள்.

"தேவடியா மவன். என் நெஞ்சுல அடிச்சுட்டான் பாவி. நான் சாவப் போறேன்..." நாகமணியின் மடியில் தலை வைத்து அழுதாள். நாகமணியால் கண்ணீரை அடக்க முடியவில்லை.

"நாம் இந்த ஊரில் இருக்க வேணாம். அதுவும் இந்த ஸ்டேஷன் வேணவே வேணாம். வேற எங்கயாவது போய்டலாம். நீயும் எங்ககூட வந்துடு. உன்னை விட்டுட்டுப் போக மாட்டேன்..." அழுதபடி கூறினாள் நாகமணி.

"இவ்வளவு நாளா எனக்கு யாருமில்லன்னு நெனச்சிட்டிருந்தேன். என் புள்ளங்க என்னைத் தொரத்தியடிச்சப்ப அநாதையா காலம் தள்ளிட்டு வந்தேன். எனக்கு இப்ப நீ இருக்கே. என் பேரப்புள்ள இருக்கான். உங்க மடில என் உசிரு பிரிஞ்சா அதுவே பெரிய பாக்கியம்.."

"அப்படிப் பேசாத.. பயம்மா இருக்கு. உனக்கு ஒண்ணும் ஆவாது. நாம பெஜவாடா போய்டலாம். எங்க ஆரோக்கியமாதா கோவில் முன்ன பிச்சை எடுப்போம். நெறய காசு கெடைக்கும்..."

ரத்தம் வந்தபடியே இருந்தது. மருத்துவமனைக்குக் கூட்டிச் சென்றாள் நாகமணி. அங்கு காயத்தின் மீது சீராய்க் கட்டுப் போட்டு மருந்து மாத்திரை கொடுத்தார்கள்.

அன்று ராத்திரி முழுக்க மஸ்தானம்மா இமை மூடவில்லை. ஏதேதோ பிதற்றிக்கொண்டே இருந்தாள். நெஞ்சு வலி அதிகமாகி விட்டது.

“அவன் ஏதோ உளறினானே, நெஜமா...?” தன் நெஞ்சை அழுத்தியபடி நாகமணியைக் கேட்டாள்.

“இருந்துட்டுப் போவட்டும். நீ கவலைப்படாத. இங்க பிச்சை எடுக்கற எத்தனை பேருக்கு இருக்கோ, யாருக்குத் தெரியும். நீ தைரியமா இரு...” அவள் கன்னத்தைத் தடவிக் கொடுத்தாள் நாகமணி.

“நீ சொன்னது போல் நாம இங்க இருக்க வேணாம். இவங்கல்லாம் மனுசங்க இல்ல.. ராட்சசனுங்க. நாம் இப்பவே பெஜவாடா கெளம்பிடலாம். அங்க நெறய காசு கிடைக்கும் இல்ல. நீ நெஜமாத்தான சொல்றே? என்னையும் உங்கூட கூட்டிட்டுப் போறதான... நான் கண்ணை மூடறவரை துணையா இருப்பில்ல...” அழுதபடி கேட்டாள் மஸ்தானம்மா.

“உன்னை விட்டுட்டு எங்கயும் போமாட்டேன். எங்க போனாலும் என்ன செஞ்சாலும் மூணு பேரும் ஒண்ணாவே இருப்போம். பெஜவாடா இல்லன்னா விசாகப்பட்டணம் போலாம்....”

“கேக்கறப்பவே எவ்வளவு தெம்பா இருக்கு தெரியுமா புள்ள... புருசன், ரெண்டு புள்ளங்கன்னு எனக்குன்னு ஒரு குடும்பம் இருந்துச்சு. நாயா உழைச்சி அதுங்க ரெண்டையும் வளர்த்து ஆளாக்கினோம். அதுங்க நல்லது கெட்டது எதுவும் பாக்காம போய்ச் சேர்ந்துட்டாரு என் புருசன். ஆனாலும் மூலைல முடங்கிக் போய்டல நான். ஒத்தை ஆளா குடும்பத்தை கட்டி இழுத்திட்டு வந்தேன். ரெண்டு புள்ளங்களுக்கும் கல்யாணம் செஞ்சு வச்சேன். மருமவப் பொண்ணுங்க வந்துட்டாங்க, நிம்மதியா கால் நீட்டி உக்கார்ந்து சாப்பிடலாம்னு கனாக் கண்டுட்டிருந்தேன். ஆனா அந்த சாமிக்கு எம் மேல இரக்கம் இல்லயே. புள்ளங்களுக்கு ஒருத்தி வந்தாச்சுன்னா பெத்தவகூட வேத்து மனுஷிதான். அதுங்க பேச்சு கேட்டு என்னை வூட்டை

வுட்டு துரத்திட்டாங்க. அநாதையாக்கிட்டாங்க. இந்த வயசுல எனக்கு வீடு வாசல் குடும்பம்னு எதுவும் இல்லாம நடுத்தெருவுல நிக்க வச்சிட்டாங்க. ரெண்டும் புள்ளையா பொறந்தப்ப எனக்கு என்ன குறைச்சல்னு ரொம்பவே மயங்கிக் கெடந்தேன். இப்பதான் தெரியுது, உன்னைப்போல் பொட்டைக் குட்டி பொறந்திருந்தா என்னை கண்ணுல வச்சு காப்பாத்தியிருப்பான்னு. போவட்டும் விடு. இப்பவாச்சும் நீ இருக்கயே. நான் இப்பவே மண்டையப் போட்டாக்கூடப் பரவால்ல. அநாதைப் பொணமா போய்ச் சேர மாட்டேன். என் கட்டைய எடுத்துப் போட நீ இருக்க. எம் பேரப்பய இருக்கான். என் சமாதில வுளுந்து அழக்கூட நாதியில்லன்னு வெசனப்பட்டிருந்தேன். இப்ப திருப்தியா கண்ண மூடுவேன்…” நீளமாய்ப் பேசி நிறுத்தினாள் மஸ்தானம்மா.

“என்ன பேசறே மஸ்தானம்மா. இன்னும் ரெண்டு மூணு நாள்ல எழுந்து நடமாடுவே. பார்த்துட்டே இரு. அப்ப நாம வேறு ஊருக்குப் போய்டலாம்..” அவளைச் சமாதானப்படுத்த முயன்றாள் நாகமணி.

அடுத்த நாள் மஸ்தானம்மாவிற்கு காய்ச்சல் அதிகமாகி விட்டது. உடம்பு அனலாய்க் கொதித்தது. ரத்தம் வடிவது மட்டும் நின்று விட்டிருந்தது. கஞ்சி காய்ச்சி அவளைக் குடிக்க வைத்தாள் நாகமணி.

“என் பொழப்பு இப்படி நாறிப்போயிருக்கேன்னு எந்நேரமும் புலம்பிட்டிருந்தேன். என்ன பாவம் செஞ்சனோ என் விதி இப்படி ஆகிப்போச்சேன்னு நொந்திட்டிருந்தேன். ஒன்னைப் போல் பாசமா என்னைப் பாத்துக்கவும் ஆளு இருக்கேன்னு நெனைக்கறப்ப நான் புண்ணியம் செஞ்சவதான்னு தோணுது. இந்த ஆதரவுக்காகத்தான் இந்நாளாத் தவிச்சிட்டிருந்தேன். ரெண்டு நாள் வயித்துக்கு இல்லன்னாலும் வெசனப்பட்டதில்ல. ரெண்டு கிளாஸ் தண்ணிய குடிச்சு வயித்தை மடக்கி சுருண்டு கெடப்பேன். ஆனா எனக்குன்னு இருக்கற ஒரு உசிருக்காக ஏங்கிட்டிருந்தேன். இந்த ரயிலடி எடத்துக்கு வந்த பொறவு எத்தனை பேரை கிட்ட சேர்த்திருக்கேன்… எவ்வளவு ஆளுங்களுக்கு ஆதரவா இருந்திருக்கேன் தெரியுமா. எவ்வளவு தைரியம் குடுத்திருக்கேன்…? உம்… எல்லாருமே அவங்கவங்க சுயநலத்துக்கு என்னைப் பயன்படுத்திக்கிட்டு பொறவு வுட்டுட்டுப் போனவங்கதான் புள்ள. நீயும் அப்படித்தான்னு நெனச்சிட்டிருந்தேன். இல்லடி…. ஒம் மனசு சொக்கத் தங்கம்டி….” உருகி நெகிழ்ந்தாள் மஸ்தானம்மா.

“நான் இப்ப கொஞ்சம் சொகமாயிட்டேன். என்னால நடக்க முடியும். நாளைக்கே நாம இங்கர்ந்து கௌம்பிடலாம். இனி இங்க ஒரு பொழுதுகூட இருக்க வேணாம். எனக்கு இன்னும் வயசு ஏறி நடக்க முடியாமப் போச்சுன்னா சக்கரம் வச்ச மரப்பலகை வாங்கிக் குடு. என்னை அதுல உட்கார வச்சி கயிறு கட்டி இழுத் திட்டுப் போய் பிச்சை எடுப்பான் என் பேரப்பய... அதுவும் முடியாமப் போற நாளு மூஞ்சி சுளிக்காம என்னைப் பார்த்துப்பே இல்ல. ஒனக்கு அலுப்பு வந்துட்டா எனக்கு உசிரோட இருக்கவே பிடிக்காம ஆயிடும்.” பரிதாபமாய்க் கேட்டாள் மஸ்தானம்மா.

“தைரியமா இரு. உனக்கு நானிருக்கேன். உன்னை நல்லா கவனிச்சுக்குவேன். என்னை நம்பு. இப்ப கொஞ்ச நேரம் கண்ணை மூடிப் படுத்துக்க... தெம்பா இருக்கும். நாளைக்கி ஊருக்குக் கிளம்பணும். கருக்கல்ல எழுந்து மூட்டை முடிச்சு கட்டணுமில்ல...” அவளைப் படுக்க வைத்து குழந்தையை உறங்க வைப்பதுபோல் தட்டினாள் நாகமணி.

“சின்ன வயசுல ஆத்தா இப்படித்தான் தூங்க வைக்கும்...” தன் தாயை நினைவு கூர்ந்தபடி அப்படியே தூங்கிவிட்ட முதியவள் திடீரென விழித்துக் கொண்டு கேட்டாள். “என்னை வுட்டுட்டுப் போய்டமாட்டதான...?”

“இல்ல... மாட்டேன். எப்பவும் எங்கூடத்தான் இருப்பே நீ...”

திருப்தியுடன் கண்களை மூடி மறுபடியும் உறக்கத்திலாழ்ந்தாள் மஸ்தானம்மா. அவளை இப்போது நெஞ்சுவலி தொல்லைப் படுத்தவில்லை. தலையின் காயம் வலிக்கவில்லை. மிக நிம்மதியாக இருந்தது. அம்மா மடியில் படுத்துக் கிடக்கும் பரவசம். தன் முதல் குழந்தையை முதன்முதலாய்ப் பார்த்தபோது ஏற்பட்ட சிலிர்ப்பு...! ஆழ்ந்த உறக்கம்...!

விடிந்தபோது நெஞ்சுவலி தீவிரமாக இருந்தது. கணப் பொழுதுதான் அடுத்த கணம் உயிர் பிரிந்துவிட்டது.

மஸ்தானம்மாவை எழுப்ப வந்த நாகமணி அப்படியே நின்று விட்டாள். இரு தினங்களாய் சரியான தூக்கமில்லை கிழவிக்கு. இன்னும் கொஞ்ச நேரம் தூங்கட்டும் பாவம் என நினைத்தபடி பரபரவென வேலைகளை முடித்துக்கொண்டு மஸ்தானம்மா மற்றும் தன் சாமான்களையெல்லாம் மூட்டை கட்டலானாள்.

எரியும் பூந்தோட்டம்

இன்னும் ஒரு மணி நேரத்தில் பெஜவாடா பாசஞ்சர் புறப்படும். அதில் பயணம் செய்வது நல்லது.... அலைச்சல் இருக்காது என மஸ்தானம்மாவை எழுப்ப முயன்றாள். அசைவே இல்லை.

மஸ்தானம்மா முகத்தில் ஆழ்ந்த அமைதி படர்ந்திருந்தது. தூக்கத்திலேயே உயிர் பிரிந்திருக்கிறதென்பது புலனாக அதிக நேரம் பிடிக்கவில்லை அவளுக்கு.

கோடய்யா இறந்து போனபோது கூட வராத துக்கம் பீறிட்டுக் கிளம்பியது. உடல் மீது விழுந்து நெஞ்சே வெடித்து விடும் போல் கதறினாள். மஸ்தானம்மாவின் இறுதிக் கோரிக்கையைத் தீர்க்கும் விதமாய் அவள் உடலைக் கண்ணீரால் குளிப்பாட்டினாள்.

போலீசுக்குத் தகவல் தெரிவித்தால் வந்து சவத்தை எடுத்துச் செல்வார்கள் என யாரோ சொல்ல... நாகமணி அதற்கு ஒப்புக் கொள்ளவில்லை.

"அய்யா, இது அநாதைப் பிணம் இல்ல. இவங்க என் ஆத்தா. நான் காசு தரேன். முறைப்படி புதைச்சிடுங்க." மன்றாடிக் கேட்டுக் கொண்டாள்.

இரண்டு பிச்சைக்காரர்கள் மஸ்தானம்மாவின் உடம்பை ஒரு போர்வையில் சுற்றித் தோளில் ஏற்றிக் கொண்டார்கள்.

தண்டவாளத்திற்கு சற்றுத் தொலைவாய் குழி தோண்டி புதைத்துவிடலாம் என்றார்கள்.

அதற்கும் சம்மதிக்கவில்லை நாகமணி. மாயனத்திற்கு எடுத்துச் சென்று பணம் கட்டினாள். ரசீது எழுதியவர் பெயர் கேட்க... 'மஸ்தானம்மா...' என்றாள்.

"வயது...?"

"அறுபத்தஞ்சு.."

"இவங்களுக்கு நீ என்ன ஆகணும்?"

"இவங்க மவ நான்..."

மயானத்தில் குழி தோண்டி உடல் வைக்கப்பட... சீனுவின் கையால் மண் போடச் செய்தாள்.

"நீ அநாதைப் பிணம் இல்ல; பார்த்தியா... உனக்காக எத்தனை பேர் வந்திருக்காங்கன்னு. பாட்டி.. பாட்டின்னு சீனு எப்படி

அழுதிட்டிருக்கான் பாரு. நான் உன்னை விட்டுப் போய்டுவேன்னு பயந்திட்டிருந்தே இல்ல. இப்ப என்ன ஆச்சு? நீதான் என்னைத் தனியா விட்டுட்டுப் போய்ட்டே..." கதறியழுதாள் நாகமணி.

எல்லாம் முடிந்து ஸ்டேஷனுக்குத் திரும்பிய நாகமணிக்கு மஸ்தானம்மா இல்லாத அந்த இடம் மிகவும் பயங்கரமாய்த் தென்பட்டது. தன்னை அப்படியே விழுங்கிவிடக் காத்திருக்கும் கொடிய மலைப்பாம்பாய் அந்த பிளாட்ஃபாரம்...

அதற்கு மேல் ஒரு நிமிடம்கூட அங்கிருக்கப் பிடிக்கவில்லை.

மஸ்தானம்மாவின் சாமான்களுடன் விஜயவாடா செல்லும் ரயிலேறினாள். ரயில் பிளாட்ஃபாரம் தாண்டியபோது துக்கம் வெடித்துக்கொண்டு கிளம்ப பொங்கிப் பொங்கி அழலானாள்.

இரவெல்லாம் உறக்கம் இல்லை. சோர்வாக... எரிச்சலாக இருந்தது. விழிகளிலும் எரிச்சல். தாமதமாகத்தான் அலுவலகம் சென்றேன்.

கிருஷ்ணமூர்த்தி வணக்கம் தெரிவித்தான். அவன் முகத்திலும் சோர்வு தெரிந்தது. பலவீனமாக இருந்தான். இரு தினங்கள் முன் நடந்தது ஞாபகமிருந்தாலும் அவன் இப்போது உள்ள நிலைமையில் அவனைத் திட்ட மனமில்லை.

"என்ன கிருஷ்ணமூர்த்தி... உடம்பு எப்படி இருக்கு?"

"அப்படியேதான் இருக்கு சார். எவ்வளவு மருந்து சாப்பிட்டும் ஜுரம் தணிந்தபாடில்லை. ஏற்கெனவே ஒரு வாரமாய் ஆபீஸ் வரலே. எப்படியோ தெம்பு வரவழைத்துக்கொண்டு இன்னிக்கு வந்துட்டேன்."

"இன்னும் ஜுரம் இருக்கா?"

"ஆமாம் சார். நார்மலுக்கு வரலே."

"மலேரியாவோ என்னவோ. டெஸ்ட் செய்து கொண்டாயா...?"

"மலேரியா... டைபாய்ட் ரெண்டு டெஸ்ட்டுமே ஆச்சு சார். ரெண்டுமே நெகடிவ்வாதான் வந்திருக்கு. வைரஸ் ஃபீவரா இருக்குமோன்னு டாக்டர் சந்தேகப்படறார். எதுவாயிருந்தாலும்

இத்தனை நாளில் குறைஞ்சிருக்கணுமில்லே. எனக்கு ஒண்ணுமே புரியலே சார். டாக்டருக்கே குழப்பமா இருக்குன்னா என்ன சொல்றது...”

“ஆனாலும் ஜுரத்துடன் எதுக்கு வந்திருக்கே? வீட்டில் ரெஸ்ட் எடுத்துக்கலாம் இல்லே...”

“ரெஸ்ட் கூட போர்தான்- அதனால்தான் கிளம்பி வந்துட்டேன்-” சில கணங்கள் மௌனமாக இருந்து பின் பேசினான்.

“உங்க ஃபிரண்ட் ஒருத்தர் டாக்டர்னு சொல்லியிருக்கீங்க இல்லே. அடிக்கடி உங்களை வந்து பார்ப்பாரே...”

“ஓ டாக்டர் சஞ்சய்... ரொம்ப நல்ல டாக்டர்...”

“அவரிடம் போய்ப் பார்க்கலான்னு. ஒரு தடவை நீங்க அவருக்கு ஃபோன் பண்றீங்களா?”

“பகல் ஒரு மணி வரை இங்கு ஹைதர்குடா அப்போலாவில்தான் இருப்பார். சாயங்காலம் நேரங்களில் தன் வீட்டிலேயே பார்ப்பார். வீடு ஜூப்ளி ஹில்ஸ். ரொம்பத் தூரம். நீ அப்போலாவுக்குப் போறதுதான் நல்லது. டைம் இருக்கில்லே. பர்மிஷன் கேட்டு போய்ட்டு வந்துடு. சஞ்சய்க்கு ஃபோன் செய்யறேன் நான்...”

“தேங்க்ஸ் சார். மனேஜரிடம் சொல்லிட்டு இப்பவே கிளம்பறேன்-”

அவன் அனுமதி பெற்றுக் கிளம்புவதற்குள் சஞ்சய்க்கு ஃபோன் செய்து கிருஷ்ணமூர்த்தி பற்றிச் சொன்னேன்.

“பணம் ஏதும் கொடுக்க வேண்டாம். உன்னிடம் வாங்க வேண்டாம்னு டாக்டரிடம் சொல்லியிருக்கேன்...”

நேற்றைய என் கோபத்திற்கு நிறைய வருத்தப்பட்டிருக்கிறான் போலிருக்கிறது.

சுதீரா குறிப்பிட்டிருந்த கடிதம் பற்றி ஞாபகம் வந்தது.

தனிப்பட்ட விதத்தில் எவரையும் உத்தேசிக்காமல் சற்றே உரத்த குரலில் கேட்டேன். “ஸ்பீட் போஸ்டில் எனக்கு ஒரு லெட்டர் வந்திருக்கணுமே...”

பின்னால் திரும்பி என்னைப் பார்த்த நவீனா, சட்டென நாக்கைக் கடித்துக் கொண்டாள். “சாரி சார்... நேற்று நீங்கள்

இல்லாதபோது உங்க பெயருக்கு ஒரு லெட்டர் வந்தது. சென்னையிலிருந்து வந்திருக்கு..." ஒரு கவரைக் கொடுத்தாள்.

உடனே படிக்க வேண்டும் எனத் தோன்றவில்லை. பெரிதாய் என்ன இருக்கப் போகிறது.... என் வலிகளைக் கிளறுவதைத் தவிர...

ஒரு மணி நேரத்தில் கிருஷ்ணமூர்த்தி திரும்பி வந்தான்.

"டாக்டர் என்ன சொன்னார்?"

"ப்ளட் டெஸ்டு செய்ய வேண்டுமாம். அங்கேயே கொடுத்து விட்டு வந்தேன். நாளைக்கு ரிப்போர்ட்டுடன் வந்து பார்க்கச் சொன்னார்."

உணவு வேளை வரை அலுவலக வேலையில் மும்முரமானேன். விரைவில் சாப்பிட்டு முடித்து சுதீராவின் கவரைப் பிரித்தேன்.

"டியர் குமார்...

வாழ்க்கை மிக விநோதமானது இல்லையா? நறுமணம் வீசும் நந்தவனம் எனப் பிரமை கொள்கிறோம். தீர அனுபவிக்கும் போதுதான் தெரியவருகிறது காரிருள் கவ்விய காட்டில் வாழ்ந்து கொண்டிருக்கிறோம் என்பது. வாழ்க்கை குறித்து எத்தனை கனவுகள் கண்டிருக்கிறேன்...! வண்ண வண்ணப் பட்டாம் பூச்சிகளாய் சுதந்திரமாய் வான் வெளியில் பறந்தபடி... கற்பனை உலகில் எந்நேரமும் மிதந்தபடி... அநேக கனவுகள் நனவாக... என் ஆசைகளை நிறைவேற்றிக் கொள்ளும் முயற்சியில் பெரும் வெற்றி பெற்றுவிட்டதாய் உவகை கொண்டேன். விதி குதறிப் போட்டுவிடும் என்பதைப் புரிந்து கொள்ள முடியாத அறியாமை.

நான் அழகி என்பதில் எனக்கு என்றும் ஒரு கர்வம் உண்டு. என் பின்னால் வரும் ஆண்களின் எண்ணிக்கை பெருகப் பெருக என்னுள்ளான அகம்பாவம் பத்துத் தலை ராட்சசியாய் உருவெடுத்தது.

என் அழகால் எதையும் சாதிக்க முடியும் எனும் இறுமாப்பு. என் சுண்டு விரல் அசைவினால் உலகத்தை ஆணையிட முடியும் எனும் ஆணவம்.

நான் எப்போதுமே தறிகெட்ட சுகத்திற்கு ஆசைப்பட்டதில்லை. நேசம் எதிர்பார்த்தேன். நெருக்கம் எதிர்பார்த்தேன். ஆனால் திருமணம் எனும் சட்டத்திற்குள் என்னை நான் சிறைப்படுத்திக்

கொண்டு என் மனதில் பொங்கும் ஆசைகளுக்கு அணைபோட விரும்பவில்லை.

ஒரு ஆணை மணந்தபின்.. அவனுடன் சில வருடங்கள் குடும்பம் நடத்தியபின்... என் மனதிற்கு இசைவாய் மற்றொரு ஆண் எதிர்பட்டால் என்ன செய்வது? என் மனம் விழையும் வகையில் வாழ முற்பட்டால் இந்தச் சமூகம் சும்மா இருக்குமா? என் புருஷன்தான் சும்மா இருப்பானா...?

நீங்கள் எல்லோருமே ஆத்ம வஞ்சனை செய்து கொள்கிறவர்கள் தாம். சமூகத்தின் மேலுள்ள பயத்தால் ஆசைகளை அழித்துக் கொள்கிறீர்கள். இல்லையெனில் பரம இரகசியமாய் விவகாரத்தை முடித்துக் கொள்கிறீர்கள். கணவனோ... மனைவியோ; துரோகம் செய்து கொண்டிருக்கிறோம் எனும் குற்ற உணர்வுகூட இருக்காது.

நீயும் அப்படித்தானே...? உன் மனைவி மேல் கொள்ளைப் பிரியம் உனக்கு. ஆனால் என்னுடன் சந்தோஷமாய்க் கழிக்கும் ஆசை....

எவரையும் வஞ்சிக்கும் எண்ணமில்லை எனக்கு. அப்படியென்று பதிவிரதைப் பட்டம் மாட்டிக்கொண்டு புருஷனுடன் குடும்பம் நடத்தியபடி... இன்னொரு ஆண் மேல் விருப்பம் ஏற்பட்டாலும் மனதை நசித்துக்கொண்டு உணர்வுகளை அடக்கிக் கொண்டு என்னை நானே ஏமாற்றிக்கொண்டு வாழ முடியாது.

இதெல்லாம் நினைவில் கொண்டுதான் திருமணம் வேண்டாமென முடிவு செய்தேன். என் மனத்திற்குப் பிடித்ததைச் செய்வது... நான் விரும்புவதை அடைவது.. இதுதான் சுதீராவின் தத்துவம்.

இதில் தோற்றுப்போய் விட்டதாக நினைக்கவில்லை நான். எவருடனெல்லாம் நான் உடலைப் பகிர்ந்து கொண்டேனோ, அவர்களுடன் என் உள்ளத்தையும் உணர்வுகளையும் பகிர்ந்து கொண்டேன். உங்களுக்கெல்லாம் பெரும் வியப்பாகத் தெரியலாம். நம்பிக்கை ஏற்படாமலும் போகலாம். நீங்கள் இதையெல்லாம் ஏற்றுக் கொண்டாலும் இல்லையென்றாலும் இதுதான் நிஜம். எத்தனை பேருடன் தொடர்பு வைத்துக் கொண்டேனோ அத்தனை பேரையும் மனமார நேசித்தேன்.

நீ லதாவின் எழுத்துக்களைப் படித்திருக்கிறாயா? எனக்கு மிகவும் பிடிக்கும். 'வாரிஜா' நாவலில் ஒரு இடத்தில் 'பெண்

மனதில் ஒரே ஒரு ஆண்தான் இருக்கிறான் என்றால் நான் நம்ப மாட்டேன்...' என எழுதியிருக்கிறார். உண்மையும் அதுதான்.

ஆனாலும் ஒருவர் ஒரு நபரை நேசிக்கும்போது இன்னொருவர் மீது நேசம் வரக்கூடாதா...? மனதை எப்படி வரையறுக்கிறார்கள்? அன்பு எனும் உத்வேகம் முன் இவ்வரையறைகள் நிற்குமா? பொங்கியெழும் சமுத்திரம் போன்ற நேச உணர்வுகளைச் சமூகக் கட்டுப்பாடுகளால் தடுத்து நிறுத்த முடியுமா...?

ஒரு பெண் ஓரே ஒரு முறை... ஒருவரை மட்டுமே நேசிக்க வேண்டுமெனச் சட்டம் இயற்றியது யார்? ஒரே நாளில் எத்தனை வகை காய்கறிகள் சாப்பிடுகிறோம் நாம்...? தினமும் ஒரே வகை காய்கறி... அதையும் விரும்பிச் சாப்பிட நிர்ப்பந்தித்தால் அது கொடுமை இல்லையா? அடக்குமுறை இல்லையா? வன்முறை இல்லையா?

நானும் படித்தவள்தான். பாதுகாப்பற்ற உடல்உறவு ஆபத்தானதென எனக்கும் தெரியும். பாயின் கீழ் நீராய் இலட்சக் கணக்கில் மனிதர்களைத் தன் நச்சு அரவணைப்பில் இழுத்துக் கொள்ளும் என்பதையும் நன்கு அறிந்தவள்தான். பார்க்க ஆரோக்கியமாய்த் தென்படும் ஆண்களுக்குக்கூட ஹெச்ஐவி இருக்க வாய்ப்பிருப்பதும் தெரியும்.

அந்நியர்களிடம் உறவு வைத்து கொள்வதால் தொற்றிக் கொள்ளும் அபாயத்தினின்று காப்பாற்றிக் கொள்ள வேண்டுமென்றால் கண்டிப்பாகப் பாதுகாப்பு முறைகளைப் பின்பற்ற வேண்டும் எனத் தெரியும். ஆனால் நான் கழித்தது அந்நியர்களுடன் அல்லவே, எனக்கு நன்கு அறிமுகமானவர்... நெருக்கமானவர்களாய்... என் மனதிற்குப் பிடித்து நான் ஏற்றுக் கொண்ட ஆண்கள்தான். நான் ஆசைப்பட்டு மனப்பூர்வமாய் அவர்களுடன் இணைந்தேன். ஒரு மனைவி கணவனுடன் இணையும் அங்கீகார ஏற்புடன் உடல் மற்றும் உள்ளச் சம்மதத்துடன் அந்த ஆண் என்னவன் எனும் அர்ப்பணிப்பு பாவத்துடன் சேர்ந்தேன். அவ்வாறு நான் உறவு கொண்ட அனைவரையும் நேசித்தேன்... மனதால்... உடலால்... ஆன்மாவால்...

அவ்வாறான ஆண்கள் என் வாழ்க்கையில் பலர் இருப்பது என் தவறல்ல. எனக்கு நெருக்கமானவர்கள் அத்தனை பேர் இருக்க... எப்படி மறுக்க முடியும்... அல்லது ஒதுக்க முடியும்?

அத்தனை பேருக்கும் நல்ல படிப்பு... வேலை... சமூகத்தில் நல்ல மதிப்பு உண்டு. என்னைப் போன்றே அவர்களுக்கும் அதி நிசப்தமாய் ஹெச்ஐவி இருக்கலாம் என மீடியா உரத்துச் சொல்லும் எச்சரிக்கைகளை நான் புறக்கணித்து விட்டதாய் நினைக்க வேண்டாம்.

முட்டாள்தனமாய் பேதமையுடன் பாதுகாப்பின்றி அவர்களுடன் இணைந்தேன் என நினைக்கிறாயா? நிஜம் சொல்வதென்றால் பாதுகாப்புக் கவசம் என்பது எத்தகைய அவமானத்திற்குரிய செயல் என எப்போதாவது ஆலோசித்திருக்கிறாயா குமார்?

ஒருவர் மேல் மற்றொருவருக்கு அவநம்பிக்கை. அப்பெண்ணிடம் எந்த இரகசிய நோய் உள்ளதோ என ஆணுக்கு அச்சம். அவன் மூலம் என்ன வியாதி தனக்குத் தொற்றிக் கொள்ளுமோ எனப் பெண்ணுக்கு பீதி.

இவ்வளவு அவநம்பிக்கையுடன் அவமானங்களுடன் மேற்கொள்ளும் உறவு ஒரு உறவுதானா? அதைச் சிருங்காரம் என்று எப்படிச் சொல்லமுடியும்? மிருகத்துடன் அல்லவா அது...

அப்படியென்றால் இணைவதுதான் எதற்காக... பரஸ்பரம் நேசிக்கும் இரு உடல்களிடை கவசங்கள் எதற்கு? நிர்வாணத்தை மறைத்து வைக்கும் ஆச்சாரங்களையெல்லாம் விலக்குவதுதானே ஆண் பெண் சங்கமம்... பின் இந்த உறைகள் எதற்கு? எதிரில் இருப்பவன் பகையாளி என்றால்தானே கவசங்கள் அவசியம்... விரோதியுடன் உறவு என்ன...?

மனதில் இவ்வளவு குழப்பங்களை நிறைத்துக் கொண்டு.. கவசங்கள் அணிந்து கொண்டு.. எல்லாப் பாதுகாப்புகளும் மேற்கொண்டு செயல்படும்போது அது முழுமையான சங்கமம்... ஐக்கியத்துவம் எப்படி ஆகும்? கேவலம் தேவையை நிறைவேற்றிக் கொள்வது தவிர வேறென்ன...? ஒரு பேராசை போல்தானே...?

அதனால்தான் நான் பாதுகாப்பற்ற உறவு மேற்கொண்டேன். எவருடனேனும் முழு நம்பிக்கையுடன் இணைந்தேன். ஆகையால் நடந்தது குறித்து கழிவிரக்கம் கொள்ளவில்லை நான். எந்த ஆணையும் குறை சொல்லவில்லை. பழி சுமத்தவில்லை. ஒருவேளை இது குற்றமானால் பரஸ்பர ஆமோதிப்புடன் செய்த தவறு. என்னைப் பொறுத்தவரை இது தப்பு கிடையாது. அப்படியிருக்க எவரையும் ஏன் நிந்திக்க வேண்டும்.

அதனால் என்னையே நான் நிந்தித்து கொள்வதாகவும் ஆகாது. எனக்கு தோன்றிய முறையில் எனக்கு பிடித்த விதமாய் நடந்து கொண்டேன். விளைவு எத்தகையதாயினும் அதற்குச் சித்தமாக உள்ளேன்.

எனக்கு ஹெச்ஐவி பாஸிடிவ் எனும் நிஜத்தை எவரிடமும் மறைக்கவில்லை. என்னுடன் தொடர்புள்ள ஒவ்வொரு ஆணுக்கும் தெரியும் இது. பலன் என்ன தெரியுமா? அத்தனை பேருக்கும் எதிரி ஆகிவிட்டேன். என்னைத் தீண்டத் தகாதவளாய் அருவருத்துக் கொண்டிருக்கின்றனர். என்னை அதிகமாய்க் கலவரப்படுத்துவது இந்த விஷயம்தான் குமார். கடைசியில் நீயும் கூட....

உண்மையை உங்களிடமெல்லாம் ஒளித்து வைத்து பழகி இருந்தால் அது நேர்மையா? உண்மை பேசுவது என் கடமையென நினைத்தேன். யாரால் எனக்கு இந்த வியாதி வந்திருக்கிறதெனத் தெரியாது. கடவுள் என்ற ஒருவர் உண்டா இல்லையா.. அப்படி இருந்தால் இதன் பாவ புண்ணியம் குறித்து அக்கடவுளே அறிவார்.

எனக்கு இப்போது அன்பு தேவை குமார்.. கொஞ்சம் அந்நியோன்யம் தேவை. என்னைப் பாசத்துடன் அணைத்துக் கொள்ள வேண்டும். ஆண்களிடம் நான் ஆசைப்படுவதெல்லாம் உடல் உறவு மட்டுமே என்றுதானே நினைத்துக் கொண்டிருக்கிறாய்? நீ மட்டுமில்லை. என்னைக் குறித்து நிறைய பேர் இவ்விதமாய்த்தான் நினைக்கிறார்கள். நான் தறிகெட்டவள் என்றும், உடம்பு கொழுப்பேறி ஆண்களுடன் திரிவதாகவும்... பக்கத்தில் ஆண் இல்லாமல் என்னால் முடியாதென்றும்...

ஆனால் குமார்! நான் ஆசைப்பட்டது ஒரு துளி அன்பு. அந்த நேசத்திற்காகவே என்னைச் சமர்ப்பித்துக் கொண்டேன். இப்போது அந்த ஆசை- அக்கோரிக்கை மேலும் வலுவடைந்திருக்கிறது. நான் நேசிக்கும், என்னை நேசிக்கும் ஆண் தன் ஆத்மார்த்தமான அணைப்பில் என்னைப் பொத்திக்கொள்ள வேண்டுமென்ற ஆசை. அவன் மடியில் நிம்மதியாய் இறுதி மூச்சுவிட வேண்டுமெனும் ஆசை.

சிறுவயது முதல் அன்புக்காக எப்படியெல்லாம் தவித்துப் போயிருக்கிறேன் தெரியுமா. என் இரண்டாம் வயதில் என் அப்பா இறந்து போனார். அவர் எப்படி இருப்பார் என எனக்குத் தெரியாது. மங்கலான உருவமாய் என்னும் ஒரு ஊகம்..

எரியும் பூந்தோட்டம்   149

அவ்வளவுதான். என் அம்மா அப்போது கனரா பாங்கில் வேலை பார்த்துக் கொண்டிருந்தார். பொருளாதார ரீதியில் அவ்வளவாய்ச் சிரமமில்லை.

அப்பா இறந்து மூன்றாண்டாகியிருக்கலாம். ஒரு நாள் நான் பள்ளியினின்று வீடு திரும்பியபோது அம்மா வீட்டிலிருந்தார். வழக்கமாய் நான் வீடு வந்து இரண்டு மணி நேரம் கழித்துதான் அம்மா வருவார். அதுவரை பக்கத்து வீட்டுக் குழந்தைகளுடன் விளையாடிக் கொண்டிருப்பேன். அன்று வீட்டில் அம்மாவைப் பார்த்ததும் 'அம்மா...' என உற்சாகத்துடன் கூவியபடி ஓடிச் சென்று கட்டிக் கொண்டேன். அந்த உவகையில் எங்கள் வீட்டில் இன்னொரு மனிதர் இருப்பதைக் கவனிக்கத் தவறிவிட்டேன். உரக்கச் சிரித்தார் அவர். எனக்கு மிகவும் வெட்கமாகிவிட... இன்னும் இறுக்கமாய் அம்மாவைக் கட்டிக் கொண்டேன்.

"பாப்பா... இங்க வா.."

தலை திருப்பி சோபாவில் அமர்ந்திருந்த அந்த ஆளைப் பார்த்தேன். நல்ல சிகப்பாய் இருந்தார். கொஞ்சமாய் முன் வழுக்கை. சிரித்தபடி என்னை அருகில் வரும்படி மறுபடியும் அழைத்தார். ஏதும் பேசாது அவரையே பார்த்துக் கொண்டிருந்தேன்.

"போம்மா. அங்கிள் ரொம்ப நல்லவர்..." அம்மா கூற...

தயக்கத்துடன் அவர் அருகில் சென்றேன்.

"உன் பெயர் என்ன...?"

"சுதீரா..."

மறுபடியும் பெரிதாய்ச் சிரித்தவர் என்னை இழுத்து தன் மடியில் அமர்த்திக் கொண்டார். சட்டைப் பையினின்று சாக்லேட் எடுத்துக் கொடுத்தார். தொடர்ந்து அடிக்கடி வீட்டுக்கு வரத் துவங்கினார். சில மாதங்கள் கழித்து எங்கள் வீட்டிலேயே தங்கிவிட்டார்.

எப்போதும் போல் அவரை 'அங்கிள்' என அழைத்தால் அம்மா திட்டுவார். "அப்பான்னு கூப்பிடு. எப்பவும் கேட்டுட்டே இருப்பே இல்லை அப்பா எங்கன்னு. இவர்தான் உன்னோட அப்பா." ஆனால் அந்த ஆளை அப்பா என அழைக்க மனம் ஒப்பவில்லை எனக்கு. அங்கிள் என்றே அழைப்பேன்.

“வாயடைத்துப் போச்சா.. பேச்சு வராதா, இல்லே திமிரா...” என அம்மா திட்டுவாள். “போகட்டும் விடு.... சின்னப்பெண். அவள் விருப்பம்போல் அழைக்கட்டும்...” வழக்கம் போல் சிரித்தபடி கூறி என்னைத் தூக்கிக் கொண்டு வெளியில் போய் சாக்லேட் வாங்கிக் கொடுப்பார்.

அப்பா இல்லாத குறையைத் தீர்த்து வைத்த அவரை மெல்ல விரும்பத் தொடங்கினேன். அவ்வப்போது அவரும் அம்மாவும் ஏதோ ஒரு விஷயம் குறித்து வாக்குவாதம் செய்து சண்டை போடுவார்கள். அவ்வாறான சந்தர்ப்பங்களில் எந்த ஒரு சிறு விஷயத்திற்கும் அம்மா எரிச்சல் படுவார். என்னை அடிப்பார்கூட. ஆனால் அவர் மட்டும் என்னிடம் மிக அன்பாக நடந்து கொள்வார்.

எட்டாம் வகுப்புத் தேர்வு எழுதிய வாரத்திற்கெல்லாம் நான் ‘பெரிய மனுஷி’ ஆனேன். என் உடம்பில் ஏற்பட்ட சின்ன சின்ன மாற்றங்கள் பரபரப்பையும் பயத்தையும் ஏற்படுத்தின.

என் வயதுப் பிள்ளைகள்... வகுப்புத் தோழர்களிடம் பேசினால் அம்மா திட்டுவார். உடம்பின் வளைவு நெளிவுகள் எவர் கண்ணிலும் படாதவகையில் உடையணியச் செய்யும் அம்மா வீட்டில் மட்டும் அந்த மனிதர் எதிரில் துப்பட்டாவை நான் சரி செய்து கொண்டால் கடிந்து கொள்வார்...” அவர் உன் அப்பாடீ. அந்நியர் இல்லை...’ என்பார். என்னிடம் வனப்புகள் கூடக் கூட அவர் பார்வையில் மாற்றங்கள் உணரலானேன். அவர் சிரிப்பில் கள்ளத் தனம். அவர் கண்கள் எந்நேரமும் என் மார்பு மீதே மோதும்.

இதையெல்லாம் அம்மாவிடம் தெரிவித்தேன். “அவரை இல்லடி.... உன்னைத் தான் சொல்லணும். நல்லா வளர்ந்துட்டே இல்லே. உன் கண்ணில் காமப்புரை படிந்துவிட்டது. கெட்டதனம் எல்லாம் உன் பார்வையில்தான். உன் மனதில்தான், இனிமேல் அவரைப் பற்றி அவதூறாய்ப் பேசினால் நாக்கை அறுத்துடுவேன் ஜாக்கிரதை...” எல்லாப் பழியும் என் மீதே சுமத்தி வாய்க்கு வந்தபடி தூற்றினார்.

ஒரு நாள் அம்மா இல்லாத நேரத்தில் நான் சோபாவில் உட்கார்ந்து படித்து கொண்டிருந்தேன். அவர் வந்து என் பக்கத்தில் அமர்ந்தார். நான் சற்று தள்ளி உட்கார முயன்ற போது.... “சின்ன வயதில் உன்னைத் தூக்கிக்கொண்டு முத்தம் கொடுக்கவில்லையா. இப்போதும் நீ சின்னப் பொண்தான்” என்றபடி என்னை

இழுத்துத் தன் மடியில் அமர்த்திக் கொண்டார். மிரட்சியுடன் அவரை வெறித்தேன். என்னைச் சுற்றிக் கைகளை இறுக்கிக் கொண்டு “நீ ரொம்ப அழகா இருக்கே, தெரியுமா?” என்றார். எதுவும் பேசவில்லை நான். கைகளை என் மார்புகளில் தவழ விட்டார். அவரை உதறித் தள்ளிவிட்டு எழுந்து வெளியில் ஓடினேன்.

சற்று நேரம் எனக்காகக் காத்திருந்து... பின் வெளியில் சென்றுவிட்டார். அம்மா வீடு திரும்பியதும் நடந்ததெல்லாம் சொல்ல நினைத்தேன். ஆனால் எனக்கு முன்பே அம்மாவிடம் ஏதோ சொல்லி நம்ப வைத்திருக்கிறார் அவர். வழக்கம்போல் அப்போதும் என்னைக் கண்டபடி ஏசலானாள் அம்மா.

“பெற்ற பெண்ணாக இருந்தால் அவர் மனதை அவ்வளவு தூரம் நோகடித்திருப்பாயா...? ஐந்து வயதிலிருந்து உன்னைத் தூக்கி வைத்துக் கொஞ்சியிருக்கார் அவர்... விளையாடியிருக்கார். அப்படிப்பட்டவர் மீது இவ்வளவு பெரிய அபாண்டத்தைச் சுமத்தியிருக்கயாடீ.. அழகாய் இருக்கேன்னு ஊரில் இருக்கும் ஆண்களெல்லாம் உன் பின்னாடி அலைவாங்கற மதர்ப்பா...? எல்லோரும் உன்னைப்போல் வெட்கம் கெட்டவங்க கிடையாது தெரிஞ்சுக்க..” கத்தினார் அம்மா.

சரி.. நான்தான் ஜாக்கிரதைப்பட வேண்டும் என்று அந்நாளிலிருந்து அவரிடம் எச்சரிக்கையாகப் பழக ஆரம்பித்தேன். அவர் வீட்டில் இருக்கும் நேரங்களில் ஏதோ ஒரு சாக்கு சொல்லிக் கொண்டு வெளியில் போய்விடுவேன். அந்த நாள்... எனக்கு இன்னும் அழுத்தமாய் நினைவிருக்கிறது... முள் முத்திரையாய் உறுத்திக்கொண்டே... வலித்துக் கொண்டே இருக்கிறது. ஏதோ பார்ட்டி என அம்மா அவருடன் சென்றிருக்க... அப்பாடா என ஆசுவாசமாய் வீட்டிலிருந்தேன் நான். மணி ஒன்பதை நெருங்கிக் கொண்டிருக்கிறது. சீக்கிரம் சாப்பாட்டை முடித்துக்கொண்டு புத்தகங்களுடன் உட்கார்ந்தேன், அழைப்பு மணி ஒலிக்க... அம்மா என நினைத்துக்கொண்டு போய் கதவு திறந்தேன். அந்த ஆள்.... ஒரு மாதிரிச் சிரிப்புடன்... நான் சுதாரித்துக் கொள்வதற்குள் என்னைத் தள்ளிக் கொண்டு உள்ளே நுழைந்து கதைவைத் தாளிட்டார்.

அழுதேன்.. கெஞ்சினேன்.. எல்லாமே விழலுக்கிறைத்த நீராயிற்று. மிகவும் நல்லவரென என் அம்மா நம்பிக் கொண்டிருந்த என் மாற்றாந்தந்தையின் கையில் என் கன்னித்தன்மை சிதைந்து

போயிற்று. அழுதுகொண்டிருந்த என்னை அப்படியே விட்டுவிட்டு அவர் வெளியே சென்ற ஒரு மணி நேரம் கழித்து அம்மாவுடன் திரும்பினார். அன்றிரவெல்லாம் குமுறிக் குமுறி அழுது கொண்டிருந்தேன். அம்மாவிடம் சொன்னால் நம்பமாட்டார் எனத் தெரியும். என் வேதனையை எவரிடம் பகிர்ந்து கொள்வதெனத் தெரியவில்லை. நண்பர்களிடம் சொல்லி ஆறுதலும் அனுதாபமும் தேடிக் கொண்டேன். அதற்குப்பின் அவர் தொல்லைகள் அதிகமாகிக் கொண்டே போயிற்று. என் எதிரிலேயே அம்மாவிடம் அசிங்கமாய் ஏளனமாய் நடந்துகொள்ள ஆரம்பித்தார். நான் தனிமையில் இருக்கும் விதமாய் நிறைய திட்டங்கள் வகுக்கலானார். ஒரு நாள் அவர் என் மார்புகளைத் தொட முயன்றபோது நான் சரேலென விலகித் தப்பித்தது அதிர்ஷ்டவசமாய் அம்மா கண்ணில் பட்டுவிட்டது. அம்மா அப்படி அழுததை அதுவரை நான் பார்த்ததே கிடையாது. பெரிதாய் ரகளை நடந்தது. இனிமேல் வீட்டுக்கு வரவேண்டாமென அம்மா திட்டவட்டமாய்க் கூறிவிட்டார். மீறி வந்தால் செருப்பால் அடிப்பேன் என எச்சரித்தாள். ஆனால் அதற்குப் பிறகு குடிப் பழக்கத்திற்கு அடிமையாகிவிட்டாள் அம்மா. அந்த ஆளை மறப்பதற்காகத்தான் எனக் காரணம் சொன்னாள். போதை அதிகமாகும் நேரங்களில் 'உன்னால் தாண்டி என் வாழ்க்கை நாசமாயிட்டது' என்று வசைமாரி பொழிவாள். என்னை ஒரு எதிரி போல் பாவிக்கலானாள்.

வேதனை மிகு அச்சூழலினின்று மனம் ஒரு மாற்றத்தை விரும்ப.... நிறைய பேருடன் நட்பு வளர்த்து கொண்டேன். கணவன் மனைவி எனும் பந்தம் என்னளவில் அடியோடு நம்பிக்கையற்ற உறவாகிவிட்டது. ஆனால் ஒரு துளி அன்புக்காகப் பரிதவிக்கலானேன். அது கிடைக்கும் எனும் ஆசையுடன் எதிர்பார்ப்புடன் எதிர்படும் ஒவ்வொரு மனிதரிடமும் அதைத் தேடத் துவங்கினேன். எல்லோருக்குமே என் உடம்பு வேண்டும்.... மன உணர்வுகள் குறித்து எவருக்கும் அக்கறையில்லை.

இப்போதும் என்னுடனான உடல் உறவுக்கு நிறையபேர் தயாராக உள்ளனர். எனக்காக என் தயவுக்காகத் தவமாய் தவமிருந்த ஆண்களும் எனக்கு ஹெச்ஐவி இருப்பது தெரிந்தும் என்னுடன் உறவு வைத்துக்கொள்ளச் சம்மதமாக இருக்கிறார்கள். பாதுகாப்பு மேற்கொள்கிறார்களாம்.

நாயகன் இருந்தால் நாவிதன் எதற்கு என்று ஒரு பழமொழி கேள்விப்பட்டிருக்கிறாயா? கவசத்துடனான உறவு எனக்கு சம்மதமென்றால் அசல் இந்த வியாதியே வந்திருக்காதே?

எந்த முகமூடியுமற்ற அன்பு தேவை எனக்கு. எக்கவசமுமற்ற எச்சந்தேகங்களுமற்ற அச்சங்களுக்கு இடமற்ற உறவு வேண்டும். என்னை விரும்பும் அந்த ஆணின் உடம்பு மட்டுமல்ல... அவன் உள்ளமும் உணர்வுகளும் ஆன்மாவும் மொத்தமாய் எனக்கு வேண்டும்.

ஹெச்ஐவி பாசிடிவ் எனத் தெரிந்தும் என்னை நம்பி வரும் ஆணுக்கு என் வியாதியைக் காணிக்கையாக்குமளவு குரூரம் என்னுள் கிடையாது.

அதனால்தான் ஆண்களுக்கும், அவர்களுடனான உறவுக்கும் தூரமாய் வாழ்ந்துகொண்டிருக்கிறேன். இந்த வாழ்க்கை எவ்வளவு சுமையாய் இருக்கிறது தெரியுமா குமார்? இதுவும் ஒரு வாழ்க்கையா...? எனக்கு எய்ட்ஸ் குறித்து அச்சமில்லை. மரணம் பற்றிய பீதியில்லை. இப்படி வாழ்வதுதான் கொடும் துன்பமாக இருக்கிறது.

ஆணின் அணைப்பில் கரைந்து போகாத இரவு ஒரு இரவுதானா? ஆண் காதலுடன் அணைத்துக் கொள்ளாத இந்த உடம்பு எதற்கு...?

தற்கொலை செய்து கொள்ளத் தீர்மானித்து விட்டேன். கோழைத்தனமல்ல. சாரமற்ற வாழ்க்கை பிடிக்கவில்லை.

ஆனால் ஒரே ஒரு கோரிக்கை மட்டும் ராட்சச அலைகளாய் பொங்கி ஆர்ப்பரிக்கிறது குமார்...!

இறப்பதற்கு முன் ஒரு முறை... ஒரே ஒரு முறை உங்கள் எல்லோரையும்... என் நேசத்திற்குகந்த உங்கள் அனைவரையும் என்னுடன் உறவு கொண்ட அனைவரையும் பார்க்க வேண்டும் போலிருக்கிறது.

உங்கள் அனைவரின் அருகாமையில் என் உயிர் பிரிய வேண்டும் எனும் தவிப்பு மிகு கோரிக்கை...!

உனக்கு எழுதுவது போலவே என் வாழ்க்கையில் இடம் பெற்ற எல்லோருக்கும் கடிதம் எழுதுகிறேன். புதன்கிழமை ஸ்பீட் போஸ்டில் அனுப்புகிறேன். வியாழனன்று உங்களுக்குக் கிடைக்கும்.

வெள்ளிக்கிழமை காலை என் உயிரைத் துறக்கப் போகிறேன்.

நீ இங்கு வருவதற்கான கால அவகாசம் போதுமானதுதானே? விமானம் என்றால் ஒரு மணி நேரப் பயணம்.

ப்ளீஸ்... வந்துவிடுவாய் அல்லவா? கடைசி முறையாக... என் மீது கோபம் இருந்தாலும் சரி.. ஒரு முறை வரமாட்டாயா?

உன்னைப் பார்க்க வேண்டும் போலிருக்கிறது. உன்னுடன் பேச வேண்டும் போலிருக்கிறது.

உங்கள் அனைவரிடமும் இறுதியாக விடைபெற்றுக் கொள்கிறேன். உன்னிடம் மன்னிப்பு கோருகிறேன்... சரியா? தப்பு செய்து விட்டேன் எனும் குற்ற உணர்வுடன் அல்ல. நீங்கள் எல்லோருமே நான் உங்களிடம் மன்னிப்பு கேட்க வேண்டும் என்று எதிர்பார்ப்பதால்! என்ன இருந்தாலும் நீங்கள் ஆண்களாயிற்றே! பழியை என் மீது சுமத்தாமல் எப்படி முடியும்...

ப்ளீஸ் குமார் வருவாய்தானே...?

நீ வரும் சமயம் நான் உயிருடனிருந்தால் கடைசி கடைசியாய் உன்னைக் கண் குளிரக் காண்பேன்.

இல்லையென்றால் என் இறுதிப் பயணத்தில் கலந்து கொள்வாய் அல்லவா?

நான் அநாதை அல்ல. நீங்கள் எல்லோரும் இருக்கும்போது நான் எப்படி அநாதை ஆவேன்...?

இவ்வாறு நினைக்கும்போது எவ்வளவு ஆசுவாசமாக இருக்கிறது தெரியுமா...

நீங்கள் அனைவரும் கண்டிப்பாக எனக்காக வருவீர்கள்.... எனக்குத் தெரியும். இந்த மனுஷிக்கு இத்தனை காதலர்களா என ஊர் உலகம் வாய்பொத்தி திகைத்து நிற்கும் என்பதும் தெரியும். சலம்.. அந்த அற்புத எழுத்துச் சிற்பி உயிருடன் இருந்திருந்தால் என்ன நினைத்திருப்பார் எனக் கற்பனையில் உவகை கொள்கிறேன். வருவாய் இல்லை...?

உன் வருகைக்காகக் காத்திருக்கும்

சுதீரா

கடிதம் முடிந்ததும் கட்டுக்கடங்கா துக்கம் வியாபித்தது என்னுள். சுதீராவை முன் நிமிடம் வரை அருவருத்ததற்காக வெட்கப்பட்டேன். மனிதாபிமானமற்ற செயலல்லவா அது? இருவருமாய்ச் சேர்ந்து செய்த தவறுக்கு ஒருவரை மட்டும் நிந்திப்பது என்ன நியாயம்?

சுதீரா நிஜமாகவே உயிரை மாய்த்துக் கொள்ளத் துணிந்து விட்டாளா? நேற்றைய முன்தினம் வந்து சேரவேண்டிய கடிதம் நேற்றுதான் கிடைத்திருக்கிறது.

மிகவும் தவிப்பாக இருந்தது. சுதீரா பிழைத்திருக்க வேண்டுமெனும் கோரிக்கை முகிழ்த்தது. அவளுக்கு ஃபோன் செய்தேன். பதில் இல்லை. எனினும் பதற்றம் பெருகியது. அவள் வேலை பார்க்கும் அலுவலகத்தைத் தொடர்பு கொண்டேன்.

“கேன் ஐ ஸ்பீக் டு சுதீரா?” என் குரலின் நடுக்கம் என்னாலேயே உணர முடிந்தது. மறு முனையினின்று கேட்கக்கூடாத செய்தி ஏதாவது கேட்க நேரிடுமோ எனும் உயிரைப் பிறாண்டும் கலவரம்...

“சுதீரா கமிட்டட் சூசைட் எஸ்டர்டே....!”

“ஐயோ... என்ன சொல்றீங்க... ஏன்...?” ஏதுமறியாதவன்போல் நடிப்பது சிரமமாகத்தான் இருந்தது.

“தனக்கு ஹெச்ஐவி இருப்பதாய் எல்லோரிடமும் சொல்லி இருக்கிறாள் சுதீரா. தாங்கிக் கொள்ள முடியாத மன உழற்சியால் இந்த முடிவுக்கு வந்திருக்கலாம்...”

“அவள் உடல்.. இறுதிச் சடங்கு... தகனம்...”

“ம்... முடிந்துவிட்டது. நேற்று சாயங்காலம்...”

“நிறைய பேர் வந்திருந்தார்களா?”

“அதுதான் பரிதாபம். எப்படி வாழ்ந்த மனுஷி! மகாராணி போல் வாழ்ந்தாள். கடைசியில் நடைபாதையில் நாட்களைக் கடத்தும் பிச்சைக்காரி போல் செத்துப் போனாள்... அநாதையாக! உறவுக்காரர்கள் என எவருமே வரவில்லை. எங்க ஆபீஸ்காரர்களே சிலபேர் சேர்ந்து காரியங்களை முடித்து வைத்தோம்...”

வெள்ளமென துக்கம் பீறிட்டது.

‘உனக்காக யாராவது ஒரு துளி கண்ணீர் விட்டார்களா என எனக்குத் தெரியாது. சுதீ... உன் நினைவுகள் என் விழிகளில் எந்நேரமும் ஈரமாய்ப் படர்ந்திருக்கும்...’ சோகத்துடன் நினைத்துக் கொண்டேன்.

அவள் மரணத்தை நினைக்க நினைக்க எல்லையற்ற துயரத்துடன் பயமும் எட்டிப்பார்க்க ஆரம்பித்தது. ஆயிரம் நாவுகளுடன் நச்சு நாகமாய்...

நான் செத்துப்போய் விடுவேனா... எய்ட்ஸ் நோயால் சாவேனா இல்லை... அதற்கு முன்பே சுதீரா போல் தற்கொலை செய்து கொள்வேனா...

சுதீராவின் மரணத்துக்கான காரணம் அனைவரும் அறிவர்.

நான் செத்துப்போனால்... எய்ட்ஸ் என்னை விழுங்கிவிட்டது என்பது மட்டும் எவருக்கும் தெரியவரக்கூடாது. தெரிய விடமாட்டேன்.

★ ★ ★

விஜயவாடா ரயில் நிலையம். கண்ணைக் கட்டிக் காட்டில் விட்டாற்போலிருந்தது நாகமணிக்கு. எங்கு போகவேண்டும் எனப் புலனாகவில்லை. ஒரே இரைச்சல்... பரபரப்பாய் ஓட்டமும் நடையுமாய் ஜனங்கள்...

ஓங்கோல் அன்றி வேறொரு ஊர் அறியமாட்டாள் நாகமணி. தனிமை பூதமாய்த் துரத்திக் கொண்டிருப்பதாய்ப் பட்டது. மஸ்தானம்மாவின் ஞாபகம் எந்நேரமும் அலைக்கழித்துக் கொண்டிருந்தது. அவள் பக்கத்தில் இருந்தபோது எவ்வளவு தைரியமாக, தெம்பாக இருந்தது...! சதா சர்வகாலம் இதே நினைவுதான். இதயமெங்கும் பீதி வியாபித்தது. யாரிடமும் எதுவும் கேட்கவும் பயமாக இருந்தது. எவர் எப்படிப்பட்டவரோ எனும் தயக்கம்.

ஆரோக்கியமாதா ஆலயம் எங்கிருக்கின்றதென விசாரித்தபடி மெல்ல நடந்தாள். நடக்க முடியாமல் சிணுங்கிய சீனுவைத் தூக்கித் தூக்கிக்கொண்டு நடந்தாள்.

மாலை ஆறு மணி நெருங்கிக் கொண்டிருந்தது. வயிற்றினுள் பசி அதி உக்கிரமாய் குரல்கொடுத்துக் கொண்டிருந்தது. உள்ளே

ஒளிந்துள்ள புலியொன்று வயிற்றுப் பெருவெளிச் சுவர்களைப் பிய்த்துத் தின்று கொண்டிருப்பது போல்...

'குணதல' (Gunathala) ஆரோக்கியமாதா தேவாலயத்தின் படிகளின் இருபுறமும் பிச்சைக்காரர்கள் வரிசையாக அமர்ந்து கை நீட்டிக் கொண்டிருந்தனர். சற்றே தள்ளி நின்று அவர்களை வெறித்துப் பார்த்த வள் தயங்கித் தயங்கிச் சென்று ஒரு வரிசையின் கோடியில் உட்கார்ந் தாள். பக்கத்திலிருந்த பிச்சைக்காரர் அவளை முறைத்துப் பார்த்தார்.

அறுபது வயதுக்கு மேலிருக்கும் அந்த ஆளுக்கு. தார் பூசியது போல் அவ்வளவு கறுப்பான முகம்.. விகாரமாகக் கூட.. ஏதோ சருமவியாதி பீடித்திருப்பது போல்...!

"ஏய்.. யார் நீ... கெடைக்கறது எங்களுக்கே பத்தல. நீ வேற புதுசா குதிச்சிருக்க... போ இங்கர்ந்து..." அடித்து விடுவதுபோல் கையிலிருந்த அலுமினியக் கிண்ணத்தை ஓங்கினார்.

பயமேற்பட்டது நாகமணிக்கு. அவரைப் பரிதாபமாய்க் கெஞ்சினாள். "திக்கில்லாதவய்யா. வயித்துக்காக ரெண்டு வேளை ஒரு வாய் கஞ்சி கிடைக்காதான்னு இந்த ஊருக்கு வந்திருக்கேன். இதோ என் புள்ளைக்காகத்தான் இப்படிக் கையேந்திப் பிழைக்கிறேன். உங்களுக்கெல்லாம் புண்ணியமாய் போவட்டும்..."

"புண்ணியமெல்லாம் கெடக்கட்டும். இப்பவே இங்க ஆளுங்க அதிகமாயிட்டம். தொண்டை கிளிஞ்சி போறாப்பல கத்தி கத்தி கைல கால்ல வுளுந்து கெடைக்கற நாலு காசு ஒருவேளை கஞ்சி தண்ணிக்குக் கூடப் பத்தல. நீ வேறயா.. கௌம்பு சொல்றேன்.. வேற எடம் பாத்துக்க.."

எழுந்து நின்று எதிர்புறம் உட்கார்ந்திருந்த பிச்சைக்காரர்களைப் பார்த்தாள். ஏதோ ஒரு நம்பிக்கையில் அங்கு போய் உட்கார்ந்தாள் நாகமணி.

அவளுக்கு வலது பக்கம் இருந்த பெண் பரட்டைத் தலையும் கிழிந்த ரவிக்கையுமாய் பைத்தியக்காரி போல காணப்பட்டாள். நாகமணியை விழுங்கி விடுவதுபோல் பார்த்தாள். வெறிமிகுந்த பார்வை... மேலே பாய்ந்து குதறுவதுபோல்... பிறாண்டுவதுபோல் வெறித்தாள். ஒரு பார்வை அவ்வளவு காயப்படுத்தும் என்பது நாகமணி அறியாதது. உடம்பு முழுக்கக் காயங்கள் கீறல்கள் போல் பிரமையேற்பட்டது. நச்சுப் பற்களால் கடித்துக் குதறியது போல்...

“யாருடி நீ. இந்த நிமிசமே எடத்தைக் காலி செய். இல்லன்னா உதை வாங்குவ...” அவள் எழுந்து நின்ற வேகத்தில் தலைமுடி அவிழ்ந்து சடை கட்டிய பிசாசு போலிருந்தாள்.

மருட்சியுடன் எழுந்து நின்றாள் நாகமணி.

அதே வரிசையிலிருந்த இன்னொரு பிச்சைக்காரி எழுந்து வந்து அப்பைத்தியத்தின் எதிரில் நின்றாள். அவளுக்கு நாகமணி வயதுதானிருக்கும்.

“என்னடீ உன் யாவாரம். அப்பலர்ந்து பாத்திட்டிருக்கன். இந்த எடம் என்ன உன் அப்பன் சொத்தா... இல்ல இவன் பாட்டனோடதா? நாமல்லாம் இப்படித்தான்டி இங்க வந்தம். பொறந்ததுலர்ந்து நீ இங்க பிச்சை எடுத்துட்டிருக்கியா என்ன...? இல்ல. இது என்ன கவர்மண்டு ஓனக்குன்னு எளுதிக் குடுத்திருக்கற வேலையா? என்னடீ... வெளையாட்டா இருக்கா... நம்மளைப் போல பொட்டை ஜன்மம்டீ.! கூட புள்ள இருக்குங்கற எரக்கம்கூட இல்லாம போச்சா ஓங்களுக்கெல்லாம். புழு பிடிச்சு சாவுங்கடி த்தூ...” காரி உமிழ்ந்தாள்.

“நீ வாடி. என் பக்கத்துல உக்காரு. ஓனக்கொண்ணும் பயமில்ல. நா இருக்கன்...” உறைந்து போய் நின்றிருந்த நாகமணியின் கையைப் பிடித்து இழுத்துக் கொண்டு போய் தன் பக்கத்தில் உட்கார வைத்துக் கொண்டாள்.

“ஓம் பேரென்ன? எந்த ஊரு? ஒன்ன பத்தி வெவரமா சொல்லு..”

அதற்குள் கோயில் படிகளில் ஏறிக் கொண்டிருந்த ஜனங்களைப் பார்த்து “தருமம் தாயி... அய்யா தருமம்..” என இறைஞ்சியவாறு தன் முன்னாலிருந்த அலுமினியக் கிண்ணத்தை அவர்கள் முன் நீட்டினாள்.

கண்களை அகல விரித்துப் பார்த்துக் கொண்டிருந்த நாகமணியின் பக்கம் ஓரக்கண்ணால் நோக்கி “கை நீட்டுடீ” என்றாள்.

“தருமம் சார்.. தருமம் அய்யா...” என்று இறைஞ்சியபடி நீண்ட நாகமணியின் கையில் ஒரு ரூபாய் நாணயம் விழுந்தது.

“பாத்தியா... கை கால் இல்லாதவங்களும் கண்ணு தெரியாதவங்களுக்கும் தான் இங்க வஞ்சனையில்லாம காசு

போடுவாங்க. அங்க பாரு. அப்படிப்பட்டவங்களுக்கு கையில் எப்படி காசு விளுது பாரு. கை கால் திடமா இருக்கற நம்மைப் போல ஆளுங்களுக்குப் போடவே மாட்டானுக. அப்ப இந்த ரூபா வில்லைய எப்படிப் போட்டாங்கன்னு நெனக்கறயா. இதோ நம்ம பக்கத்துல இருக்கற இந்தப் புள்ளய பாத்துதான்...” வியாக்கியானம் சொன்னாள் அவளை அங்கு கூட்டி வந்தவள்.

“சரி... இப்ப சொல்லு ஒன்னோட கதைய..” அவள் கையிலிருந்த ரூபாய் வில்லையைப் பிடுங்காத குறையாய் எடுத்துத் தன் பையில் போட்டுக் கொண்டாள்.

“எங்க ஊர் ஓங்கோல். உடம்பு சொகமில்லாம எம்புருசன் செத்தப்புறம் வேற வழியில்லாம பிச்சையெடுத்துப் பிழைச்சிட்டு இருக்கோம் நானும் எம் புள்ளயும்...”

“உம்... நம்ம எல்லாரோட கதையும் ஒரே மாதிரிதான் இருக்கு. எனக்கு யாருமில்ல. கட்டிக்கறன்னு இளுத்து வந்த கேப்மாரிப்பய என்னை நடுத்தெருவுல வுட்டுட்டு ஓடிட்டான். நீ ஒண்ணும் வெசனப்படாத. என்னோட என் குடிசைல இருப்பியாம்...” தன் பெயர் மரியம்மா எனச் சொன்னாள்.

“நீங்க கிறிஸ்துமார்களா? இந்த கோயில்ல பிச்சை எடுக்கணும்னா அந்தக் குலத்துக்காரங்களா இருக்கணுமா? என்னைத் தொரத்திடுவாங்களா...?” கவலையுடன் கேட்டாள் நாகமணி.

“நான் கிறிஸ்துவக்காரின்னு யார் சொன்னாங்க இப்ப? பேரு முக்யமா என்ன... வயிறு ரொம்பறதுதான் முக்யம் புள்ள. இந்தக் கோயில் முன் உக்கார்ந்து கை நீட்டறேன் இல்ல, அதனால பேரை மாத்திட்டேன்...” ஒரு மாதிரி சிரித்தபடி சொன்னாள் மரியம்மா.

கோயில் மூடும் சமயத்தில் நாகமணிக்கு பத்து ரூபாய் மதிப்புள்ள சில்லறைக் காசுகள் கிடைத்தன. மரியம்மாவிற்கு ஏழு ரூபாய் இருபத்தைந்து பைசா கிடைத்தது.

“கௌம்புங்க. போய் சோறாக்கணும். இப்பலர்ந்து மூணு பேருக்கு ஆக்கணுமில்ல.” நாகமணிக்குக் கிடைத்த காசையும் வாங்கி தன் பையில் முடிந்து கொண்டு முன் நடந்தாள் மரியம்மா.

அதை குடிசை எனச் சொல்லமுடியாது. பின்பக்கம் ஏதோ ஒரு அரசாங்க அலுவலகச் சுவர் இருந்தது. அதற்கு இரு பக்கமும் தட்டிகள் வைத்து மேலே சாக்குத் துணிகள் போட்டு மூடப்

பட்டிருந்தது. உள்ளே நுழைந்தால் தலை நிமிர்ந்து நிற்க முடியாது. சமையல் முதலானவை வெளிப்புறத்தில்தான்..

இவ்வளவு கேவலான ஒரு சிறு ஆதாரம் கிடைத்ததற்கே ஏகமாய்ப் பூரித்து போனாள் நாகமணி.

அம்மகிழ்ச்சியும் நீண்ட நாள் நீடிக்கவில்லை. தனக்கு அடைக்கலம் கொடுத்ததில் மரியம்மாவின் பரந்த மனம் என்று எதுவுமில்லையென்றும், ஏதோ உள்நோக்கம் இருப்பதாகவும் மெல்ல மெல்லப் புரிய வந்தது அவளுக்கு.

தர்மம் செய்பவர்கள் அங்கு உட்கார்ந்திருக்கும் எல்லோருக்கும் தலா இவ்வளவு எனப் போடமாட்டார்கள். யாரோ ஒருவர் அல்லது இருவருக்கு மட்டுமே போடுவார்கள். இப்போது மரியம்மாவுக்கு கிடைப்பது மட்டுமன்றி நாகமணியின் பங்கும் முன்னவருக்கே சென்று சேரும்.

அதற்குத் தோதாக விதவிதமான திட்டங்கள் வகுத்துச் சம்பாதித்துக் கொண்டிருக்கிறாள் மரியம்மா. அதற்கு சீனுவையும் பயன்படுத்திக் கொள்வாள். அவன் காலில் கட்டு போட்டு 'நொண்டிப் பய சாரு' என்று ஒரு நேரம்... கண்களில் கறுப்புக் கண்ணாடி மாட்டி "பொறக்கறப்பவே கண் தெரியல அய்யா..' என இன்னொரு சமயம்.. இப்படி அநேக வித்தைகள் செய்து சின்னப்பையனை இரையாக்கி தன் ஆதாயத்தைப் பெருக்கிக் கொண்டாள்.

இது போக... எல்லா வேலைகளையும் நாகமணியின் தலையில் கட்டினாள். சோறாக்குவது... தண்ணீர் கொண்டு வருவது... பாத்திரம் துலக்குவது... துணி தோய்ப்பது.. இப்படி எல்லாமே நாகமணிதான். இவற்றையெல்லாம் வெளியில் இரண்டு மூன்று வீடுகளில் செய்தால் எவ்வளவு காசு கிடைக்கும் என ஆற்றாமையோடு நினைத்துக் கொள்வாள் நாகமணி.

வேளா வேளைக்கு சோறு கிடைப்பது தவிர தன் சம்பாதனை மீது எந்த உரிமையும் கிடையாது அவளுக்கு. பிள்ளைக்கு ஏதாவது வாங்கித் தரவேண்டுமென்றாலும் மரியம்மாவிடம் கை நீட்ட வேண்டும்.

"எதுக்கு... காசுக்கு தண்டம்..." என்பாளே தவிர பைசா வெளியில் எடுக்க மாட்டாள்... ஏதாவது சொன்னால் போதும்..

பெரிதாய் கத்தி ரகளை செய்வாள். கழுத்தைப் பிடித்து வெளியே தள்ளிவிடுவேன் என மிரட்டுவாள்.

நாகமணியின் துயரம் கட்டுக்கடங்காது போயிற்று. அவளும் சீனுவும் வயிற்றை நிரப்பிக்கொள்ளும் இரு வேளை... இரு கவளச் சோற்றுக்காக இப்படி அடிமைப்பட்டுக் கிடப்பது பொறுத்துக் கொள்ளச் சிரமமாக இருந்தது. மிகவும் இம்சையாக உணர்ந்தாள். சீனு குறித்து எப்படியெல்லாம் கனவு கண்டிருக்கிறாள்! அவனை மற்ற சிறுவர்கள் போல் நிறையப் படிக்க வைக்க வேண்டுமென நெஞ்சு கொள்ளாமல் ஆசை வளர்த்திருந்தாள். யாசகம் செய்து கிடைக்கும் காசில் தம் இருவரின் எளிய தேவைகளைத் தீர்த்துக் கொள்வதுடன் பிள்ளையையும் படிக்க வைக்க வேண்டுமென்பதும் அவள் வாழ்க்கையின் குறிக்கோளாகவே இருந்தது.

எதிர்ப்பு காட்டத் தொடங்கினாள்.

"இன்னிக்கி பிச்சையெடுக்க சீனு நம்மளோட வரமாட்டான்..."

"ஏன்.. செமத்தியா துன்னுட்டு போத்திக்கிட்டு தூங்கப் போறானாமா...?"

"அவன் பள்ளிக்கூடம் போகப்போறான்..."

உரக்கச் சிரித்தாள் மரியம்மா. ஏளனமாய் எக்காளமிட்டாள்.. "அடியே... ஒம் புள்ளய படிக்க வச்சி கலக்டர் ஆக்கப்போறியா...? சினிமாப்படம்லாம் பாத்திட்டு கெட்டுப் போய்ட்டயேடீ. வாய மூடிட்டு அவனை இளுத்து வா சொல்றன். அவனால்தான் இந்த நாலு பைசாவாச்சும் கெடைக்கறது..."

"வரமாட்டான்னு சொன்னேன்ல. நான் போய் பள்ளிக் கூடத்துல பேசிட்டு வரேன்..."

"எல்லாம் ஒன்னோட இஷ்டமா... ஆத்தாவும் புள்ளயும் என்னோட தயவுலதான் பொளச்சிட்டிருக்கீங்கறது மறந்துபோச்சா?"

"உம் மேல ஆதாரப்பட்டு பொழைக்கல நாங்க. எங்க வயிறு ரொம்பறதுக்கு வேண்டியதைவிட அதிகமாவே சம்பாதிக்கறோம்..."

"ஆமா... பெரிசா சம்பாரிச்சுட்ட.. அன்னிக்கி.. நான் குறுக்க வரலன்னா ஒங்களை அடிச்சி வெரட்டியிருப்பாங்க. செஞ்ச சகாயத்தை மறக்கற கேவலமானவடி நீ..."

"மறக்கல. அதனாலதான் இவ்வளவு நாளா நீ என்ன செஞ்சாலும் என்ன பேசினாலும் சகிச்சிட்டு சும்மா இருந்தேன். இப்ப பள்ளிக் கூடம் திறந்துட்டாங்க. எம் புள்ளய சேர்க்கணும். இதுல யார் குறுக்க நின்னாலும் கேக்கமாட்டேன்..."

"அப்படின்னா இப்பவே இங்கர்ந்து கௌம்பிடு. என் சகாயம் இல்லாம எப்படி பொளைக்கறன்னு நானும் பாக்கறன்..." குடிசையிலிருந்த நாகமணியின் சாமான்களையெல்லாம் எடுத்து வீசலானாள் மரியம்மா.

இப்படி நடக்குமென ஊகித்திருந்த நாகமணி அதற்கு தன்னைத் தயார்படுத்திக் கொண்டிருந்தாள்.

"சரி.. போய்டறேன். எனக்குச் சேரவேண்டிய பாக்கியைக் குடுத்துடு..."

"என்ன பாக்கிடீ...?"

"நாங்க கைநீட்டி கெடைச்ச காசு...."

"ரெண்டு பேருமா வயிறு வெடிக்கறாப்பல தின்னல...? அந்தக் காச எவண்டி குடுப்பான்... உங்க அப்பனா?"

"அதுக்கானது... அப்புறம் இங்க தங்கினதுக்கான வாடகை எல்லாம் போக மிச்சத்தைக் குடுன்னுதான் கேக்கறேன்."

"இன்னும் எங்கடி மிச்சம்...? அப்படிப் பாத்தா நீதான் எனக்கு பாக்கி இருக்க...."

ஏதும் பேசாது நின்ற நாகமணி அப்படியொன்றும் கலவரம் அடையவில்லை. மரியம்மாவின் சண்டைக் குணம் அவ்வளவு அத்துப்படியாகி விட்டிருந்தது.

மறுபேச்சின்றி தன் சாமான்களை மூட்டை கட்டிக்கொண்டு இரு தினங்கள் முன்பே வாடகைக்கு பேசி வைத்திருந்த ஒரு சிறு குடிசைக்கு ஜாகை மாறினாள்.

அதற்கு அருகிலேயே இருந்த அரசாங்க ஆரம்பப் பள்ளியில் சீனுவை முதலாம் வகுப்பில் சேர்த்தாள். பலகை பலப்பம் வாங்கித் தந்து பாடப் புத்தகங்களை அவன் கையில் வைத்தபோது மிகவும் உற்சாகமாக உணர்ந்தாள். பிச்சை எடுத்தேனும் அவனை நன்றாகப்

படிக்க வைக்கவும் நல்வழியில் கொண்டு செல்லவும் கண்டிப்பாய் முடியும் எனும் நம்பிக்கை ஆழமாய் வியாபித்தது அவளுள்.

விஜயவாடா வந்து ஆறுமாதங்களுக்கு மேலாகி விட்டது. மரியம்மா முதலில் எகிறிக் குதித்தாலும் அங்கிருந்து அவர்களை அப்புறப்படுத்தவியலவில்லை.

எல்லாம் நல்லபடியே சென்று கொண்டிருந்தது. சூறாவளி சுழன்று சுழன்று அடித்து ஓய்ந்து மெல்ல மெல்ல அமைதியான சூழல் நிலவுவது போல் அவளைத் துரத்தித் துரத்தித் துன்புறுத்திக் கொண்டிருந்த பிரச்னைகளினின்று மெல்ல மீண்டு வந்து கொண்டிருந்தாள்.

சீனு பள்ளிக்கூடத்தில் சேர்ந்து இரு மாதங்கள் கடந்திருக்கும். நன்றாகவே இருந்தான். ஓரிரு நாள் காய்ச்சல் வந்து... பின் அடிக்கடி வரத் தொடங்கியது. ஓங்கோலை விட்டு வந்தபின் டாக்டரிடம் கூட்டிச் சென்று மருந்து வாங்கித் தராமல் இருந்து விட்டது எவ்வளவு பெரிய தவறெனப் புரிந்தது. வாழ்க்கைப் போராட்டத்தில்... அதன் எதிர் நீச்சலில் சீனுக்கு ஹெச்ஐவி இருப்பதும் அதனுடன் அவன் போராட முடியாமல் தோற்றுப் போய்க் கொண்டிருப்பதும் நினைவுகளில் சற்றே பின்தங்கி விட்டிருந்தது.

அரசு மருத்துவமனைக்குக் கூட்டிச் சென்றாள். ஓங்கோல் டாக்டர் எழுதிக் கொடுத்த மருந்துச் சீட்டைக் காண்பித்தாள். ஹெச்ஐவி பாசிடிவ் எனத் தெரிந்ததும் அங்கிருந்தவர்களின் நடவடிக்கையில் மாற்றம் தெரிந்தது. சொறிநாயைக் கண்டதுபோல் அருவருப்புடன் எட்டி நின்று ஒரு புழுவைப் பார்ப்பது போல் முகம் சுளித்தனர். ஊர் வேறு... மனிதர்களும் வேறு... ஆனால் மனித குணங்களும் எண்ணங்களும் மட்டும் எங்கும் ஒன்றேதான் என நெட்டுயிர்த்துக் கொண்டாள் நாகமணி.

அவமானமும் அருவருப்பும் இப்போது நன்கு பழகிவிட்டது. அதையெல்லாம் ஜீரணித்துக் கொள்ளவும் பழகிவிட்டிருந்தாள்.

டாக்டர் எழுதிக்கொடுத்த சீட்டுடன் மருந்து கொடுக்கப்படும் பிரிவுக்கு வந்தாள். சீட்டை வாங்கிப் பார்த்ததும் அந்த ஊழியரின் முகம் மாறிவிட்டது. அவளை ஏற இறங்கப் பார்த்தபடி “எத்தனை பேருடன் படுத்து வியாதியை வாங்கியிருக்கடி....?” என வசை பாடலானான்.

மிகுந்த சிரமத்தின் பேரில் பொறுமை கடைபிடித்தாள் நாகமணி. இப்போது மிக முக்கியமாய்த் தேவைப்படுவதெல்லாம் சீனுவுக்கு மருந்து. இந்த மருத்துவமனைக்கு அடிக்கடி வரவேண்டுமென்றதால் இவர்களெல்லோரும் என்ன சொன்னாலும், எப்படி அவமானப் படுத்தினாலும் வாயே திறக்கக்கூடாதெனத் தீர்மானித்துக் கொண்டாள்.

மருந்துகள் பயன்படுத்தும்போது நோயின் தீவிரம் சற்றே தணிந்திருப்பதுபோல் தோன்றினாலும் காய்ச்சல் மட்டும் திரும்பத் திரும்ப வந்துகொண்டே இருந்தது.

அன்று மருத்துவமனை செல்ல வேண்டிய நாள். பள்ளிக்கூடம் போகவேண்டாமென எவ்வளவு சொல்லியும் சீனு கேட்காததற்காக அவன் மீது அவளுக்கு கோபம் வரவில்லை. படிப்பின் மேலுள்ள அவன் அக்கறையைக் கண்டு மகிழ்ச்சி ஏற்பட்டது.

பதினோரு மணிக்கு மேல் அவளே பள்ளிக்கூடம் கிளம்பினாள். சீனுவை அழைத்துக்கொண்டு டாக்டரிடம் காண்பித்து மருந்துகள் வாங்கி வரலாமென்பது அவள் திட்டம்.

வகுப்பில் இருபத்தைந்தளவிலான மாணவர்கள் இருந்தனர். தெலுங்குச் சொற்களைச் சொல்லி அவற்றை பலகையில் எழுதுமாறு சொல்லிக்கொண்டிருந்தவர் நாகமணியைப் பார்த்ததும் "சீனுவுக்காக வந்தாயா?" எனக் கேட்டார்.

"ஆமா சார். அவனை ஆஸ்பத்திரிக்குக் கூட்டிட்டு போகணும். அவனுக்கு காய்ச்சல் இருக்கு. போகவேண்டான்னா கேக்காம வந்துட்டான்."

"எதுக்கு அவனுக்கு இப்படி அடிக்கடி ஜுரம் வந்துட்டிருக்கு? டாக்டர் என்ன சொல்றார்? பையன் ரொம்ப பலவீனமாக்கூட இருக்கானே?" கவலையுடன் கூறினார் ஆசிரியர்.

"அவங்கள்லாம் நல்லாப் படிச்சவங்க. நான் படிக்காத முண்டம். எங்கிட்ட என்ன சொல்வாங்க? கேட்டா சலிச்சுக்கறாங்க..."

"அவனுக்கு சத்தான ஆகாரம் கொடு. தினமும் முட்டை கொடுத்தால் நல்லது..."

சரி என்பதுபோல் தலையசைத்து சீனுவை அழைத்துக் கொண்டு பள்ளிக்கூட கேட்டைக் கடக்க முற்பட்டபோது அந்த மருத்துவமனை ஊழியர் எதிர்ப்பட்டார்.

"இங்க என்ன பண்ணிட்டிருக்கே?"

அங்கு அவரை எதிர்பார்க்காத நாகமணி அப்படியே சிலையாய் நின்றுவிட்டாள்.

அவளிடமிருந்து பதிலேதும் கிடைக்காமலிருக்க.. அந்த ஆளுக்கு சட்டென பொறி தட்டி..." ஏய்.. இவனை இந்த ஸ்கூல்ல சேர்த்திருக்கயா என்ன?"

அதற்கும் பதில் சொல்லவில்லை அவள்..

"சொல்லுடி. இவன் இங்க படிச்சிட்டிருக்கான் இல்ல... எந்த கிளாஸ்?" அதட்டிக் கேட்டான்.

ஏதோ தகராறு நடந்துகொண்டிருப்பது தெரிந்து அந்த ஒன்றாம் வகுப்பு வாத்தியார் வெளியில் வந்தார்.

"என்ன சங்கதி.. இந்தம்மாவை உங்களுக்குத் தெரியுமா?"

"மொதல்ல நீங்க சொல்லுங்க. இந்தப் பையன் இங்க படிக்கிறானா?" எதிர் கேள்வி கேட்டார் கம்பவுண்டர்.

"ஆமா. என் கிளாசில்தான் படிக்கிறான். ஏன் கேட்கறீங்க?"

"ஏன்னு மெதுவா கேட்கறீங்களே சார்...? அம்மா, பிள்ளை ரெண்டு பேருக்குமே எய்ட்ஸ் வியாதி. மருந்துகளுக்காக எங்க ஆஸ்பத்திரிக்குதான் வந்திட்டிருக்காங்க. நாங்க இவங்களைத் தொடாம இவங்க மேல எங்க விரல் கூடப் படாம எட்டி நிற்க வைத்து இவங்களுக்குக் கொடுக்க வேண்டிய மருந்துகளை வீசறோம். ஆனா இங்க எவ்வளவு பெரிய கொடுமை நடந்து போச்சு சார்? என் பையன்கூட இதே கிளாஸ்தான். இத்தனை நாளா இவன் கூடத்தான் உட்கார்ந்திருக்கான்! ஐயோ... எப்பேர்ப்பட்ட பயங்கரம் நடந்திட்டிருக்கு!" பெருங்குரலில் கத்தினார் கம்பவுண்டர். ஆகாயம் இடிந்து தலை மீது விழுந்தாற்போல் கொந்தளித்துக் கொண்டிருந்தார்.

வாத்தியாருக்கோ இதயமே நழுவி கீழே விழுந்துவிட்ட செயலற்ற நிலைமை! தன் வகுப்பில் யாரோ 'பாம்' வைத்துவிட்டாற் போன்ற பேரதிர்ச்சி!

"ஓ... அதனால்தான் இவனுக்கு எப்ப பார்த்தாலும் ஜுரம் வந்துட்டிருக்கா? எத்தனை தடவை தொட்டிருக்கேன் இவனை...

எனக்கு ஏதாவது ஆகியிருக்குமோ?" அப்போதே மரண பீதி வந்து விட்டது அவருக்கு.

"நீங்க மட்டும்தானா? எத்தனை சின்னப் பசங்க இங்க படிச்சிட்டிருக்காங்க... ஒருத்தன் எச்சில் சாப்பாட்டை இன்னொருத்தன் சாப்பிட்டு... கடவுளே... என் மகன் கதி என்ன...?" புலம்பியபடி வகுப்பினுள் ஓடி தன் பிள்ளையைத் தரதரவென இழுத்து வந்தார்.

"ஏண்டா இவன் பக்கத்தில் எத்தனை தடவை உட்கார்ந்திருப்பே? சொல்லுடா சனியனே..." இரண்டு அடி கொடுத்தார். அப்பா என்ன சொல்கிறார்? ஏன் அடிக்கிறார் எனப் புரியாமல் அழ ஆரம்பித்தான் அந்தப் பையன்.

காலடியில் தரை நகர்வது போலிருந்தது நாகமணிக்கு. விஷயம் என்னவென விளங்காமல் சீனுவும் அழ ஆரம்பித்தான். வெளியே வந்த மற்ற ஆசிரியர்களும் ஒன்று கூடி ஏதோ பேசிக் கொண்டனர். சீனுவையும் நாகமணியையும் உற்றுப் பார்த்தனர்.

சரியான சந்தர்ப்பம் பார்த்து கிடைத்த வாய்ப்பில் சீனுவுடன் அங்கிருந்து மெல்ல நழுவினாள் நாகமணி. ஆஸ்பத்திரிக்குச் சென்று மருந்து வாங்கிக் கொண்டு தன் குடிசையை அடைந்தாள். யாசகத்திற்காக அன்று மாலை மேரிமாதா ஆலயம் செல்லவில்லை.

ஏதோ இனம் புரியாத கலவரம் சூழ்ந்துகொண்டது அவளை. நாளைக்கு என்ன நடக்கப் போகிறதோ? எத்தனை இன்னல்கள் என எதிர்கொள்வது? தோற்றுப் போய்க் கொண்டிருக்கிறோம் எனும் நிராசை தலை தூக்கியது. உடம்பில் முன்போல் வலுவில்லை. சோர்வாக இருக்கிறது... அவ்வப்போது. மனம்கூட பலவீனப்பட்டு விட்டிருக்கிறது. ஒரு காலத்திலிருந்த தைரியம் இப்போது குறைந்து போய்விட்டிருக்கிறது. எவ்வளவு பேருடன்தான் போராடுவது? எத்தனை கத்திக்குத்துகளெனத் தாங்கிக் கொள்வது? நெஞ்சில் தைக்கும் எத்தனை அம்புகளைப் பிடுங்கி வீசுவது...?

மறுநாள் நெஞ்சைக் கவ்வும் கலவரத்துடனே சீனுவை பள்ளிக்குக் கூட்டிச் சென்றாள். அவர்கள் பார்வையில் பட்டதுதான் தாமதம்... அங்கிருந்தே சத்தம் போட்டார் ஆசிரியர்.

"கிட்ட வராதீங்க. அப்படியே போய்டுங்க..."

நாலடி முன் நடந்து நின்றாள் நாகமணி.

"நீங்க இப்படிச் சொன்னா எப்படி அய்யா. படிச்சவங்க நீங்க. எனக்கும் இவனுக்கும் அந்த வியாதி இருப்பது நிஜம்தான். ஆனால் பக்கத்தில் உட்கார்ந்தால்லாம் அது ஒட்டிக்காதுன்னு டாக்டர் படிச்சுப் படிச்சுச் சொன்னார். இவனுக்கு படிப்புன்னா உசிரு சாரு. பள்ளிக்கூடத்தில் உட்கார வைங்க. உங்களைக் கும்பிடறேன் அய்யா..." மிகவும் பரிதாபமாய் இறைஞ்சினாள்.

"வேணாம். இவனால் பிள்ளைங்களுக்கு ஏதாவது ஆயிட்டா அந்தப் பாவம் என்னைச் சுத்திக்கும். இவனை இழுத்திட்டு உடனே போய்விடு..."

"உங்க கால்ல விழுந்து கும்பிடறேன் சாரு. மத்த பிள்ளைங்களிலிருந்து தள்ளி ஒரு மூலைல உட்கார வைங்கய்யா. இவனைப் படிக்கவுடுங்க அய்யா. ஏழைங்களுக்கு தயவு காட்டுங்க… வேணும்னா டாக்டரைக் கேட்டுப் பாருங்க. இவனால் இந்தப் பசங்க யாருக்கும் எந்த ஆபத்தும் வராது. எனக்குத் தெரியாதா சாரு. நானும் பிள்ளையை பெத்தவதான். என் பிள்ளை வியாதி இவங்களுக்கெல்லாம் ஒட்டிக்கொள்ளும்னா என் உசிரே போனாலும் சரி, இவனை இங்க வரவிடமாட்டேன். என்னை நம்புங்கய்யா..."

"போதும் உன் நீதிக்கதை. இவனோட நிழல்கூட பள்ளிக்கூடப் பக்கம் எட்டிப்பார்க்கக் கூடாது. உடனே இடத்தைக் காலி செய்யுங்க."

அப்படியே தரைமீது சரிந்தாள் நாகமணி.

"சாரு. எம்மவன் இவங்களிடமிருந்து தள்ளி உட்காருவான். உங்ககிட்ட வரவே மாட்டான். நீங்க பாடம் சொல்றது இவன் காதில் விழுந்தால் போதும்..." தீனமாய்க் கெஞ்சினாள்.

அப்போது ஒன்றாம் வகுப்புப் பிள்ளைகளின் பெற்றோர் ஐந்தாறுபேர் வந்தனர். கம்பவுண்டர்தான் அவர்களை அங்கு அழைத்து வந்தார்.

"இப்படி ஏதாவது நடக்கும்னு ஊகித்துதான் இவர்களை எல்லாம் கூட்டிவந்திருக்கிறேன். நீங்க இவனை கிளாஸில் உட்காரவைத்தால் நாங்க எங்க பிள்ளைகளை ஸ்கூலுக்கு அனுப்பமாட்டோம். வேணும்னா இவன் ஒருத்தனுக்கே பாடம் சொல்லுங்க..." எச்சரிக்கை விடுத்தார் கம்பவுண்டர்.

அப்போது அங்கு வந்த தலைமையாசிரியர் நாகமணிக்கு நல்லவிதமாய் எடுத்துச் சொல்ல முயன்றார். “இங்க பார்மா.... உன் மகனை இங்க படிக்க அனுமதித்தால் என்ன நடக்கும்னு பார்த்தே இல்லே... இனிமே இங்க யாரும் படிக்கவரமாட்டாங்க. அதனால்தான் சொல்றோம். அடம் பிடிக்காம உடனே இங்கிருந்து போய்விடு. இவனை வேற எந்த ஸ்கூலிலும் சேர்க்காதே...”

அவர் காலில் விழுந்து மன்றாடினாள் நாகமணி. பலனில்லை. இச்செய்தி நிருபர் ரமணாராவ் செவியை எட்ட... ஓட்டமும் நடையுமாய் அப்பள்ளிக்குச் சென்று விவரங்கள் சேகரித்தார்.

மறுநாள் செய்தித்தாளில் கட்டம்கட்டி செய்தி வெளிவந்தது.

“எய்ட்ஸ் தாக்கியுள்ள காரணத்தினால் மாணவன் பள்ளிக் கூடத்திநின்று வெளியேற்றப்பட்டான்...”

“ஹெச்ஐவி பாசிடிவ் இருப்பதைக் காரணமாய் முன்வைத்து வேலையிலிருந்து நீக்குவது சட்டப்படி செல்லாது என நம் மாநில உயர்நீதிமன்றம் சமீபத்தில் தீர்ப்பு வெளியிட்டுள்ளது. ஹெச்ஐவி பாசிடிவ் என உறுதி செய்யப்பட்ட ஒரு சிறுவனை பள்ளிக் கூடத்திநின்று விலக்குவது மனிதாபிமானமற்ற செயல். எய்ட்ஸ் நோயாளிகளின் வாழும் உரிமையை அங்கீகரிக்க வேண்டிய சமுதாயம் ஒரு சிறுவனின் கல்வி உரிமையைத் தட்டிப் பறிப்பது எவ்வகையில் சரியாகும்? இந்த அரசுப்பள்ளியின் செயல்பாடு அனைவராலும் உன்னிப்பாய்ப் பரிசீலிக்கப்பட வேண்டும். சமூகம் வெட்கித் தலைகுனியும்படி நடந்துகொண்ட ஆசிரியர் வர்க்கம் இதற்குப் பதில் கூற வேண்டும்...” வெகு காட்டமான விமர்சனம் முன்வைக்கப்பட்டது.

சங்கதி வேகமாய்ப் பரவி மரியம்மாவையும் அடைந்தது. மரியம்மாவுடன் தொடர்பின்றியே அவள் சார்ந்த நாகமணியின் பயமெல்லாம் செயல்வடிவம் பெறத் துவங்கின. நாகமணி மீது மரியம்மாவுக்கிருந்த ஆத்திரமெல்லாம் வெடித்துக் கொண்டு வெளிப்பட... சக பிச்சைக்காரர்களிடம் தன் காதில் விழுந்த தகவலை ஒலிபரப்பத் தொடங்கினாள்.

“... அந்த நாகமணிக்கு எய்ட்ஸ் வியாதியாம். அவ மவனுக்குக் கூட...” ஆலயம் மட்டுமின்றி தன் குடிசையைச் சுற்றியிருந்த மற்ற ஏரியாக்களிலும் ஓடி ஓடிச் சென்று செய்தியைப் பரப்பினாள்.

இதெல்லாம் அவள் ஒரு பகையுணர்வால் செய்தாலும், அதையும் மீறி அவள் மனமெங்கும் ஏகத்துக்கு பீதி வியாபித்திருந்தது. எய்ட்ஸ் பீடித்துள்ள இருவருடன் சில மாதங்கள் ஒரே இடத்தில் வாழ்ந்திருக்கிறாள்... தனக்கும் அது தொற்றிக் கொண்டிருக்குமோ எனும் அச்சம். இதை மற்றவர்கள் அவள் முகத்திற்கு நேராகவே வெளியிட்டார்கள் கூட. "அவங்களோட ஒட்டி ஒரசிப் பழகினே. ஒரு தடவை டாக்டர் கிட்ட போய்ட்டு வா. எதுக்கும் நல்லது..."

தலைமீது இடி விழுந்தாற்போலானது மரியம்மாவுக்கு. நாகமணி மீதான கோபம் மேலும் கூடியது. இருப்பதையும் இல்லாததையும் கற்பித்துச் சொன்னாள். நாகமணி மேல் பிச்சைக்காரர்கள் அனைவருக்கும் அருவருப்பு ஏற்படும் விதமாய் ஏதேதோ இட்டுக் கட்டி பழி சுமத்தினாள். அவதூறு பேசினாள். அவள் காற்று பட்டால்கூட சாவுதான் என்றெல்லாம் பீதி கிளப்பினாள்.

பிச்சையெடுக்க வந்த நாகமணியை எல்லோருமாய்ச் சேர்ந்து தடுத்து நிறுத்தினார்கள். அவள் எவ்வளவு கெஞ்சிக்கேட்டும் செவி மடுக்கவில்லை. தீனமாய் அழுது புலம்பியும் அனுதாபம் காட்டவில்லை. அவள் பிடிவாதமாய் அங்கேயே நிற்க... கல்லால் அடித்தனர். சரமாரியாய் வந்த கற்கள் சீனுவைத் தாக்காமலிருக்க அவனைத் தன்னுடன் இறுகச் சுற்றிக் கொண்டாள். அவள் உட லெங்கும் கல்லடிகள். தலைமீது விழுந்த அடியில் ரத்தம் பெருக் கெடுத்து வடிந்தது. உடம்பின் பல இடங்களில் பலத்த காயங்கள்.

நடக்க முடியாத நிலை. எப்படி குடிசையை அடைந்தாளோ, தெரியாது. நினைவு தப்பி விழுந்து விடுவாள் போல் தள்ளாடினாள். பானையிலிருந்து நீர் மொண்டு கடகடவெனக் குடித்துவிட்டு உயிரும் உடலும் துடிதுடிக்க அப்படியே சரிந்துவிட்டாள்.

சற்று நேரம் கழித்து ஏதோ இரைச்சல் கேட்டு கண் திறந்து பார்த்தாள். அவள் குடிசையில் இரு பெண்கள் இருந்தனர். வெளியே நிறைய பேர் கூடியிருப்பது உரத்து ஒலித்த குரல்கள் மூலம் தெரியவந்தது. ஒரு பெண் அவள் சாமான்களை எடுத்து வெளியே வீசினாள். இன்னொரு பெண் நாகமணியைக் காலால் எம்பித் தள்ளினாள். "எழுந்திருடி முண்டை. இங்கிருந்து தூரமா ஒழிஞ்சு போ. திரும்ப எங்க முன்ன வந்து நின்னே, கொன்னுடுவோம்..." ஆவேசமாய்க் கூச்சலிட்டாள்.

எழுந்திருக்கக்கூட முடியாத அளவில் சோர்வாக இருந்தவள் மீது அடுத்தடுத்து விழுந்த அடிகள்.. உதைகள். எப்படியோ பல்லைக் கடித்துக்கொண்டு வலுவெல்லாம் திரட்டி எழுந்து உட்கார்ந்தாள். அவள் தோளைப் பிடித்து வெளியே இழுத்துவர ஆயத்தமான அந்தப்பெண் சட்டென அம்முயற்சியை நிறுத்திக்கொண்டு நாகமணியின் இடுப்பில் ஓங்கி உதைத்துத் தள்ள... குடிசைக்கு வெளியே வந்து விழுந்தாள்.

மிகுந்த சிரமத்துடன் சமாளித்து எழுந்து தன் சாமான்களை மூட்டை கட்டிக்கொண்டு மெல்ல நடக்கலானாள். உச்சி வெயில் உக்கிரமாய் அடித்தது. எங்கு போவது, என்ன செய்வது எனப் புலனாகவில்லை. நெஞ்சு வறட்டும் தாகம். நாக்கு உலர்ந்து விறைத்துக் கொண்டது.

சீனுவால் நடக்க முடியவில்லை. அவன் உடம்பு அனலாய்க் கொதித்துக் கொண்டிருந்தது. அவனைத் தோளில் ஏற்றிக் கொண்டு தலையிலும் கையிலுமாய் மூட்டைகளுடன் நடந்தாள். திசை தெரியாத இலக்கில்லாத நடை. கால்கள் கனத்தன. கண்கள் இருளடைந்து உடம்பு தாறுமாறாய்த் தள்ளாடியது.

ஏறக்குறைய பைத்தியக்காரி போல் ஆகிவிட்டாள். வழியில் யாரோ இரக்கப்பட்டு கொடுத்த சில்லறையை வைத்து சீனுவுக்கு ஏதோ வாங்கித் தந்தாள். வயிற்றில் சென்ற உடனே வாந்தியெடுக்க ஆரம்பித்தான் பையன்.

இனி நடக்க முடியாது எனும் நிலையடைந்தாள். உடம்பு நடுங்கியது. கடும் காய்ச்சல். உடம்பெங்கும் வலி.

செயிண்ட் ஆன்ஸ் சர்ச் அருகில் நினைவிழந்து விழுந்து விட்டாள்.

★★★

ஒரு வாரமாய் அலுவலகம் வரவில்லை கிருஷ்ணமூர்த்தி. ரத்தப் பரிசோதனை ரிப்போர்ட் வாங்கி வருவதாய்ச் சென்றவன் அதன் பிறகு கண்ணிலேயே படவில்லை. லீவு லெட்டர்கூட அனுப்பவில்லை. அவன் வீட்டிற்கு மெமோ அனுப்பும் முயற்சியில் இருந்தார் மானேஜர்... 'அன் ஆதரைஸ்டு ஆப்செண்ஸ்' என. (அனுமதியற்ற விடுமுறை)

மாலை வீடு திரும்பும்போது கிருஷ்ணமூர்த்தியின் ஞாபகம் வர... என்னாயிற்று எனத் தெரிந்துகொள்ள அவன் வீட்டிற்குச் சென்றேன்.

இருட்டியிருந்தும் அவன் வீட்டில் விளக்கு எரியவில்லை.

"கிருஷ்ணமூர்த்தி...?"

உள்ளிருந்து சத்தமே இல்லை. இன்னும் சற்று உரக்கக் கூப்பிட்டேன். "யாருமில்லையா வீட்டில்?"

அந்த இருளிலிருந்து ஓர் உருவம் வந்து என் எதிரில் நின்றது.

"சார்... நீங்களா?"... கிருஷ்ணமூர்த்தியின் குரல்தான்.

"உள்ளே வாங்க சார்..." சுவிட்சைப் போட்டான்.

"உட்காருங்க சார்..." நாற்காலியைக் காட்டினான்.

வாரம் முன்னால் பார்த்த கிருஷ்ணமூர்த்தி இல்லை இவன். பத்து நாள் பட்டினி கிடந்தவன் போல்... இன்றோ நாளையோ செத்துப்போகப் போகிறவன் போல் காணப்பட்டான். சில நாட்களாய் உறக்கமில்லாதவன் போல் கண்கள் குழி விழுந்து... தாடியும் மீசையும்... முகம் களையிழந்து உடம்பில் உயிரே இல்லாதது போல்...? ஏக்கமும் ஏமாற்றமும் விரக்தியும் அவநம்பிக்கையும் அவனை இறுகச் சுற்றி இறுக்கிக் கொண்டிருப்பது போல்...

"என்ன நடந்தது கிருஷ்ணமூர்த்தி... ஏன் இப்படி ஆயிட்டே?" பதற்றத்துடன் கேட்டேன்.

"சார்... என் வாழ்க்கையே நாசமாயிட்டது சார்..." என்னைப் பிடித்துக்கொண்டு 'ஓ'வென அழத்தொடங்கினான்.

உள் அறையிலிருந்து வந்த அவன் மனைவி கதவையொட்டி நின்றாள்.

"துன்பம் வரும்போதுதான் தைரியமா இருக்கணும். இப்படி சோர்ந்து போய்விட்டால் எப்படி? என்ன நடந்ததுன்னு சொல்..." அவனைத் தேற்ற முயன்றேன்.

"டாக்டர் சஞ்சயிடம் என் ரிப்போர்ட்டைக் காட்டினேன். இடிபோன்ற தகவலைச் சொன்னார் அவர். எனக்கு ஹெச்ஐவி பாசிடிவ். நான் எப்பாவமும் அறியேன். என் பெண்டாட்டி

பிள்ளைகள் மேல ஆணை சார். என் பெண்டாட்டியைத் தவிர இன்னொருத்தியைத் தொட்டதுக்கூடக் கிடையாது. பின் எப்படி இந்த பயங்கரமான வியாதி வந்திருக்கு எனக்கு? டாக்டரிடம் திரும்பத் திரும்பக் கேட்டேன். இன்னும் ஏதேதோ டெஸ்டுகள்ள செய்து என் வியாதியை ஊர்ஜிதப்படுத்தினாரே தவிர எப்படி வந்திருக்கலாம் என எவ்வளவு கேட்டாலும் சொல்லவில்லை அவர். எனக்கு இப்படிப்பட்ட வியாதி வர சான்ஸே கிடையாது சார். ஒருவார காலமாய் நாங்க ரெண்டு பேரும் தவியாய்த் தவிச்சிட்டிருக்கோம்."

"சே... சே... உனக்கு ஹெச்ஐவி பாசிடிவா என்ன? இரு.. சஞ்சயிடமே பேசறேன்..."

சஞ்சய்க்கு ஃபோன் செய்தேன்.

"கிருஷ்ணமூர்த்தின்னு உன்னிடம் வந்தாரே... அதான் என்கூட வேலை பார்ப்பவர்... ஞாபகம் இருக்கா? அவருக்கு எய்ட்ஸ் இருப்பது நிஜமா?"

"ஆமாம். எய்ட்ஸ் இல்லை. ஹெச்ஐவி பாசிடிவ்..."

"சரி... ஹெச்ஐவி பாசிடிவ். ஆனால் அவர் அப்படிப்பட்ட ஆள் கிடையாது. வேறு, எங்காவது இன்னொரு முறை டெஸ்ட் செய்துகொள்ளச் சொல்கிறாயா?"

"அவசியம் இல்லை. வெஸ்டன் பிளட் டெஸ்ட் மூலம் உறுதியாகிவிட்டது.... அவருக்கு கெட்ட சகவாசம் இல்லை என்பதாலேயே ஹெச்ஐவி வரக்கூடாதென யார் சொன்னது? இன்ஜெக்ஷன் மூலம் வரலாம்... ரத்தம் ஏற்றுவதன் மூலம் கூட...."

சஞ்சயின் விளக்கத்தை கிருஷ்ணமூர்த்தியிடம் தெரிவித்தேன்.

"சார்... விவரம் தெரிந்திருந்து நான் எந்த இன்ஜெக்ஷனும் போட்டுக்கலே. எனக்கு உடம்பு சரியில்லாமல் போனதே கிடையாது. வயிற்று வலி, கால் வலின்னு கூட வந்ததில்லை. அப்படி இருக்க ரத்தம் ஏற்றிக்கொள்வதன் அவசியம் எங்கிருந்து வரும்?"

இதையும் சஞ்சயிடம் சொன்னேன்.

"சரி... அவர் மனைவி எப்படிப்பட்டவர்...?" தயங்கித் தயங்கித் தான் கேட்டான் சஞ்சய்.

தலை திருப்பி கிருஷ்ணமூர்த்தியின் மனைவியைப் பார்த்தேன். தன் கண் முன் நடக்கும் நிகழ்வுகளுக்கும் தனக்கும் சம்பந்தம் இருக்கிறதா இல்லையா என்று கூடத்தெரியாத பேதைமையுடன் நின்றிருந்தாள் அவள். என்னை ஏறிட்ட அவள் விழிகளில் கண்ணீர்.

“தெரியாது...” என்றேன் சஞ்சயிடம்.

“ஏன் அப்படிக் கேட்டேன்னா, அவர் மனைவி மூலமும் அவருக்கு அந்த வியாதி வந்திருக்கலாம். சாரி... அப்படியொரு வாய்ப்பும் இருக்கலாம்னுதான். அவரிடம் அன்றே சொன்னேன். அவர் மனைவியையும் டெஸ்ட் செய்து கொள்ளச் சொல்லி ரிப்போர்டுடன் வரும்படி. திரும்ப என்னிடம் வரவே இல்லை அவர்.”

மீண்டும் தொடர்பு கொள்வதாய் சஞ்சயிடம் கூறிவிட்டு கிருஷ்ணமூர்த்தியிடம் சொன்னேன். “உங்க மனைவியையும் டெஸ்ட் செய்துகொள்ளச் சொன்னாராமே டாக்டர். செய்யவில்லையா?”

ஆத்திரமாய் பதில் சொன்னான் அவன். “அவளுக்கும் செய்தேன் சார். வேறொரு இடத்தில் செய்தேன். அவளுக்கும் பாசிடிவ் வந்திருக்கு. எனக்கு இந்த வியாதியை ஒட்டவைத்ததே இந்த புண்ணியவதிதான் சார்.”

சரேலென முன்னால் வந்தாள் அவள். “நீங்களே சொல்லுங்கண்ணா. இவருக்கிருந்தால் இவருடன் தாம்பத்தியம் நடத்தும் எனக்கு வராதா...! என் குழந்தைகள் மேல் ஆணை. எனக்கெதுவும் தெரியாது. நான் எப்பாவமும் அறியாதவள். இவரால்தான் எனக்கு வந்திருக்கு. உண்மையைத் திரித்து என்னை அபாண்டமாய்ப் பேசறார். இது என்னை எவ்வளவு வேதனைப்படுத்தறது தெரியுமா. உடல் ரீதியாகவும் மனதை நோகடிக்கிறது மூலமும் என்னை எவ்வளவு இம்சைப்படுத்திட்டிருக்கார் தெரியுமாண்ணா. இதற்கு சாவே மேல். நான் எந்தத் தப்பும் பண்ணலே. என்னை நம்புங்க. இந்த அவஸ்தையை இனி என்னால் பொறுத்துக்க முடியாது. என் மேல் நம்பிக்கை இல்லேன்னா துளி விஷம் கொண்டு வந்து கொடுக்கச் சொல்லுங்கண்ணா...” தீனமாய் அழுதாள்.

அப்போதுதான் கவனித்தேன். அவள் உடம்பில் திட்டுதிட்டாய் படர்ந்திருந்த அடிகளின் சுவடுகளை. முகத்திலும் காயங்கள். கழுத்திலும்...

"இந்தக் காயங்களெல்லாம் எப்படிம்மா?" அதிர்ச்சியுடன் கேட்டேன்.

"எனக்கு வேறு யாருடனோ தொடர்பு இருக்கு... அதனால்தான் எனக்கு இந்த வியாதி வந்து, என்னால் தனக்கும் வந்திருக்குன்னு ரொம்பக் கேவலமாய்ப் பேசி அவன் யாருன்னு சொல்லுடின்னு மாட்டை அடிப்பதுபோல் அடிக்கிறார். ஆம்பிளை... பலசாலி... என்னை இந்த அடி அடிக்கிறார். இதையே நான் செய்ய ஆரம்பித்தால்...? இவர் எவளுடன் பழகி ஒட்டிக் கொண்டதோ... எனக்கு ஒட்டவைத்து விட்டு என் மீதே பழி சுமத்துகிறார். பெரிய மனுஷர், நீங்களாவது நியாயம் சொல்லுங்கண்ணா..." அழுதபடியே இறைஞ்சினாள்.

"செய்யறதெல்லாம் செய்துட்டு... இப்ப வாயில் விரல் வைத்தால் கடிக்கத் தெரியாத பாப்பா போல் அப்பாவி வேஷம் போடறா பாருங்க சார்..." என்றபடி அவள் பக்கம் திரும்பி "எவன் அவன்னு சொல்லப் போறயா இல்லையா...?" எனக் கத்தியபடி கன்னத்தில் அறைந்தான்.

"என்ன இது...? வாழ்க்கையில் இவ்வளவு பெரிய விபத்து நேர்ந்திருக்கும்போது அதை எப்படி எதிர்கொள்வதுன்னு ரெண்டு பேரும் சேர்ந்து ஆலோசிக்கிறதை விட்டு இப்படி ஒருத்தர்மேல் ஒருத்தர்னு மாற்றி மாற்றி குற்றம் சுமத்துவதால் என்ன பிரயோஜனம்? சரி... இங்க பாரும்மா. நல்லா யோசிச்சுப் பாரு. நீ எப்பவாவது இன்ஜெக்ஷன் போட்டிருக்கியா...?"

அவளை அப்படிக் கேட்டது எனக்கே விந்தையாகத்தான் இருந்தது. அங்கு இரு ஹெச்ஐவி பாசிடிவ் ஆட்கள். அவர்களுக்கு புத்தி சொல்லும் என்னை அந்த இருவரும் உத்தமனாய் மரியாதைக்குரியவனாய் நினைத்துக் கொண்டிருக்கின்றனர். எனக்கு ஹெச்ஐவி இருப்பது அவர்களுக்குத் தெரிந்தால்... அந்நியப் பெண்ணுடன் பழகியதாலேயே இவ்வியாதி தொற்றிக் கொண்டிருப்பது தெரிய வந்தால்...

"ஊசி போட்டுக் கொள்ளாமல் எப்படி சார்? இரண்டு பிரசவம் ஆகியிருக்கே? இங்க சத்யா நர்சிங் ஹோமில்தான் நடந்தது. அவர்கள் இது மாதிரியான விஷயங்களில் கவனமில்லாமலா இருப்பாங்க..." கிருஷ்ணமூர்த்திதான் பதில் கூறினான்.

“அப்படியானால் உங்க உத்தேசம்தான் என்ன? அதுபோன்ற காரணங்கள் எதுவுமில்லை; அந்நிய ஆணுடன் உறவு இருந்தால்தான் இந்த வியாதி வந்திருக்குன்னு உறுதியா நம்பறீங்க அப்படித்தானே?” தன்மானம் பலமாய்த் தாக்கப்பட்ட ஆவேசத்துடன் அவனைக் குதறிவிடுபவள் போல் பாய்ந்தாள்.

“அப்ப நான்தான் கெட்டலைந்து வாங்கிக் கட்டிட்டு உனக்கும் குடுத்திருக்கேன்னு சொல்றயா?”

“நான் என்ன கண்டேன்? நீங்க வெளியே இருக்கீங்க. வீட்டுக்கு வரும் இடைப்பட்ட நேரத்தில் என்ன செய்தேள்னு நான் பார்த்தேனா?”

“அதையே நானும் சொல்லலாம். நான் ஊரில் இல்லாத நேரங்களில் நீ என்ன செய்தேன்னு நான் பார்த்தேனா?”

“உங்களைப்போல் தீய எண்ணங்கள், கெட்ட பழக்கங்கள் எங்க குடும்பத்தில் யாருக்குமில்லை...”

“உங்க குடும்பத்தை விடவா? உன் வம்சமே அப்படிப்பட்டது...” சொல்ல நா கூசும் வார்த்தைகளையெல்லாம் வெளிப்படுத்தியபடி அவளை அடிக்க அவன் பாய்ந்தபோது குறுக்கே சென்று தடுத்தேன்.

“என்னை ஏமாற்றிவிட்டு எவளுடனோ சல்லாபம் செய்து வியாதியை வரவழைச்சி என்னையும் பலியாக்கியது போதாதுன்னு எல்லாப் பழியையும் என் மேல போடறீங்கில்லே? உங்க வாயில் புழு விழ...” அப்படியே சரிந்து வாய்விட்டழுதாள்.

கிருஷ்ணமூர்த்தியின் இடத்தில் நான் இருப்பது போல் பிரமை. அவ்வார்த்தைகள் எனக்காகச் சொல்லப்பட்டது போல்... அந்தப் பெண்ணின் இடத்தில் மாதுரி... ஆனால் நான் மாதுரியை ஒரு நாளும் சந்தேகப்பட மாட்டேன். தவறிழைத்தது நான். கெட்டலைந்தது நான். புழு பிடித்திருப்பது என்னைத்தான்.

இப்படி நினைப்பதே பெரும் அச்சமூட்டியது. அதனின்று... அக்கொடிய நினைவுகளினின்று மீண்டுவருவது பெரும்பாடாக இருந்தது.

“உனக்கு எப்போதாவது ரத்தம் ஏற்றப்பட்டதா?” அப்பெண்ணிடம் கேட்டேன்.

"ஆமாம். இரண்டாம் பிரசவத்தின் போது. என் அண்ணன்தான் ரத்தம் கொடுத்தார்..."

"இவள் அண்ணனின் ரத்த சாம்பிளை டெஸ்ட் செய்தார்கள். நான் அங்கதான் இருந்தேன். ரிஸல்ட் நெகடிவ்னு வந்தப்புறம்தான் இவளுக்கு ஏற்றினார்கள்" என்றான் கிருஷ்ணமூர்த்தி.

இந்த விவரங்களையெல்லாம் சஞ்சயிடம் தெரிவித்தேன்.

"சில நேரங்களில் நெகடிவ் என தவறான ரிஸல்டும் வருவதுண்டு. விண்டோ பீரியடில் டெஸ்ட் செய்தாலும் நெகடிவ் வரலாம். அவங்க அண்ணனை மறுபடியும் ஹெச்ஐவி டெஸ்ட் செய்து கொள்ளச் சொல்லுங்க..." சஞ்சய் கூறியதை கிருஷ்ணமூர்த்தியிடம் சொன்னேன்.

"எங்கண்ணன் அப்படிப்பட்டவர் கிடையாது."

"ஆமாம் சார். இவ அண்ணனைப் பற்றி எனக்கு நல்லாத் தெரியும். டீச்சரா இருக்கார். ரொம்ப நல்லவர்_" இது கிருஷ்ணமூர்த்தி.

நானும் நல்லவன்தான்... எனக்கு வரவில்லையா என வெளியில் சொல்ல முடியுமா நான்...!

"எதற்கும் நல்லது. ஒரு தடவை சொல்லிப்பார்..." என்று சொல்லி விட்டு "குழந்தைகள் எங்கே?" என அவர் மனைவியிடம் கேட்டேன்.

"இவருக்கு இப்படி என்று தெரிந்ததும் வீட்டில் பெரிய ரகளையாகி விட்டது. குழந்தைகளுக்கு இதெல்லாம் தெரியக் கூடாதுன்னு அம்மா வீட்டிற்கு அனுப்பிவிட்டேன்."

வீடு திரும்புகையில் தாறுமாறான சிந்தனைகள் புரட்டிப் போட்டன என்னை. கிருஷ்ணமூர்த்திக்கு இரு பிள்ளைகள். ஏழு வயது மகன்... ஐந்து வயது மகள். சின்னக் குழந்தைகள். கிருஷ்ண மூர்த்திக்கு சுமார் முப்பத்திமூன்று வயதிருக்கலாம். இந்த இளம் வயதிலேயே அவனும் மனைவியும் பயங்கரவியாதி காரணமாய் இறந்து போனால் அக்குழந்தைகள் கதி என்ன...?

என் பிள்ளைகள் மனதில் வந்தனர். எட்டு வயது மகள்... ஐந்து வயதாகும் மகன். ஒருவேளை இதற்குள் மாதுரிக்கும் என் வியாதி பீடித்திருந்து, நாங்கள் இருவரும் இறந்து போனால் என் குழந்தைகள் என்னாவார்கள்...?

இரவு முழுவதும கெட்ட கனவுகள்...

மறுநாள் விடிந்ததினின்றே ஏகத்துக்கு எரிச்சலான மனநிலை யாரையாவது அடிக்கவேண்டும் போன்ற ஆத்திரம். எதிரிலிருப்பவர் மென்மையாகப் பேசினாலும் பாய்ந்து கடித்துக் குதறவேண்டும் போல் ஒரு ஆவேச உணர்வு.

அலுவலகம் சென்றதும் ஒரு அறிவிப்பு வந்தது. மாலை நான்கு மணிக்கு ரத்ததான நிகழ்ச்சி நடைபெறவிருப்பதாகவும், ரத்தம் பெற்றுக்கொள்ள அது தொடர்பான ஊழியர்கள் அலுவலகத்திற்கே வருவதாகவும், ஆர்வமுடையவர்கள் கலந்துகொள்ளலாம் என்றும் தெரிவித்தது அது. ரத்த தானம் செய்வது எவ்வளவு மகத்தான சேவை என்றும் கீழே குறிப்பிடப்பட்டிருந்தது.

நான்கு மணி நெருங்க நெருங்க என்னுள் பதற்றம் கூடிக் கொண்டே போனது. "இன்னும் அப்படியே உட்கார்ந்திருக்கியே. வா போகலாம்.." என்றான் என் நண்பன்.

"கொஞ்ச நாளா ரொம்ப பலவீனமா இருக்கு. இந்தத் தடவை என்னை விட்டுடுங்களேன்..."

"அதெப்படி...? போன வருஷம் வரை ரத்ததானம் என்றால் நீதானே முதலில் ஆஜர் ஆவாய்? வாழும் வரை எவ்வளவு முடியுமோ அவ்வளவு முறை ரத்ததானம் செய்து ரெக்கார்ட் செய்யப்போவதாய் நீ சொன்னதாய் ஞாபகம்."

"ரத்தம் ஏற்றிக் கொண்டால் எய்ட்ஸ் வரும் வாய்ப்புண்டே தவிர கொடுப்பதால் வராது..." ஜோக் அடித்தான் இன்னொரு நண்பன்.

சிரித்துவிட்டு சும்மா இருந்தேன் நான். ரத்தம் எடுக்குமுன் பரிசோதனை செய்வார்களே. எனக்கு ஹெச்ஐவி இருப்பது தெரிய வந்தால் ரத்தம் எடுக்கமாட்டார்கள்... என்னுடன் கொஞ்சம் பேசவேண்டும் என்பார்கள். எங்கள் வங்கியில் எல்லோருக்கும் தெரிந்துபோகும். பின்பு அச்செய்தி மெல்ல மெல்லக் கசிந்து மற்ற கிளைகளுக்கும் தெரிந்து- அடுத்து ஊரெங்கும் பரவும். பிள்ளைகளின் பள்ளிக்கூடத்திற்கும் தெரிந்துவிடும். அந்த அவமானம் தாங்காமல் நானும் மாதுரியும் தற்கொலை செய்து கொள்வோம். பிறகு பிள்ளைகள் அநாதைகளாகி...

நினைவளவிலேயே அச்சம் அணுவணுவும் ஆக்கிரமித்து...

"உடம்பு எப்படியோ இருக்கு. ஏற்கெனவே ஒரு வாரமாய் மிகவும் சோர்வாய்த் தெரியுது. அதனால் நான் ரத்தம் கொடுக்க முடியாது. இவர்களுடன் நமக்கு நல்ல பழக்கம் அல்லவா. ஒரு பத்து நாள் கழித்து நான் அங்கேயே போய் கொடுத்துடறேன்."

"ரெண்டு கிளாஸ் குளூக்கோன்—டி குடித்தால் உடனே சக்தி வந்துவிடாதா... அப்புறம் ரத்தம் கொடுக்கலாமே..." என்றாள் நவீனா.

சொர்க்கத்திலிருந்து அமுதம் கொண்டு வந்து அருந்தச் செய்தால் தவிர என் அயர்ச்சி குறையாதென இவர்களுக்கெல்லாம் எப்படிச் சொல்வது? என் உடம்பினுள் கணம் கணமும் பெருகிக்கொண்டே போகும் வைரஸ் கிருமிகள்... அவற்றுடன் யுத்தம் செய்து செய்து என் உதிர அணுக்கள் அயர்ச்சியடைந்து கொண்டிருப்பதை எப்படிச் சொல்வது?

ரத்ததான நிகழ்ச்சி முடிவுற்றதும் வேலைகளை அப்படியே விட்டுவிட்டு உரையாடிக் கொண்டிருந்தனர்.

"ஆக... இனிமேல் கிருஷ்ணமூர்த்தி வரமாட்டாரா...?"

"இன்னும் எங்க வர்றது? மனுஷனுக்கு எய்ட்ஸாம்..."

"ஐயோ பாவம்... கிருஷ்ணமூர்த்தி ஒழுக்கம் மிகுந்தவர்னு நினைத்துக்கொண்டிருந்தோம். குடி, சிகரெட் பழக்கம் கிடையாது... பிற பெண்களை கண் உயர்த்திப் பார்க்க மாட்டார், அப்படி இப்படின்னு ரொம்ப உயர்வா..."

"எல்லாம் டிராமா.. ஆண்களை யார்தான் நம்புவார்கள்? பார்க்க உத்தமர்களா தெரிவாங்க. உள்ளே அத்தனையும் அழுக்கு. ஏகபத்தினி விரதன் என வெளிப்படையாய் பிரசாரம் செய்து கொள்ளும் ஆண்களை அறவே நம்பக்கூடாது..." ஒரு பெண் கூற...

"சார்.. நீங்க ஏகபத்தினி விரதன்னு, இங்க எல்லோருடைய கருத்து. அப்படியென்றால்..." குறும்பாய் என்னைப் பார்த்தாள் நவீனா. என் கண்களில் பிரதிபலித்த சினத்தைப் பார்த்துப் பயந்தோ என்னவோ, மறுபடியும் வாயே திறக்கவில்லை அவள்.

"கிருஷ்ணமூர்த்தி எப்படிப்பட்டவர்னு எனக்குத் தெரியும். அவருடன் இரண்டு மூன்று தடவை வெளியில் சென்றிருக்கிறேன். மிகவும் கண்டிப்பான ஆள். அப்படிப்பட்டவர் மீது சேற்றை வாரியிறைப்பது நன்றாக இல்லை..." என்றார் ஸ்ரீகாந்த்.

"ஸ்ரீகாந்த் போன்ற ரசிக சிகாமணி சர்டிபிகேட் கொடுத்தப்புறம் இனி மறுப்பேது? சரி... கிருஷ்ணமூர்த்திக்கு இந்த வியாதி எப்படி வந்திருக்கும்னு சொல்றீங்க?"

"புருஷன் ராமனாக இருந்தால் பெண்டாட்டி சீதையாக இருக்கணும்னு ஏதாவது சட்டமா...? அந்த வகையிலும்..."

"அப்படின்னா... கிருஷ்ணமூர்த்தியின் மனைவி எக்குதப்பா பத்துபேருடன் நடந்து கொண்டிருக்கலாம் என்பது உன் உத்தேசமா?"

"பத்து பேருடன் அவசியம் இல்லே. அந்த வியாதி இருக்கும் ஒருத்தனுடன் இருந்தா போதும்."

"போதும், நிறுத்துங்க உங்க அபத்தத்தை..." பொறுமையிழந்து கத்தினேன். "நம் சக ஊழியர் குறித்தும் அவர் மனைவி குறித்தும் நாக்கில் நரம்பில்லாமல் அவதூறு பேச வெட்கமா இல்லே உங்களுக்கெல்லாம்? நீங்களெல்லாம் நல்லாப் படிச்சு ஒயிட் காலர் வேலை பார்க்கறவங்க. ஆனால் கொஞ்சம் கூடப் பண்பாடென்பதே கிடையாது. கொஞ்சத்திற்குக் கொஞ்சம் மனசாட்சி வேண்டாம்? கிருஷ்ணமூர்த்தியின் மனைவி இன்னொருவருடன் பழகுவதை நீங்க பார்த்தீர்களா? எய்ட்ஸ் அந்த ஒரு காரணத்தால் மட்டுமே வரும் என்றில்லை. ஒரே ஊசியைப் பயன்படுத்துவது... ரத்தம் ஏற்றிக் கொள்வது..."

"ஐயோ... போதும் போதும். பேப்பரில் படித்துப் படித்து டி.வியில் பார்த்துப் பார்த்து செம போரடிச்சுப் போயிருக்கோம். முத்தம் கொடுப்பதால் வராது என ஒருவர். வந்தாலும் வரலாம் என்று இன்னொருவர். ஒரே தட்டில் சாப்பிடுவதால் ஒட்டிக் கொள்ளாது என விளம்பரங்கள். பரிசோதித்துப் பார்த்த பிறகுதான் அவர்கள் இதெல்லாம் சொல்கிறார்களா? சமீபமாய் விஜயவாடாவிலிருந்து ஒரு டாக்டரானால் ஹெச்ஐவி வராமலும் எய்ட்ஸ் வரலாம் என்று புதுப் பிரசாரம் ஆரம்பித்திருக்கிறார். பெரிய குழப்பம்தான்..."

"ஒரே ஒரு தடவை உறவு கொண்டால் அந்த வியாதி வரும் வாய்ப்பு குறைவுதானென டாக்டர் சமரம் எழுதியிருப்பது நிஜம்தானா?"

"ஏன்... குடி முழுகி அப்படி ஏதாவது நீ...?"

“சார்... கன்னிப்பெண் என்னை வைத்துக்கொண்டு இப்படியெல்லாம் பேசுவது நல்லா இருக்கா?” இது நவீனா.

“சிவில் பரிட்சைக்கு தயாராயிட்டிருக்கே. இந்த அளவு தெரியாதா? கல்யாணமாகாதவர்கள்தாம் எய்ட்ஸ் குறித்து நிறைய தெரிந்து கொள்ளவேண்டும். ஸ்கூல் லெவலில் செக்ஸ் எஜுகேஷன் கொண்டுவர வேண்டுமெனும் ஆலோசனை வலுவாகிட்டிருக்கு. நீ என்ன இப்படி பேசிட்டு...”

நான் சரேலென வெளியேறிவிட்டேன்.

இரு நாட்கள் கழித்து கிருஷ்ணமூர்த்தியிடமிருந்து ஃபோன் வந்தது. “முடிந்தால் இன்னிக்கி சாயங்காலம் வீட்டுக்கு வரமுடியுமா?”

அலுவலக நேரம் முடிந்து நேராய் அவர் வீடு சென்றேன். என்னைப் பார்த்தும் சட்டென எழுந்து கைகளைப் பற்றிக் கொண்டான்.

“உங்க சந்தேகம் நிஜமாயிட்டது சார். என் மைத்துனருக்கு ஹெச்ஐவி பாசிடிவ். என் மனைவிக்கு ரத்தம் கொடுக்குமுன் சரியா டெஸ்ட் செய்யலே போலிருக்கு. அதனாலதான் நெகடிவ் ரிசல்ட் வந்திருக்கு. பார்த்தீங்களா சார்... ஒரு டெக்னீஷியன் அலட்சியத்தால் ஒரு பாவமும் அறியாத இரு உயிர்கள் அழியப் போறது. ஒரு குடும்பம் சின்னாபின்னமாய் போறது...”

எதிரிலிருந்த நாற்காலியில் உட்கார்ந்தேன்.

“நாங்க ரெண்டு பேரும் உங்களுக்குக் கடமைப்பட்டிருக்கோம் சார். எப்படியும் நாங்க செத்துப் போகப் போறோம். அவள் மீது சந்தேகத்தால் நான். என் மீது அவளுக்கு... இப்படி ஒருவரை ஒருவர் இம்சித்துக்கொண்டும் பழித்துக் கொண்டும் அருவருத்துக் கொண்டும்... இப்பவே செத்துட்டிருக்கோம் சார்....”

“இப்படியெல்லாம் பேசாதே கிருஷ்ணமூர்த்தி. பிள்ளைகள் குறித்தும் அவர்கள் எதிர்காலம் குறித்தும் யோசனை செய்...”

“யோசிக்க இன்னும் என்ன இருக்கு சார்... எங்க சமாதிகளை நாங்களே அமைத்துக் கொள்வதைத் தவிர வேறு வழியில்லையே..; என்னைக் குறித்தும், கள்ளங்கபடமற்ற என் மனைவி குறித்தும் ஊர் உலகம் வாய்க்கு வந்தபடி தூற்றுவதைச் சகித்துக் கொண்டு

வாழ்வதை விட செத்துப் போவது மேல் எனப்படுகிறது. எவ்வளவு அப்பாவியாய் எல்லோரிடமும் பிரசாரம் செய்திருக்கிறேன் பார்த்தீர்களா. எனக்கு எய்ட்ஸ் என்றால் நம்பிக்கை ஏற்படாமல் உண்மையை ஏற்றுக்கொள்ள மனமில்லாமல் டாக்டர்களும் பரிசோதனை மையங்களும் செய்யும் பயங்கரமான தவறுகள் இவையெல்லாம் என்று எடுத்துச் சொல்ல என்னவெல்லாம் பேசியிருக்கேன்? என் ரிசல்ட் பாசிடிவ் ஆக வந்திருப்பது கூட எனக்கு உறைக்காமல் போய்விட்டது சார். இப்போது அந்தத் தவறே எங்கள் கழுத்தைத் தூக்குக் கயிறாய் இறுக்கிக் கொண்டிருக்கிறது சார்..”

“எங்களை யாரும் கிட்ட நெருங்கவிடுவதில்லை. முகம் கொடுத்துப் பேசுவதில்லை. வேலைக்காரி எங்கள் வீட்டில் வேலை செய்வதை நிறுத்திவிட்டாள். பால்காரர் கூட நின்றுவிட்டார். வீதியிலிருந்தே வீட்டுக்குள் பேப்பர் வீசும் பையன் கூட பேப்பர் போடுவதை நிறுத்திவிட்டான்.” அவன் மனைவி அழுதபடி கூறினாள்.

“அவ்வளவு ஏன் சார்... எனக்கும் என் மனைவிக்கும் ஹெச்ஐவி பாசிடிவ் என நம் ஆபீசில் எல்லோருக்கும் தெரியும். ஒருத்தர் என்றால் ஒருத்தர் கூட வந்து பார்க்கவில்லை, உங்களைத்தவிர...”

‘...எனக்கும் உங்களைப் போல் ஹெச்ஐவி பாசிடிவ் என்பதால் தான் வந்திருக்கேன். இல்லையென்றால் நானும் உங்கள் வீட்டு வழியே கூட நடந்திருப்பேனா என்பது சந்தேகம்தான்’ மனதிற்குள் சொல்லிக்கொண்டேன்.

“சரி... குழந்தைகள் இன்னும் எத்தனை நாள்தான் பாட்டி வீட்டில் விட்டு வைத்திருப்பீர்கள்... இப்போதைக்கே ஸ்கூலில் நிறைய பாடங்கள் மிஸ் செய்திருப்பார்களே..?”

“பிள்ளைகளை எங்களிடம் அனுப்பமாட்டோம் என அப்பா அம்மா சொல்லிட்டாங்க. அங்கேயே படிக்க வைக்கறாங்களாம். அவங்க கூட எங்களைப் பார்க்க வரலே, தெரியுமா அண்ணா?” அப்பெண் பரிதாபமாய்க் கேவியது என்னை அப்படியே உலுக்கி விட்டது.

“போகட்டும் விடு. அதையெல்லாம் நினைத்து வேதனைப்பட வேண்டாம். நாளையிலிருந்து ஆபீசுக்கு வா கிருஷ்ணமூர்த்தி...”

சோகமாய்ச் சிரித்தார் அவர்.

"ஆபீசுக்கு வந்தால் அங்க எல்லோரும் என்னுடன் எப்போதும் போல் பேசுவார்களா சார்... பழகுவார்களா? வழக்கம் போல் எனக்கு வேலை கொடுப்பீர்களா சார்? வேண்டாம் சார்... அங்க எல்லோருடைய பார்வையில் தெரியும் நிராகரிப்பை... அருவருப்பை... அனுதாபத்தையும் கூட என்னால் தாங்கிக்க முடியாது சார்." மிகுந்த கழிவிரக்கம் தென்பட்டது அச்சொற்களில்.

அளவற்ற துயரத்தைச் சுமந்துகொண்டு வீடு திரும்பினேன்.

ஒரு வாரம் சென்றிருக்கும். அலுவலகத்தில் அனைவரும் அவரவர் வேலையில் மும்முரமாய் இருக்க... அணுகுண்டு போல் ஒரு செய்தி வெடித்தது.

கிருஷ்ணமூர்த்தியும் அவன் மனைவியும் தற்கொலை செய்து கொண்டார்கள்...

* * *

ஃபாதர் டேனியல் சர்ச்சிலிருந்து வெளியே வந்தபோது கேட் அருகே கூட்டம் திரண்டிருப்பது கண்டு அங்கு விரைந்தார். அவரைப் பார்த்ததும் குழுமியிருந்தவர்கள் சற்றே தள்ளி நின்றனர். அங்கு நாகமணி நினைவிழந்து விழுந்து கிடந்தாள். உடம்பெங்கும் ரத்தம் வழிய வழிய காயங்கள். அவள் பக்கத்தில் உட்கார்ந்து 'அம்மா... அம்மா' என அழுது கொண்டிருந்தான் சீனு.

மண்டியிட்டு அமர்ந்த டேனியல் அவள் நாடி பிடித்துப் பரிசோதித்தார். பலவீனமாக இருந்தது.

"எல்லோரும் சும்மா பார்த்துக் கொண்டிருந்தால் எப்படி... ஆஸ்பத்திரிக்கு கூட்டிட்டுப் போகலாம்..."

ரிக்ஷா வரவழைக்கப்பட்டது. இருவரையும் ஏற்றிவிட்டு ரிக்ஷா பின்னால் நடந்து அருகிலிருந்த மருத்துவமனையை அடைந்தார்.

அங்கு அவளைச் சேர்க்கும் பூர்வாங்க ஆயத்தங்கள் எல்லாம் முடிந்த பின் "நாளைக்கு சாயங்காலம் வரேன். ரெண்டு பேரையும் கவனமாய் பார்த்துக்கங்க. தேவைப்படும் உதவி செய்யுங்க..." எனக் கூறி விடை பெற்றார்.

அடுத்த நாள் மாலை சர்ச்சுக்குச் செல்லுமுன் மருத்துவமனை சென்று டாக்டரைச் சந்தித்தார்.

"பிரச்னை ஏதுமில்லையே? அவர்களை நல்லாவே கவனிப்பீங்கன்னு எனக்குத் தெரியும்..."

"நினைவு தப்பி விழுவதற்குப் பெரிதாய்க் காரணம் எதுவும் தேவையில்லை ஃபாதர்.. கொஞ்சம் பலவீனம்... அவ்வளவுதான். ஆனால் இவங்களுக்கு ரொம்ப சீரியஸா ஒரு ஹெல்த் பிராப்ளம் இருக்கு."

என்னவென்பது போல் டாக்டரைப் பார்த்தார் டேனியல். "அந்தப் பெண்ணுக்கு ஹெச்ஐவி பாசிடிவ் ஃபாதர். பையனுக்குக் கூட..."

"ஓ ஜீஸஸ்...!" அவரிடமிருந்து அதிர்ச்சி வெளிப்பாடு.

"அந்தப் பெண்ணோட நிலைமை கொஞ்சம் பரவாயில்லை. பையன்தான் ரொம்ப கலைக்கிடமா இருக்கான் ஃபாதர். எய்ட்ஸ் அறிகுறிகள் தெரியுது."

"அதெப்படி அம்மாவிடமிருந்துதானே பிள்ளைக்கு வந்திருக்கும்?"

"ஆமாம். ஆனால் சின்னப் பிள்ளைங்களின் இம்யூன்... அதாவது நோய் எதிர்ப்பு சக்தி பலவீனமா இருக்கும். அதனால்தான் வைரஸ் வளர்ந்து எய்ட்ஸ் வியாதிக்கு வழி வகுத்திருக்கு. எத்தனை மருந்துகள் கொடுத்தாலும் ஜுரம் தணியாமல் இருப்பதற்கு இதுதான் காரணம் ஃபாதர்."

"ரெண்டு பேரையும் இன்னும் ரெண்டு மூணு நாள் இங்கயே வைத்திருந்து சிகிச்சை கொடுத்தால் நல்லதுன்னு நினைக்கிறேன் டாக்டர். அதற்குள் இவர்களுக்கு என்ன பாதுகாப்பு அளிக்கலாம்... என்ன செய்யலாம்னு ஆலோசிக்கலாம். ஆதரவற்ற வறியவர்களாய்த் தெரிகிறார்கள் பாவம்..."

"நோ பிராப்ளம் ஃபாதர். ஹெச்ஐவி பாசிடிவ் நோயாளிகளுக்காக 'பாசிடிவ் பீபுள்ஸ் கேர்' என்று நம் ஊரிலேயே ஒரு சமூக நல அமைப்பு இருக்கு. ஆச்சரியமான விஷயம், அதை நடத்திவரும் பெண்மணிக்கு ஹெச்ஐவி பாசிடிவ். கருணை உள்ளத்துடன் மனப்பூர்வமாய் சேவை செய்யும் மனித நேயமிக்க மனிதர்கள் உள்ள இடம். நல்ல ஆரோக்கியமான சூழல். வாரத்திற்கு இரு முறை விசிட்டிங் டாக்டராய் அங்கு செல்கிறேன் நான். இவர்களை அங்கு சேர்த்துவிடலாம்."

"யெஸ் டாக்டர். நானும் அந்த யோசனையில்தான் இருக்கேன். அங்கிருக்கும் மாதவியுடன் எனக்கு பரிச்சயம் உண்டு. நான் போய்ப் பேசுகிறேன்."

நாகமணியின் படுக்கையருகே சென்றார் டேனியல்.

"எப்படி இருக்கே மை சைல்ட்? பையனுக்கு இப்ப எப்படி இருக்கு?"

நீளமான வெண்ணிற அங்கியிலிருந்த அவர் நாகமணியின் கண்களுக்கு சாட்சாத் ஏசுவாய்த் தென்பட்டார். அவர் பேச்சில்தான் என்ன அன்பு.... அவ்வளவு கரிசனம்! சிறுவயதில் தன் அப்பா அழைப்பதுபோல் மென்மையாய்... பாசமாய்...

கரம் குவித்து வணங்கினாள் அவரை.

"நீங்க மட்டும் இந்த ஆஸ்பத்திரிக்குக் கூட்டிட்டு வரலன்னா நானும் என் பிள்ளையும் செத்திருப்போம் ஃபாதர்.."

"காட் பிளஸ் யூ மை சைல்ட்...!" அவள் நெற்றியைத் தொட்டுப் பார்த்தார். காய்ச்சல் அப்படியேதான் இருந்தது.

"அனைவரையும் ரட்சித்தருளும் அந்தப் பிரபு நம்முடன் இருக்கும்போது நமக்கு என்ன கவலையம்மா." கனிவுடன் கூறினார் டேனியல்.

மறுநாள் 'பாசிடிவ் பீபுள்ஸ் கேர்' (Positive Peoples Care) இல்லம் சென்று மாதவியைச் சந்தித்தார்.

நாகமணியின் காயங்கள் ஆறிவந்தன. சீனுவின் காய்ச்சல் தணிய வாரம் பிடித்தது.

"பரவாயில்லை. இன்னிக்கி கூட்டிட்டுப் போகலாம். எப்படியும் வாரத்தில் ரெண்டு நாள் அங்க சென்று நோயாளிகளைப் பார்ப்பேன் இல்லையா... பிரச்னையேதும் இருக்காதென நம்புவோம்."

அன்றே இருவரையும் கூட்டிச் சென்று அந்த இல்லத்தில் சேர்ப்பித்தார் டேனியல்.

பாசிடிவ் பீபுள்ஸ் கேர்...

விசாலமான தாழ்வாரம். பர்ணசாலை போன்ற குடில்கள். சுற்றிலும் விதவிதமான பூச்செடிகள். ஒரு பக்கம் காய்கறிகள் பயிரிடப்பட்டிருந்தன. மிக அமைதியான சூழல். முனிவர்கள் வாழும் ஆசிரமத்தில் பிரவேசித்த உணர்வு ஏற்பட்டது நாகமணிக்கு.

நாகமணியைப் பார்த்து சிநேகமாய்ப் புன்னகைத்தாள் மாதவி. சக மனுஷியின் அவ்வளவு அந்நியோன்யமான சிரிப்பைப் பார்த்து யுகங்கள் ஆனது போல் பட்டது நாகமணிக்கு.

தன் பக்கத்தில் அமர்த்திக்கொண்டு அனைத்து விவரங்களையும் கேட்டுத் தெரிந்து கொண்டு ஒரு தாளில் குறித்துக் கொண்டாள் மாதவி. நாகமணியின் பெயரில் ஒரு ஃபைல் திறந்து அதில் அக்குறிப்பு களுடன் ஓங்கோல் அரசு மருத்துவமனையில் கொடுத்த மருந்துச் சீட்டுகள், விஜயவாடாவில் கொடுத்த சீட்டுகள் ஆகியவற்றைப் பத்திரப் படுத்தினாள். உயரமும் எடையும் பார்த்துப் பதிவு செய்தாள்.

"பாரும்மா. உனக்கும் உன் மகனுக்கும் ஹெச்ஐவி பாசிடிவ் இருக்குங்கற விஷயம் உனக்குத் தெரியுமில்லே. சரி... இந்த வியாதி குறித்து உனக்கு ஏதாவது தெரியுமா?"

"ஓங்கோல் டாக்டர் சொல்லித் தெரிஞ்சது."

அவளுக்கு எவ்வளவு தூரம் தெரியுமென்று மாதவிக்குத் தெளிவாகவில்லையெனினும் விளக்கமாய் எடுத்துச் சொல்ல அது தக்க தருணமல்ல எனப் பட்டது.

"இந்த ஹோமில் இதுவரை நாற்பத்திரண்டு பேர் இருக்கிறார்கள். உங்க ரெண்டு பேருடன் சேர்த்து இப்ப நாற்பத்தி நான்கு. இதில் பெண்கள் இருபத்தெட்டு பேர். எல்லோரும் உன்னைப்போல் உடம்பில் இந்த வியாதியைச் சுமக்கிறவர்கள்தாம்."

நாகமணிக்கு பலத்த ஆச்சரியமேற்பட்டது.

"அத்தனை பேருக்குமா?"

"ஆமாம். அத்தனை பேருக்கும்தான். ஆனால் வேறவேற ஸ்டேஜ்ஜில் இருக்காங்க."

"நாங்க இங்க வந்தப்ப மூன்று பெண்கள் செடிகளுக்கு நீர் ஊத்திக்கொண்டிருந்தார்களே... அவங்களுக்குமா...?"

"ஆமாம்..." சிரித்தபடி கூறினாள் மாதவி.

துளியும் நம்பிக்கை ஏற்படவில்லை நாகமணிக்கு. எவ்வளவு ஆரோக்கியமாய் உற்சாகமாய்த் தென்பட்டார்கள்! இந்த இல்லத்தில் பணி புரிபவர்களாக இருப்பார்கள் என நினைத்தாளே தவிர அவர்களுக்கு ஹெச்ஐவி இருக்கும் என்பது எப்படி எழும் அவளுள்?

“எங்க ரெண்டு பேரின் எடையும் உயரமும் பார்த்தானே, அந்தப் பையனுக்கு பதினாறு பதினேழு வயசிருக்குமா?”

“அவனுக்கும் இந்த வியாதி இருக்கு...”

கொஞ்சம் கலவரமாகத்தான் இருந்தது நாகமணிக்கு. தனக்கு வியாதி இருக்கும் விஷயத்தை விட வெகு இலட்சணமாய் இளமையாய் இருக்கும் அந்தப் பையனுக்கும் அந்த உயிர்க்கொல்லி நோய் எனும் உண்மையை அவளால் ஜீரணிக்க முடியவில்லை.

மாதவியைக் கண் கொட்டாமல் பார்த்தாள். விசாலமான முகம். அகன்ற விழிகள். மை தீட்டியிருந்ததால் மேலும் பெரிதாய்த் தெரிந்தன. அவ்விழிகளில் ஒரு வித்தியாசமான ஒளி... இதழ்களில் சிறு முறுவல், அவள் அன்புக்கும் பரிவுக்கும் பிரதிபிம்பமாய். கோதுமை நிறம். வயது முப்பத்தி இரண்டோ மூன்றோ இருக்கலாம். களையாய் இலட்சுமிகரமாய் இருக்கிறாள் என நினைத்துக் கொண்டாள்.

ஆனாலும் ஏதேதோ சந்தேகம். கேட்பதா வேண்டாமா என்ற யோசனை. பிறகு தயக்கத்துடன் கேட்டே விட்டாள்.

மாதவி பதில் சொல்வதற்குள் இந்தப் பெண்ணுக்கு எந்த உடல் உபாதையும் இருக்கக் கூடாதே என்று மனமாரப் பிரார்த்தித்துக் கொண்டாள்.

மாதவி சிரித்தாள். “ஆமாம். எனக்கும்தான்..”

பேச்சிழந்தாள் நாகமணி. அதிர்ச்சியில் அப்படியே உறைந்து போனாள்.

“கல்யாணமான இரண்டாண்டுகளில் தெரிந்தது அவருக்கு ஹெச்ஐவி இருப்பது. அது வெளிப்படுமுன்பே அவர் இறந்து விட்டார். நல்ல காலம், எங்களுக்கு குழந்தைகள் இல்லை. லெச்சரராக வேலை பார்த்து வந்த நான் எவ்வளவு மன உளைச்சலுக்காளானேன் தெரியுமா? பேசாமல் தற்கொலை செய்து கொண்டுவிடலாம் என்ற எண்ணம் கூட பலமுறை வந்திருக்கு. அந்த நேரங்களிலெல்லாம் அமைதியாக ஆலோசித்துப்

பார்த்ததும் நடந்திருக்கு. செத்து சாதிக்கப் போவதென்ன? மூச்சு நிற்கும் வரை இந்த வியாதியுடன் தைரியமாய்ப் போராடியபடி வாழவேண்டும் என்று என்னுள் ஒரு எண்ணம் எழுந்தது. அப்போது எனக்கு இந்த ஆசிரமம் குறித்த யோசனை வந்தது. என்னை நானே ஆசுவாசப்படுத்திக் கொண்டபடி இந்நோயால் பாதிக்கப்பட்ட பத்து பேருக்காவது ஆசுவாசமும் தைரியமும் அளிக்கவேண்டுமெனத் தீர்மானித்துக் கொண்டேன்.

இந்த ஹோம் துவங்கியபோது நானும் இன்னொரு பெண்ணுமாய் இரண்டே பேர்தான் இருந்தோம். தனக்கு ஹெச்ஐவி இருப்பதாய் வெளிப்படையாய்ச் சொல்லிக் கொள்பவர்களே அரிதாக இருக்கும் போது இந்த ஹோமில் சுயமாய் முன் வந்து யார் சேருவார்கள்?

அதனால்தான் ஹெச்ஐவியால் பாதிக்கப்பட்டவர்கள் தன் நோய் குறித்து வெளியில் சொல்லத் தயங்கக்கூடாது என்பதை முதலில் கற்றுக் கொடுக்க வேண்டுமென நினைத்தேன். குடிசைப் பகுதிகளில் வசிப்பவர்கள் மற்றும் விலைமாதர்கள் இருப்பிடங்கள் தெரிந்துகொண்டு அங்கு சென்று எம் முயற்சி குறித்து பேசத் துவங்கினேன்.

சந்தேகம் முளைவிட்ட முதல் கணமே சென்று பரிசோதனை செய்து கொள்ளவேண்டும்... பாலியல் தொழில் மேற்கொண்ட பெண்கள் ஆறு மாதத்திற்கொருமுறை ஹெச்.ஐ.வி. டெஸ்ட் செய்து கொள்ள வேண்டும். கண்டிப்பாக ஆணுறை உபயோகிக்க வேண்டும். ஒரு வேளை ஹெச்ஐவி பாசிடிவ் இருந்தால் அவமானத்துடன் மறைத்து வைக்காமல் டாக்டரிடம் சென்று சிகிச்சை செய்து கொள்ள வேண்டும்... வெட்கப்பட்டு வியாதியை முற்றவைத்து விட்டால் விபரீத பயன்கள் விளையும்... என்றெல்லாம் விளக்கமாய் எடுத்துச் சொல்வேன்.

ஆரம்பத்தில் என்னை ஏளனமாய்ப் பார்த்தார்கள்... அலட்சியமாய்ச் சிரித்தார்கள். வாய்க்கு வந்தபடி கிண்டல் செய்தார்கள். எனக்கும் ஹெச்ஐவி இருப்பதாகச் சொன்னபோது ஆச்சரியப்பட்டதுடன் அருவருப்பாய்ப் பார்த்து வெறுத்து ஒதுக்கிய சம்பவங்களும் நிறைய நடந்திருக்கு.

எது எப்படியோ... இந்த ஹோம் தொடங்கிய ஆறு வருஷங்களில் ஓரளவு வெற்றி சாதித்திருப்பதாகவே நினைக்கிறேன்..." ஒரு பெரிய சொற்பொழிவு போல் நீள நெடுகப் பேசி நிறுத்தினாள் மாதவி.

“இன்னும் கூட நம்பமுடியலே என்னால. உங்க உடம்புக்கு ஒண்ணுமில்லே, நல்லாவே இருக்கறாப்பலதான் தெரியுது உங்களைப் பார்த்தா....”

“ஹெச்ஐவி பாசிடிவ் முற்றி எய்ட்ஸா மாறுது. அப்படி மாற சிலருக்கு ஐந்து வருஷமாகலாம். பத்து வருஷமோ... இல்லே. அதுக்கு மேலயும் ஆகலாம். அதெல்லாம் நாம் எடுத்துக்கொள்ளும் சிகிச்சை, மருந்து, உணவு பழக்கவழக்கங்கள், கட்டுப்பாடான வாழ்க்கை, மனதை அமைதியாக வைத்துக் கொள்வது போன்ற விஷயங்கள் மீது ஆதாரப்பட்டிருக்கும். எய்ட்ஸாக மாறியபின் வியாதியின் அறிகுறிகள் பளிச்சென வெளிப்படத் தொடங்கும். அதுவரை வெளித் தோற்றம் உடல் நலத்துடன் இருப்பதாகவே தென்படும். உள்ளுக்குள் வியாதி வலுவடைந்து கொண்டே போகும்.”

“ஆனா எத்தனை மருந்து குடுத்தும் எம் பையன் காய்ச்சல் குறையலயே?”

“நீ இவனுக்கு மருந்து கொடுக்க ஆரம்பித்த சமயத்தில் வியாதி முற்றிவிட்டிருந்தது. நமக்கிருக்கும் நோய் எதிர்ப்பு சக்தி குழந்தைகளுக்கு இருக்காது. அதனால்தான் விரைவில் எய்ட்ஸ் கட்டத்தை அடைந்துவிடுகிறது.”

“எய்ட்ஸ் அறிகுறிதான் விடாத காய்ச்சலா?

“அடிக்கடி காய்ச்சல் வருவது, பல வகை இன்ஃபெக்ஷன் தாக்குவது... எடை குறைந்து கொண்டே போவது.... வாய்ப்புண், வயிற்றுப்போக்கு, விடாத இருமல்... இதெல்லாம் வியாதியின் அறிகுறிகள். சில கேஸ்களில் கான்சர் கூட வரும்...”

“இங்க தங்கி மருந்து சாப்பிட்டா குணமாயிடுமில்ல? இந்த வியாதிக்கு மருந்து இல்லன்னு டாக்டர் சொன்னது ஞாபகம் இருந்தாலும் ஒரு நப்பாசை...” நம்பிக்கையும் அவநம்பிக்கையும் பரிதாபமுமாய் வெளிவந்த சொற்கள்...

“இந்த வியாதிக்கு நிரந்தரத் தீர்வுன்னு மருந்துகள் எதுவும் கிடையாதும்மா. ஆண்டிரிட்ரோ வைரஸ் மருந்துகள் சிகிச்சை எடுத்தபடி... டாக்டர் ஆலோசனைகளைத் தவறாமல் பின்பற்றி, சத்தான ஆகாரம் எடுத்துக்கொண்டு அமைதியான சூழலில் காலம் கழித்தால் வாழும் காலத்தை நீட்டித்துக் கொள்ளலாம். அவ்வளவுதான். இங்கு எங்கள் ஹோமில் இதற்கெல்லாம் ஏற்பாடு செய்திருக்கோம்.

காலை ஐந்து மணிக்கெல்லாம் எழுந்திருக்க வேண்டும். மெடிடேஷன்... அப்படின்னா தியானம், இலேசான உடற்பயிற்சி, தோட்ட வேலை, சத்தான உணவு, பால், பழம்... சாயங்காலம் ஐந்திலிருந்து ஏழு மணி வரை டாக்டர் விசிட். தேவைப்பட்டால் வாரத்திற்கொரு முறை மனோதத்துவ டாக்டரிடம் கௌன்சிலிங்.

நான் தினந்தோறும் நான்கு மணிநேரம் படிப்பு சொல்லித் தரேன். படிக்க வேண்டுமெனும் ஆசை உள்ளவர்கள் வந்து கற்றுக் கொள்வார்கள். நல்ல புத்தகங்கள் உள்ள லைப்ரரி இருக்கு. குடிசைத் தொழில்களுக்கும் ஏற்பாடு செய்துள்ளோம். ஆர்வமுள்ளவர்கள் வேலை செய்கிறார்கள். நீ இங்கு நிம்மதியாக இருக்கலாம். ஏதாவது சந்தேகம் வந்தால், பிரச்னைகள் ஏற்பட்டால் நேரடியாக என்னிடம் வந்து பேசலாம்..." மிக்க கனிவுடனும் அதைவிட அதிகமான பொறுமையுடனும் அனைத்தையும் விளக்கினாள் மாதவி.

அந்த இல்லத்திலிருந்த ஒவ்வொருவரும் ஒழுங்கும் கட்டுப்பாடும், தம் நிலைமையையும் சூழலையும் கிரகித்து ஜீரணித்துக் கொள்ளும் கடமை தவறா இராணுவ வீரர்கள் போல் தத்தம் வேலைகளைத் தாமே செய்து கொண்டனர்.

பெண்கள் விசாலமான ஒரு அறையில் படுத்துக்கொள்வார்கள். விடியற்காலை ஐந்து மணிக்கெல்லாம் எழுந்து யோகா செய்வார்கள். தியான மையம் போல் அமைக்கப்பட்டிருந்த சிறு குடிலுக்குள் அமர்ந்து தியானம் செய்வார்கள். ஆறு மணிக்கு எளிய சிற்றுண்டி. சமையல் வேலைகளைத் தவணை முறையில் பகிர்ந்து கொண்டார்கள். சில பெண்கள் மாதவி குறிப்பிடும் பிரத்யேகப் பயிற்சிகளுக்குச் செல்வார்கள். தோட்ட வேலை... ஒயர் கூடைகள் பின்னுவது... பாய்கள் முடைவது.. தையல் தெரிந்தவர்களுக்கு தையல் மிஷின் ஏற்பாடும் உண்டு.

அந்த இடம் ஓர் அற்புதப் பிரபஞ்சத்தைக் காண்பித்தது நாகமணிக்கு.

கட்டுப்பாடு மிகுந்த அவ்வாழ்க்கை முறை அவளுக்கு மிகவும் பிடித்துப் போயிற்று. மாதவியை இன்னும் பிடித்தது. அவள் பார்வையில் மாதவி அன்பைப் பகிர்ந்தளிக்கும் மேரி மாதாவாகத் தென்பட்டாள்.

சீனுவுடன் நாகமணியும் மாதவி கற்றுத் தரும் பாடங்களை அக்கறையுடன் கேட்டுக் கொள்வாள். எழுதவும் படிக்கவும் வெகு விரைவிலேயே கற்றுக் கொண்டாள்.

"நான் உங்களுக்கு படிப்பு சொல்லித் தருகிறேன். கொஞ்சத்துக்குக் கொஞ்சம் உங்க ஞானம் வேண்டுமென்றால் அன்றாடம் பேப்பர் படிக்கப் பழகுங்கள். எய்ட்ஸ் சம்பந்தப்பட்ட தகவல்களை நான் சொன்னதும் சொல்வதும் மட்டுமன்றி நம் லைப்ரரியிலுள்ள புத்தகங்கள் படித்தும் தெரிந்து கொள்ள முயலுங்கள். சமீபமாய் தெலுங்கில் நல்ல புத்தகங்கள் வந்திட்டிருக்கு. டாக்டர் சமரம் கூட ஹெச்ஐவி மற்றும் எய்ட்ஸ் குறித்து விஞ்ஞான பூர்வமான புத்தகம் எழுதியிருக்கார். லைப்ரரியில் இந்தப் புத்தகம்கூட இருக்கு. நீங்கள் கட்டாயம் படிக்க வேண்டிய புத்தகம். அறிவும் செய்திகளும் வாழ்க்கையின் மிகப்பெரிய சக்தி என்கிறார்கள். நமக்கு வந்திருக்கும் வியாதி குறித்து... அதன் விளைவுகள் குறித்து நல்ல தெளிவு பெறுவது அவசியம். இப்படிப்பட்ட புத்தகங்களுடன் சுவாரசியமான கதைப்புத்தகங்களும் படிங்க. நல்ல கதைகளும் நாவல்களும் நிறைய இருக்கு. வாழ்க்கையின் நெளிவு சுளிவுகள் தெரியவரும். மனதிற்கும் உற்சாகமாய் இருக்கும்." மறுபடியும் நீளமாய்ப் பேசி நிறுத்தினாள்.

அந்த வயதில் படிப்பு கற்றுக் கொள்வது மிகுந்த மகிழ்ச்சியும் ஆச்சரியங்கள் பலவும் அளித்தது. எவ்வேலையானாலும் ஆழ்ந்த ஈடுபாட்டுடன் செய்யும் மாதவிமேல் மிகுந்த மரியாதையும் அன்பும் ஏற்பட்டது நாகமணிக்கு. எந்நேரமும் மாதவியுடன் இருக்க விரும்பினாள். அப்படி இருக்கவும் செய்தாள். அவள் தேவைகளை நிறைவேற்றியபடி அவளையே சுற்றிச் சுற்றி வந்தாள்.

"என் தேவைகளைப் பார்த்துப் பார்த்துச் செய்வதும், நான் சிரமப்படக்கூடாதென என் வேலைகளையும் நீயே இழுத்துப் போட்டுக் கொண்டு செய்வதும் தேவையா நாகமணி..? எந்நேரமும் எனக்கு சேவை செய்வதிலேயே முனைப்பாக இருந்தால் எப்படி? நீயும் நிறையக் கற்றுக்கொள்ள முயற்சி செய். எல்லோரையும் போல் தோட்ட வேலை மற்றும் குடிசைத்தொழில் அடிப்படையில் சின்ன சின்ன வேலைகளை செய்யலாமேம்மா. நேரம் கிடைக்கும் போது கொஞ்சம் ரெஸ்ட் எடுத்துக்கலாமில்லயா?" ஒரு நாள் மாதவி கடிந்து கொண்டபோது...

"பொழுது விடிஞ்சதிலேர்ந்து பொழுது சாய்றவரை நாள் விடாத கூலி வேலை செஞ்சி வயிறு ரொப்பிக்கிட்டவம்மா நான். இந்த வியாதி இருக்குன்னு தெரிஞ்சப்புறம் ச்சீ ச்சீன்னு வெறுத்து ஒதுக்கினாங்க ஜனங்க. இங்க வந்து சேர்ந்தப்புறம் நீங்க எவ்வளவு நல்லாப் பார்த்துக்கறீங்க. கூடப்பிறந்த தங்கச்சியைக் கூட இவ்வளவு பாசமா கவனிச்சுக்க மாட்டாங்களோ என்னவோ. எங்களுக்கு மருந்து குடுக்கறீங்க. படிப்பு சொல்லித் தரீங்க. எங்களுக்குத் தெரியாத எத்தனையோ விஷயங்களை விவரமா எடுத்துச் சொல்றீங்க. எங்களுக்கு இப்ப எந்தக் கஷ்டமும் இல்லம்மா. ரொம்ப நிம்மதியா சந்தோசமா இருக்கோம். நான் மட்டுமில்ல... ஒரு ஐம்பது பேரோட வாழ்க்கையை நல்லவிதமா மாத்தியிருக்கீங்க. மூணு வேளையும் வயிறார சோறு போட்டுக் காப்பாத்திட்டிருக்கீங்க... இதெல்லாம் செய்யற உங்களுக்கு எதாவது செய்யணும்னு மனசு கெடந்து தவிக்குதும்மா. என்ன செஞ்சாலும் குறைவுதான்னு தோணுது. இந்த இடம் ஒரு கோயில் போல தெரியுதும்மா. இந்தக் கோயில்ல இருக்கற தெய்வம் நீங்க. உங்களுக்குச் சேவை செய்யறதால உங்களுக்கு நாங்க பட்டிருக்கற கடன்ல கொஞ்சத்துக்குக் கொஞ்சம் தீராதான்னுதான்..." கண்ணீருடன் கூறினாள் நாகமணி.

அவள் சொன்னதைக் கேட்டு பொங்கிப் பூரித்துப் போய் விடவில்லை மாதவி. யோசனையிலாழ்ந்தாள். தன் மனதில் இருக்கும் பிரியத்தையும் மரியாதையையும் எவ்வளவு அழகாய் எளிமையாய் வெளிப்படுத்துகிறாள் இந்தப் பெண்...! வார்த்தைகளை மென்று விழுங்காமல் மிக்க தெளிவாய்... எவ்விதத் தடுமாற்றமுமின்றி... எவ்வளவு நேர்மையான வெளிப்பாடு...! கொஞ்சம் பயிற்சி கொடுத்தால் ஒரு நல்ல கௌன்சிலராய் இவளைத் தயார்ப்படுத்த முடியுமென ஒரு யோசனை வந்தது.

அடுத்த நாளினின்றே அவளுக்கு கௌன்சிலிங் அளித்தபடி... அடுத்தவர்களுக்கும் அதை அவள் எப்படி சொல்லித்தர வேண்டும்... அதனால் விளையும் சாதக பாதகங்கள்... நெளிவு சுளிவுகள் என கிரமமாக அவளுக்கு எடுத்துச்சொல்லி முழுமையாய் தயார்ப் படுத்துவதை வெகு தீவிரமாய் மேற்கொண்டாள் மாதவி.

"ஹெச்ஐவி பாசிடிவ் உள்ளவர்களுடன் நாம் மிக அன்பாய் மென்மையாய்ப் பேசவேண்டும். ஏற்கெனவே குற்றஉணர்வுடன் குமைந்து கொண்டிருப்பவர்கள் அவர்கள். ஹெச்ஐவி இருப்பது

தெரியவந்த கணமே பாதி செத்திருப்பார்கள். விபரீதமான மன உளைச்சலுக்காளாகி இருப்பவர்கள். அவர்களுக்கு நாம் மனோ பலமும் தன்னம்பிக்கையும் ஊட்ட வேண்டும். மருந்துகள் மட்டுமல்ல-ஆதரவும் அன்பும் பரிவும் தோழமை உணர்வும் மிக அற்புதமாய் வேலை செய்யும்.

நோயாளிக்கு மட்டுமல்ல. அவர்களுடைய குடும்பத்தினருக்கும் கௌன்சிலிங் தேவைப்படுகிறது. இந்நோய் குறித்த புரிதல் அவர்களுக்கும் உண்டாக்க வேண்டும். நோயாளி எதிர்காலம் குறித்த தெளிவு ஏற்படுத்த வேண்டும். நோயாளியை அனுதாபத்துடன் அக்கறையுடன் கவனித்து, அவர்கள் உடல் நலத்தைப் பேணும் வகையில் குடும்பத்திற்குப் பயிற்சி அளிக்க வேண்டும்.

நாம் நோயாளிகளுக்கு அளிக்கும் கௌன்சிலிங் மூலம் அவர்களிடம் தன்னம்பிக்கை வளர வேண்டும். இனிவரும் நாட்கள் குறித்து சரியான முடிவு எடுக்க வழிவகுக்க வேண்டும்.

ஹெச்ஐவி எய்ட்ஸ் நிலையை அடைந்து கொண்டிருக்கும் போது நோயாளிகளுக்கும் கௌன்சிலிங் கண்டிப்பாக அவசியம். ஹெச்ஐவி பரிசோதனைகள் செய்து கொள்ளப்போகும் நபர்களுக்கும் இந்த கௌன்சிலிங் மிக மிக முக்கியம். பாசிடிவ் எனத் தெரிய வந்த உடனே சிலர் பலத்த அதிர்ச்சியடைவார்கள். சிலரானால் நம்பவே மாட்டார்கள். ரிப்போர்ட் தப்பு எனச் சாதிப்பார்கள். விரக்தி முற்றி தற்கொலைக்குத் துணிபவர்களும் உண்டு. ஆகையால் கொளன்சிலிங் மூலம் உண்மையை தைரியமாய் எதிர்கொள்ளும் மன உறுதியை அவர்களுக்கு உண்டாக்க வேண்டும்.

ஹெச்ஐவி பாசிடிவ் உள்ள நபர்களுக்கு சிடி—4, சிடி—8 கணங்களின் தன்மை... வைரஸ் லோடு எவ்வளவு இருக்கிறது என்பதை அறிந்துணர்தல்.. 'ஆபர்சூனிஸ்டிக் இன்ஃபெக்ஷன்' ஏற்படும் கட்டம்... ஆகியவை குறித்து அவர்கள் மனதில் பதியும்படி பக்குவமாய் எடுத்துச் சொல்லவேண்டும்.

சிடி—4, சிடி—8, கணங்களின் எண்ணிக்கை மூலம் வியாதி எந்த கட்டத்தில் உள்ளதென அவ்வப்போது பரிசோதனை செய்து கொள்ளவேண்டும். பரிசுத்தமிகு ஆரோக்கியமான சூழலின் முக்கியத்துவத்தைப் புரியவைக்க வேண்டும். இதனால் வேறு வியாதிகள் தாக்கும் அபாயம் தவிர்க்கப்படுகிறது.

கணவன் மனைவி இருவருக்குமே கண்டிப்பாக பாதுகாப்பு முறைகள் பின்பற்றவேண்டுமென்பதை உணர வைக்க வேண்டும்.

இத்தகவல் அர்த்தமற்றதாகத் தோன்றியது நாகமணிக்கு.

"ஏற்கெனவே இருவருக்கும் அதே வியாதி. புருசனிடமிருந்து பெண்டாட்டிக்கோ, அவளிடமிருந்து அவனுக்கோ வந்திருக்கு. ஜாக்கிரதையா இல்லன்னா புதுசா என்ன வந்துடப்போறது?"

"இருவருக்குமே ஹெச்ஐவி இருந்தாலும் வைரஸ் லோடு ரெண்டு பேருக்கும் ஒரே மாதிரி இருக்கணும்னு எதுவுமில்லே. பாதுகாப்பு இல்லாத உறவு கொண்டால் வைரஸ் லோடு குறைவாய் உள்ளவருக்கு அது அதிகமாகும் வாய்ப்புள்ளது. அது மட்டுமல்லாமல் விதவிதமான வேறு சில வியாதிகள் ஒருவரிடமிருந்து மற்றவருக்கு எளிதாய்த் தொற்றிக் கொள்ளும்."

மிக விரைவிலேயே எழுதவும் படிக்கவும் கற்றுக் கொண்டு விட்டாள் நாகமணி. மாதவியுடன் சென்று குடிசைவாழ் மக்களுடன் பேசுவது, பாலியல் தொழிலில் ஈடுபட்டுள்ளவர்களிடம் பாதுகாப்பு முறைகளின் அவசியம் குறித்து எடுத்துச்சொல்வது... ஆகிய முயற்சிகளில் தேர்ச்சி பெற்றாள். அவள் பேச்சு வழக்கு மாறியது. இப்போது நல்ல மொழியில் பேசுகிறாள். உடம்பின் நிறம் கூடியது. எடை கூடியது. முகத்தில் ஒளி தெரிந்தது.

மாதவி செய்யும் ஒவ்வொரு வேலையிலும் அவளுக்கு உதவியாக இருந்தாள். இல்லத்தில் அனைவரும் நாகமணியை மாதவியின் வலது கை என்று பேசிக்கொள்ளுமளவில் தன்னை மாற்றிக் கொண்டாள்.

சீனுவின் உடல்நிலைதான் நாளுக்கு நாள் மோசமாகிக் கொண்டே வந்தது. மருந்துகள் வேலை செய்யவில்லை. உடம்பெங்கும் சிகப்புத் திட்டுகள்... வாய் முழுக்க புண். செத்துப் போகுமுன் கோடய்யா எப்படி எலும்புக் கூடாய்ச் சிதைந்து போயிருந்தானோ, அதே நிலையில் இப்போது சீனுவும்.

ஒரு வாரகாலமாய் அவன் சுவாசப்பையில் சளி சேர்ந்து விட்டது. மூச்சு விட மிகவும் சிரமப்பட்டான்.

சீனு விரைவில் செத்துப் போக போகிறான் எனும் உண்மையை தைரியமாய் எதிர்கொள்ளத் தன்னைத் தயார்ப்படுத்திக் கொண்டாள் நாகமணி. இப்போது அவளுக்கு மரணம் என்றால் பீதி இல்லை.

எவருக்குமே மரணம் தப்பாது. அதற்கு இந்த வியாதிதான் இருக்க வேண்டுமென்றில்லை. எந்த வியாதியுமில்லாமலே நாள்தோறும் எத்தனை பேர் மடிந்து கொண்டிருக்கின்றனர்..! சாலை விபத்துக்கள்.. இயற்கைச் சீற்றம்.. கொலை.. தற்கொலை என எத்தனை காரணங்கள் இல்லை?

அந்த இல்லத்திலுள்ள நாற்பதுக்கு மேற்பட்ட நோயாளிகளுக்கும் தம் மூச்சிலேயே சாவைச் சுமந்து கொண்டிருப்பது தெரியும். ஒருவர் முன்னால்... இன்னொருவர் பின்னால்... இவ்வளவுதான் வித்தியாசம். மாதவி போதித்த வேதாந்தம் அவள் மனதில் அழுத்தமாய்ப் பதிந்து விட்டிருக்கிறது.

சீனுவின் உயிர் பிரிந்த நேரத்தில் அவனைச் சுற்றி இல்லத்தில் இருக்கும் அனைவரும் இருந்தனர். நாகமணியின் மடியில் தலை வைத்து தன் இறுதி சுவாசத்தை நிறுத்திக் கொண்டான்.

மயானம் வரை எல்லோரும் உடன் வந்தனர். கண்ணீர் விட்டார்கள். நாகமணிக்கு ஆறுதல் சொன்னார்கள்.

சீனுவின் சமாதியருகே உட்கார்ந்திருந்த நாகமணிக்கு கோடய்யாவைப் புதைத்த விதம் ஞாபகம் வந்தது. நெருப்புத் தணலாய்ப் பொழியும் வெயிலில் அவளும் சீனுவுமாய் அவன் உடலைப் புதைத்த கொடூர நினைவு...

சீனுவின் மரணம் அப்படியானதல்ல. தான் இப்போது தனியாள் அல்ல. இவர்களெல்லோரும் தனக்குத் துணையாக உள்ளார்கள். இவர்கள் தன் மனிதர்கள். தன் சொந்த பந்தங்கள்... தனக்கு நெருக்கமானவர்கள்.

"பார்த்தியா கண்ணே.. உன்னை வழியனுப்பி வைக்க எத்தனை பேர் வந்திருக்கிறாங்கன்னு. எவ்வளவு கண்ணீர்த் துளிகள் பார் உனக்காக. சோகமான இதயங்களுடன் உன் சமாதியைச் சுற்றி எத்தனை பேர் நின்றிருக்கிறார்கள்... உனக்குத் திருப்தியா இருக்காடா....? எனக்கு ரொம்ப திருப்தி, தெரியுமாடா...; நீயும் நானும் அநாதைங்க இல்லடா. நாளைக்கு நான் செத்துப்போனாலும் முனிசிபாலிடிக்காரங்க வந்து தூக்கிப் போட மாட்டாங்க. அதனால எனக்கு இப்ப சாவு பத்தி பயம் கிடையாது. நிம்மதியா செத்துப் போவேன்... எனக்கு இவ்வளவு சொந்தக்காரங்க இருக்காங்கற திருப்தியுடன் எனக்காகக் கண்ணீர்விட நிறைய பேர் இருக்காங்கற

சந்தோஷத்துடன் கண்ணை மூடுவேன்டா...” மனதிற்குள் பேசிக் கொண்டாள் நாகமணி.

மாதவியின் நினைவு வந்தபோது உள்ளமெங்கும் உவகை பூத்தது. அவளுக்கு இவ்வியாதி இருப்பதாய் டாக்டர் சொன்ன போது கடவுள் தன்னைச் சபித்திருப்பதாய் நொந்து கொண்டாள். எந்த ஜென்மத்திலோ செய்த பாவம் என்றெல்லாம் மருகி இருக்கிறாள். தன் தலையில் இப்படி எழுதிவைத்திருக்கிறதே எனக் குமுறிக்குமுறி அழுதிருக்கிறாள்.

ஆனால் இந்த இல்லம் வந்த பிறகு... மாதவியுடன் அறிமுகம் கிடைத்த பிறகு... சக நோயாளிகளுடன் பழக்கமும் பந்தமும் ஏற்பட்ட பிறகு அவள் சிந்தனைகளில் நிறைய மாற்றம் வந்திருக்கிறது. தலையெழுத்தோ பாவமோ விதியோ எனக் குமைந்து கொண்டு உட்கார்ந்திருந்தது தவறெனப்படுகிறது இப்போது. தன்னைப் போன்ற ஆதரவற்றவர்களை அரவணைத்துக் கொண்டு அவர்களுடன் இருக்கும் வாய்ப்பு கிட்டியுள்ளது. தன் வாழ்க்கை வீண் அல்ல. தன்னாலும் சமூகத்திற்கு ஒரு துரும்பேனும் எடுத்துப்போட முடிகிறது. இப்போது தன் வாழ்க்கைக்கு ஒரு அர்த்தம் கிடைத்துள்ளது. பலன் கிடைத்திருக்கிறது.

மாதவிக்கு மானசீகமாய் அடி பணிந்து நமஸ்கரித்தாள்.

“எந்த குறிக்கோளுக்காக நீங்கள் வாழ்ந்து கொண்டிருக்கிறீர்களோ அதற்காக என் உயிர் உள்ள வரை துணைநிற்பேன்... பாடுபடுவேன்... என்னைப் போன்றவர்களின் வாழ்வில் ஒளி நிரப்புவதற்காக என் வாழ்க்கையைச் சமர்ப்பிப்பேன்...” நெகிழ்ச்சியுடன் நினைத்துக் கொண்டாள் நாகமணி.

* * *

இரு நாட்களாய் ஜுரம்.

இது அதே ஜுரமா? எத்தனை மருந்துகள் எடுத்துக் கொண்டும் குறைந்த பாடில்லை.

என்னுள் மரணபயம்.

என்னுள் எய்ட்ஸ் அறிகுறிகள் எட்டிப் பார்க்கின்றனவோ?

சுதீரா இறந்து மூன்றாண்டுகளாகிவிட்டன.

என்னுள் நோய் எதிர்ப்புச் சக்தி குறைந்து வருகிறதோ என்னவோ? அதனால்தான் இவ்வளவு விரைவாக வைரஸ் பரவியிருக்க வேண்டும்.

டாக்டரிடம் செல்லவும் பயம். பார்த்த மாத்திரத்தில் 'இவனுக்கு எய்ட்ஸ்' எனத் தெரிந்து கொள்வாரோ? கடவுளே... நான் செத்துப் போனாலும் பரவாயில்லை. ஆனால் என் மனைவியும் பிள்ளைகளும் அவமானம் சுமக்கக்கூடாது. என் குடும்பத்தின்மீது இக்கறை படரக்கூடாது.

நான்கு நாட்களாகியும் ஜுரம் குறையவே இல்லை. என்னுள் கலவரம் கூடிக்கொண்டே போயிற்று. என் நண்பன் டாக்டர் சஞ்சயிடம் சென்றேன். ரத்தப் பரிசோதனைக்கு எழுதிக் கொடுத்தால் மட்டும் செய்து கொள்ளக்கூடாது எனத் தீர்மானித்தேன்.

"ஏன் இவ்வளவு டென்ஷன் குமார்? சாதாரண ஜுரம்தான். வைரஸ் ஃபீவர். ஊரில் நிறைய பேருக்கு இருக்கு. ரெண்டு மூணு நாள் பார்ப்போம். குறையலேன்னா சில டெஸ்ட்கள் செய்யலாம். ஆனாலும் டைபாய்டு இல்லே. மலேரியா அறிகுறிகளும் தெரியலே..." சஞ்சய் தைரியம் சொல்ல...

'எப்படித் தென்படும்... எல்லாமே எய்ட்ஸ் அறிகுறிகளாய் இருக்கும்போது...' நினைத்துக் கொண்டேன்.

காய்ச்சலால் தினமெல்லாம் வீட்டிலேயே இருப்பது... அதனால் தறிகெட்டோடும் எண்ணங்கள்.. எய்ட்ஸ் முற்றிப் போய் சில நாட்களில் செத்துப்போய்விடுவேன் எனத் தெரிந்த பிறகு இமயமலை, ரிஷிகேஷ் பக்கம் கிளம்பி விடவேண்டும். இந்த இடங்களை விட காசிக்குச் சென்றால் நல்லதல்லவா? புண்ணியம் கிட்டும்... புண்ணியமா...? பாவமல்லவா நிறையச் செய்திருக்கிறேன்... புண்ணியம் எப்படிக் கிடைக்கும்...

எது பாவம்? சுதீராவுடனான உறவு பாவம் இல்லாமல் வேறென்ன? மாதுரிக்கு துரோகம் செய்ததும் பாவம்தானே? ஆக... இரு நரகங்களை நான் அனுபவித்துதான் தீரவேண்டும். இப்போது இங்கு அனுபவித்துக் கொண்டிருக்கும் நரகம்... நாளைக்கு செத்துப் போனபின் கிடைக்கப்போகும் நரகம்.

ஜுரம் குறைய ஒரு வாரம் பிடித்தது. மிகவும் பலவீனமாக இருந்தது. காய்ச்சல் தணிந்ததால் ஏற்பட்ட ஆசுவாசத்தை விட

அது வந்த காரணம் மீதான கவலைதான் அதிகமாய் இருந்தது. நீண்ட வருடங்களாய் எனக்கு காய்ச்சலே வந்ததில்லை. இப்போது வந்திருக்கிறதென்றால் நோய் எதிர்ப்புச் சக்தி என்னுள் குறைந்து விட்டதாகத்தானே ஆகிறது? ஆம்... அதுதான் காரணம். என் ஊகங்களில் வேகமாய் மடிந்து கொண்டிருக்கும் லட்சக்கணக்கான வெள்ளை ரத்த அணுக்கள்.. யுத்தம் செய்து தோல்வியுற்ற ஜீவிகளாய்! எனக்காக என்னை வாழவைப்பதற்காக எத்தனை எத்தனை அணுக்கள் உயிர் தியாகம் செய்து கொண்டனவோ? சிடி—4 அணுக்களின் எண்ணிக்கை இருநூறைவிடக் குறைந்துபோய் விட்டதோ என்னவோ?

சமீப காலத்தில்... அதாவது வாரம் பத்து நாட்களிலேயே கணிசமாய் எடை குறைந்துவிட்டது. இவ்வளவு வேகமாக நடைபெறும் எடை குறைவு ஏன் என்பதை நினைக்க நினைக்க பயம் அதிகரித்தது. கலவரம் கூடியது. விபரீதமான உடல் சோர்வு. சாப்பாடு இறங்கவில்லை. உறக்கம் அண்டவில்லை.

முகம் சிறுத்துவிட்டது. எப்போதும் மினுமினுப்புடன் மிருதுவாய் இருக்கும் கன்னங்கள் இப்போது வறண்டு போய் தாடைகள் தொங்கி... கண்கள் ஒளியிழந்து... கண்ணாடியில் தெரிவது நானல்ல... வேறு எவரோ என்னை அச்சமூட்டியபடி...

ஒரு மாதத்தில் மேலும் எடை குறைந்து குச்சி போலாகி...

"நாளுக்கு நாள் இளைச்சிட்டிருக்கே. டாக்டரைப் பார்ப்பது நல்லது..." அலுவலக நண்பர்கள் எச்சரித்தனர்.

நிச்சயமாக எனக்கு எய்ட்ஸ்தான். இல்லையெனில் இவ்வளவு குறைவான காலத்தில் பத்து கிலோ எடை குறைவு எப்படி சாத்தியம்?

வியாதியின் அறிகுறிகள் வெளிப்படத் தொடங்கின. திடீரென தலைமுடி உதிரத் துவங்கியது. கண்ணின் கீழ் கரு வளையங்கள். கன்னங்கள் கீழ் நரை முடி...

அன்று யதேச்சையாய் கண்ணாடியில் பார்த்தபோது கழுத்தில் உள்ளங்கையளவு சிகப்புத் திட்டு தென்பட்டது. உடனே டிவியில் பார்த்த விளம்பரம் நினைவில் வந்தது.

ஒரு ஆள் ஒரு அழகான இளம் பெண்ணை காரில் ஏற்றிக் கொண்டு கெஸ்ட் ஹவுஸ் போகலாம் எனச் சொல்கிறான்.

அவன் கழுத்தில் சிகப்புத் திட்டு...

'...கொஞ்சம் இருங்க. அந்தச் சிகப்புத் திட்டு எய்ட்ஸின் அறிகுறிபோல் தெரிகிறது. அந்நியர்களுடன் உறவு கொள்வது ஆபத்து மிகுந்தது...' எனும் எச்சரிக்கை பின்னணியில் ஒலிக்கிறது.

அந்த ஞாபகம் வந்ததும் என் இதயம் படபடவென அடித்துக் கொண்டது. எல்லா அறிகுறிகளும் ஒன்றன் பின் ஒன்றாகத் துல்லியமாய் வெளிப்பட்டுக் கொண்டிருக்கின்றன. விரைவில் செத்துவிடப் போகிறேனா...?

மாலையில் சஞ்சயிடம் சென்றேன். சம்பிரதாய உரையாடலுக்குப் பின் வேண்டுமென்றே கிருஷ்ணமூர்த்தி தம்பதியின் தற்கொலை குறித்து பேச்சைத் திருப்பினேன்.

"அவர்கள் அவசரப்பட்டு விட்டார்களோ எனத் தோன்றுகிறது. மரணத்தின் மறுபெயர் எய்ட்ஸ் என்பது ஒரு கால வழக்கு. தற்போது கிடைக்கும் வீரியமான மருந்துகள் மூலம் இயல்பான வாழ்க்கை வாழலாம். இச்சிகிச்சை முறையை 'HAART' எனச் சொல்லுவார்கள். அதாவது 'ஹைலி ஆக்டிவேடட் ஆண்டி ரிட்ரோ வைரஸ் தெரபி' இதில் மூன்று வகை மருந்துகளிலானான காம்பினேஷன் பயன்படுத்தப்படுகிறது." சஞ்சய் விவரிக்க...

"அவர்கள் தற்கொலை செய்து கொண்டது ஊர் உலகத்திற்கு பயப்பட்டுதான். ஒரு வகையில் இச்சமூகமே அவர்களைக் கொன்று விட்டதாகவும் எடுத்துக் கொள்ளலாம்." என்றேன். நானும் அப்படித்தான் என் மனதிற்குள் சொல்லிக் கொண்டேன்.

"மீடியாவில் நடக்கும் பிரச்சாரங்கள் மக்களை ஏகத்துக்குப் பீதியடையச் செய்யும் விதமாய் உள்ளன. எய்ட்ஸ் என்ற வார்த்தையைக் கேட்டாலே மிரட்சி கொள்ளும் விதத்தில் அமைகின்றன அவை. எய்ட்ஸ் நோயாளிகளைச் சமூகம் விலக்கி வைக்கத்தான் செயல்படுகின்றன..."

"பிரச்சாரம் என்றால் ஞாபகம் வருகிறது. உடம்பில் சிகப்புத் திட்டுகள் தென்பட்டால் அது எய்ட்ஸ் அறிகுறியென டிவியில் காண்பிக்கிறார்கள். உண்மைதானா?"

"உடம்பில் சிகப்புத் திட்டுகள் மச்சங்கள் தென்பட நிறைய காரணங்கள் உள்ளன. அஜீர்ணம்... அலர்ஜி ஆகியவற்றால் ஏற்படலாம். சரும நோயாக இருக்கலாம். லிவர் செயல்பாட்டில் ஏதாவது பிரச்னை இருக்கலாம். எய்ட்ஸாகவும் இருக்கலாம்.

உனக்கு ஒரு விஷயம் தெரியுமா- மீடியாக்களின் ஆர்ப்பாட்டத்தினால் எய்ட்ஸை விட எய்ட்ஸ் ஃபோபியா ஏராளமானவர்களைப் பாதித்துக் கொண்டிருக்கிறது. இதனால் அதிக அளவு நஷ்டம் விளைந்து கொண்டிருக்கிறது...”

“பயம் காரணமாய் ஏற்படும் குழப்பங்கள் தீமைகள் குறித்து நான் கேள்விப்பட்ட ஒரு கதை சொல்கிறேன். மசூரி அம்மன் கிராம எல்லையைத் தாண்டி ஊருக்குள் வருவதை முனிவர் ஒருவர் பார்க்க நேரிடுகிறது. அவளுக்கு அவ்வூர் மக்கள் இதற்குமுன் செய்த விருந்துபசாரங்களும் பணிவிடைகளும் ஞாபகம் வர.. தடுத்து நிறுத்துகிறார்.

“ஊருக்குள் பிரவேசிப்பதை நான் ஒத்துக்கொள்ள மாட்டேன்...”

“தப்பாது முனிவரே... என்னால் இந்த ஊரில் ஐந்து பேர் செத்துப்போக வேண்டுமென விதி எழுதிவைத்திருக்கிறது.” என்றாள் மசூரி அம்மன்.

“அப்படியானால ஐந்து உயிர்களுக்கு மேல் பறிக்க நினைத்தால் சும்மா இருக்கமாட்டேன் நான். இன்னும் சில கிராமங்களுக்குச் சென்று திரும்பி வருவேன்... ஜாக்கிரதை..”

பல கிராமங்களில் பயணம் செய்து விட்டு ஒரு மாதத்திற்குப் பின் அதே ஊருக்குத் திரும்பி வந்து விசாரித்த போது மசூரி தாக்கி இருபத்தைந்து பேர் மடிந்து விட்டதாய் ஊர் மக்கள் தெரிவித்தனர். அவ்வளவுதான்... எரியும் நெருப்பில் எண்ணெய் ஊற்றினாற்போல் எகிறிக் குதித்தார் முனிவர். சினம் தலைக்கேறி மசூரி அம்மனைத் தேடிக்கொண்டு புறப்பட்டார்... பக்கத்துக் கிராமத்தில் அம்மன் தன் விசுவரூபத்தைக் காண்பித்துக் கொண்டிருப்பது தெரிய வந்து அங்கு சென்று மிரட்டலானார்.

“அந்த ஊரில் ஐந்து உயிர்களுக்கு மேல் பறிக்க மாட்டேன் என வாக்கு கொடுத்தது நினைவிருக்கிறதா? ஆனால் இருபத்தைந்து பேரைக் காவு வாங்கியிருக்கிறாய். இது உனக்கே நியாயமாய்த் தெரிகிறதா?” ஆவேசமாய்க் கேட்டார்.

“நான் வாக்கு தவறவில்லை சுவாமி. என்னால் மடிந்தது ஐந்து பேர்தான். மீதி இருபது பேரும் அப்பீதியால் செத்துப் போனவர்களே...?” என்றாள் மசூரி அம்மன்.

தேவைக்கதிகமான எச்சரிக்கையும் ஆபத்துதான்- அந்த மிகையால் கயிறும் பாம்பாய்த் தென்படும்.. தென்படுவது மட்டுமன்றி கடிக்கவும் செய்கிறது. இவ்வளவு ஏன்... பாம்பு கடித்துச் செத்துப் போகிறவர்கள் பாதிபேர் பயத்தால்தானே தவிர விஷத்தால் அல்ல.

எய்ட்ஸ் வந்து விட்டதோ என்று பயப்படுகிறவர்களின் ஃபோபியா வினோதமாக இருக்கும் தெரியுமா. பரிசோதனை செய்துகொள்ள மாட்டார்கள். தங்களுக்கு வியாதி இல்லை என்பதையும் ஏற்றுக்கொள்ள மாட்டார்கள். வியாதி இருப்பது அறைகுறையாய் தெரியவரும்போது அதுதான் தெரிந்து விட்டதே, பரிசோதனை எதற்கு என வாதிடுவார்கள். ஒரு வேளை பலவந்தமாய் பரிசோதனைக்குட்படுத்தி நெகடிவ் எனத் தெரிய வந்தால் அதை நம்ப மாட்டார்கள். ரிசல்ட் தப்பாக இருக்குமோ எனக் குழம்புவார்கள். இப்படிப்பட்டவர்களை 'கௌன்சிலிங்' மூலம் சற்றே மாற்றலாம்...” மூச்சு விடாது பேசி நிறுத்தினான் சஞ்சய்.

“மருத்துவம் எவ்வளவு முன்னேற்றம் கண்டுள்ளது? பின் ஏன் இந்த எய்ட்ஸ் வியாதிக்கு மட்டும் மருந்தே கண்டுபிடிக்க முடியவில்லை?”

“இந்த வைரஸ் மிக விசித்திரமானது. ஹெச்ஐவி கிருமிகள் ரிக்ட்ரோ வைரஸ் சார்ந்த லெண்டி வைரஸ் உப பிரிவின் கீழ் வருகிறது. இது சிடி—4 செல்களை அடைந்து ஹெச்ஐவி வைரஸுக் குள்ளான ஆர்என் ஏ டிஏஎன் ஆக மாறி சிடி—4 செல்லின் டி.ஏ.என். உடன் முழுமையாய் இணைந்து போகிறது. அதாவது மனித இன டிஏஎன்னை ஹெச்ஐவிக்கு சம்பந்தப்பட்ட டிஏஎன் ஆக மாற்றுகிறது. அதனுடன் சிடி—4 செல் தன்னை முழுமையாய்த் தொலைத்து ஹெச்ஐவி டிஏ என்ற கட்டளைப்படி செயல்படுகிறது. சி—4 செல்லினுள் வளர்ச்சி பெற்ற ஹெச்ஐவி வைரஸ்கள் வெளியே வந்து புது செல்களுடன் இணைகின்றன. இவ்விதமாய் சிடி—4 செல்கள் மனித உடலில் ஹெச்ஐவி செல்களை உற்பத்தி செய்யும் தொழிற்சாலைகளாய் மாற்றிவிடுகின்றன. அல்லது அழிந்து போகின்றன. உடலுக்கு பாதுகாப்புக் கவசமாய் வேலை செய்யும் சிடி—4 செல்கள் குறைந்து போய் உடம்பு அநேக வியாதிகளுக்கு ஆளாகின்றது...”

வகுப்பில் பாடம் நடத்துவதுபோல் பொறுமையாய் விளக்கமாய் சஞ்சய் எடுத்துச் சொன்னது முழுமையாய்ப் பிடிபடவில்லை

எனக்கு. உடல் அநேக வியாதிகளுக்காளாகின்றது என்ற வரியிலேயே என் எண்ணம் சுற்றி சுற்றி வந்தது.

“ஹெச்ஐவி பாதித்த புதிதில் எந்த மாதிரி அறிகுறிகள் தென்படும்?”

“எதுவுமே தென்படாமலும் போகலாம். ஆனால் சில நோயாளிகளுக்கு வியாதி உடம்பில் பிரவேசித்து இரண்டிலிருந்து ஆறு வாரத்திற்குள் ஃப்ளூ ஜுரம் போன்ற அறிகுறிகள் தென்படும். ஜுரம் வருவது போல் ஒரு உணர்வு தோன்றி வராமலும் இருக்கலாம். அல்லது உள்ளுக்குள் காய்ச்சல் அடிக்கலாம். களைப்பு. தொண்டையில் வலி... எரிச்சல்... மூச்சுவிடச் சிரமம்... உடம்பில் திட்டு திட்டாய் படர்வுகள்... தொடை, அக்குள் இடுக்குகளில் நெறி கட்டுதல். இனி இதுபோல் காய்ச்சல்... சிலர் வைரஸ் ஜுரமாய் நினைத்து... பிறகு மறந்தே போவார்கள். வியாதி நிசப்தமாய் உள்ளுக்குள் சிடி—4 செல்களை அரித்துக் கொண்டிருக்கும்.”

சென்னையிலிருந்து திரும்பியதும் கடந்து சென்ற இரு மாதங்கள் குறித்து அசைபோட்டேன். எனக்கு ஜுரமோ உடம்பு வலியோ வரவில்லை. ஆனால் சஞ்சய் கூறுவது போல் அந்த அறிகுறிகள் எல்லோருக்கும் தென்படும் என்றில்லையே...?

ஒரு வாரத்திற்குள் சளி... கடுமையான ஜலதோஷம். இதுவும் வைரஸ் காரணமாய் வருவதுதான்... இரு நாட்கள் முன் இலேசான காய்ச்சல் கூட இருந்தாற்போல்...? இப்போது ஜலதோஷம். இதெல்லாம் வைத்துப் பார்த்தால் என் உடம்பில் நோய் எதிர்ப்புச் சக்தி குறைந்து போயிருக்கவேண்டும்.

இருமல் வேறு வாரக்கணக்கில். டி.பி.யோ என்னவோ...? ஒரு தேவையற்ற பீதியுடன் என்னை நானே வருத்திக் கொண்டிருக்கிறேனா..? ஆனால்.... எய்ட்ஸ் பாதித்தவர்களுள் அதிகமானோர் டி.பி.யால் இறந்துபோய்க் கொண்டிருக்கிறார்களாமே? நானும் அப்படித் தானா? ஐயோ... ஏன் இந்த இம்சை... எனக்கு எய்ட்ஸ் ஃபோபியா அதிகமாகிவிட்டதா?

இருமல் கொஞ்சம் குறைந்தது. ஆனால் உடம்பெங்கும் ஒரே அரிப்பு. சருமத்தின் மீது ஏதோ சரசரவென ஊர்வது போல்... சிகப்புத் திட்டுக்கள் வேறு.

சஞ்சய்க்கு ஃபோன் செய்து அரிப்பு குறித்துத் தெரிவித்தேன்.

“உடம்பிலிருந்து ‘டாக்சின்’ (நச்சு) தெரியாது — வெளியேறிக் கொண்டிருக்கிறதோ என்னவோ? ஒரு தடவை ப்ளட் டெஸ்ட் செய்துகொள்.. அப்படியே யூரின் டெஸ்ட் கூட. லிவர் ஃபங்க்ஷனிங் எப்படியிருக்கிறதெனப் பார்ப்போம்..”

துணிச்சல் வரவழைத்துக்கொண்டு ரத்தப் பரிசோதனைக்குச் செல்ல முடிவு செய்தேன். ஆனால் முன்பின் தெரியாத ஏரியாவில் செய்து கொள்ள வேண்டும்.

குக்கட்பல்லி பக்கம் சென்றேன். ‘குட்லக் டயாக்னிஸ்டிக் செண்டர்’ எனும் பெயர் கண்ணில் பட எனக்கு அது ‘குட்லக்’ சொல்வது போல் உணர்ந்து உள்ளே சென்றேன்.

“என்ன டெஸ்ட்? டாக்டர் ப்ரிஸ்க்ரிப்ஷன் இருக்கா?” அங்கிருந்த சிறுவன் கேட்டான்.

“இல்லை. நானாய்த்தான் வந்தேன். எச்ஐவி, விடிஆர்எல் டெஸ்டுகள் செய்ய வேண்டும்.” அவன் முகத்தைப் பார்க்காமலே சொல்ல நினைத்ததை ஒப்பித்தேன்.

என்னை ஒரு மாதிரியாய்ப் பார்த்தான் அந்தப் பையன். பார்த்தானா இல்லை, பார்த்ததாக எனக்கு பிரமையா?

“ஏதாவது பிரச்னையா சார்...?” ரத்தம் எடுத்தபடி கேட்டான் பையன்.

இவனுக்கெதற்கு அதெல்லாம்..? பிரச்னை இருந்தால் என்ன செய்வானாம்..? வாயை மூடிக்கொண்டு தன் வேலையைப் பார்க்கலாமில்லையா... ஹெச்ஐவி என்றதுமே இவனுக்கு வம்பு வேண்டியிருக்கிறதா...?

“அடடா... அதெல்லாம் ஒன்றுமில்லை. நான் அப்பாவாகப் போறேன். இதெல்லாம் வழக்கமாய்ச் செய்துகொள்ளும் டெஸ்டுகள்தானே?”

எதையும் காதில் போட்டுக் கொள்ளாதவன் போல் எடுத்த ரத்தத்தை மெலிதான இன்னொரு குழாயில் ஏற்றி என்னிடம் ஒரு சீட்டைக் கொடுத்தான்.

“நாளை மறுநாள் வாங்க...”

"ஏன்.. நாளைக்கு நீ இருக்க மாட்டியா?"

"விடிஆர்எல் டெஸ்ட் இருக்கில்லையா, நாற்பத்தெட்டு மணி நேரம் ஆகும். ஹெச்ஐவி ரிப்போர்ட் வேண்டுமானால் நாளைக்கு வந்து வாங்கிக்கங்க..."

அவனுக்கு பணம் கொடுத்தபோது அந்த இடத்தைப் பரிசீலனையாய்ப் பார்த்தேன்.

சுவர்களில் சித்திரங்கள் செதில் செதிலாக விரிசல் கண்டிருந்தன. நோயாளிகளுக்காகக் காத்திருந்த இரண்டு நாற்காலிகளில் ஒன்று உடைந்து போயிருந்தது. இன்னொன்றுக்கும் வயோதிகம் வந்திருந்தது. அறை மூலைகளில் ஒட்டடை தொங்கிக் கொண்டிருந்தது. மின் விசிறி ஆடாமல் அசையாமல் நின்றிருந்தது. அதன் இறக்கைகளில் திட்டு திட்டாய் தூசி.

கறை படிந்த என் வாழ்க்கையின் பிரதிபிம்பமாய் இருந்தது அந்த இடம்.

அன்றிரவு வழக்கம்போல் ஆலோசனைகளுடன் புரண்டு கொண்டிருந்தேன். பயமாக இருந்தது. விடி ஆர்எல் டெஸ்ட் ரிசல்டுக்காக எப்படியும் இன்னொரு நாள் காத்திருக்க வேண்டும். இரண்டும் சேர்த்தே வாங்கிக்கொள்ளலாம் என நினைத்துக் கொண்டேன்.

இந்நேரம் ஹெச்ஐவி ரிசல்ட் வந்து அதை டைப் செய்து அடியில் கையெழுத்திட்டு கவரில் பத்திரப்படுத்தியிருப்பார்கள்.

என் எதிர்காலம் மொத்தமும் 'குட்லக் டயாக்னசிஸ் செண்டரில்' எழுதிவைக்கப்பட்டிருக்கிறது. அது என் மரண சாசனமாகவும் இருக்கலாம். இல்லை.. நான் இத்தனை நாள் அனுபவித்த தண்டனை போதுமென என்னை விடுதலை செய்யும் தீர்ப்பாகவும் அமைந்திருக்கலாம்.

இரவு சாப்பாடு இரண்டு கவளம் உள்ளே சென்றிருக்கும்... அப்படியே வாந்தியெடுத்துவிட... என்னைக் கோபமாகவும் பரிதாபமாகவும் பார்த்தாள் மாதுரி.

"நாளுக்கு நாள் எப்படி ஆயிட்டிருக்கீங்க தெரியுமா. என்னையும் குழந்தைகளையும் வஞ்சித்து விட்டீர்களென இனி உங்களைப்

பழிக்கப் போவதில்லை. அருவருக்கப் போவதில்லை. எப்போதும் போல் உங்களை நேசித்தபடியே காலம் தள்ளுவேன். நீங்கள் யாரை கல்யாணம் செய்துக்க விரும்புகிறீர்களோ தாராளமாய் செய்து கொள்ளலாம்... நாங்க உங்களுக்குக் குறுக்கே நிற்க மாட்டோம். என்னால் உங்களை இப்படிப் பார்க்க முடியலீங்க..." அழுதபடி கூறினாள்.

அவளை எவ்வாறு சமாதானப்படுத்துவதெனத் தெரியாமல் அறைக்குள் சென்றுவிட்டேன்.

பத்து நிமிடம் கழித்து என் அறைக்குள் யாரோ வருவது போலிருக்க... மாதுரி என நினைத்தேன். அவள் இல்லை. என் செல்ல மகள் ஸ்வப்னா.

"அப்பா..."

நான் மௌனமாய் இருக்க... மறுபடியும் அழைத்தாள்.

"அப்பா!" என்ன அழகான கருணைமிகு கண்கள் அவளுடையது?

"வாம்மா... இப்படி உட்கார்.." அவளை அருகில் அமர்த்திக் கொண்டேன்.

"உங்களை ஒரு விஷயம் கேக்கணும். தப்பா நினைக்க மாட்டீங்கதானே..." தயங்கித் தயங்கிக் கேட்டாள் என் குழந்தை.

"என்ன வேணும்மா.. ஏதாவது வாங்கணுமா? புது டிரஸ் வேணுமா...?" அவள் தலையை வருடியபடி கேட்டேன். அவள் விழிகள் நிறைய நீர்.

என் இதயம் உடைவது போன்ற உணர்வு. என் பிள்ளைகள்... என் உயிர்... அவர்கள் அழுதால் எப்படித் தாங்க முடியும்?

"என்னடா... ஸ்கூலில் ஏதாவது தகராறா... உன்னை யாராவது ஏதாவது சொன்னார்களா?"

"அதெல்லாம் இல்லேப்பா..."

விஷயம் என்னவெனச் சொல்லாமல் என்னையே வெறித்தபடி அழுதாள்.

"நீ இப்படி அழுதால் என்னால் முடியலம்மா. என்னன்னு சொல்லும்மா..."

"அப்பா... நீங்க யாரையோ விரும்பறீங்களாமே. கல்யாணம் கூட செய்துக்கப் போறீங்களாம்..."

"நான்சென்ஸ். யார் சொன்னாங்க...? என்ன உளர்றே?" சற்றே கோபத்துடன் கேட்டேன்.

"எனக்கு எல்லாம் தெரியும்பா. அம்மா சொன்னாங்க. அப்பான்னா எனக்கும் தம்பிக்கும் உயிர்பா. உங்களை எங்களுக்கு ரொம்பப் பிடிக்கும் டாடி. நீங்க அவங்க கிட்ட போய்ட்டா வாரத்துக்கு ஒரு தடவையாவது நானும் தம்பியும் அங்க வரலாமாப்பா? நாங்க உங்களைத் தொந்தரவு பண்ண மாட்டோம். தம்பி கூட சொன்ன பேச்சு கேட்டு சமத்தா நடந்துப்பான். அவங்களுக்கு விருப்பமில்லேன்னா நாங்க வாய் திறந்து பேசக்கூட மாட்டோம்பா. சும்மா உங்களைப் பார்த்துட்டு இங்க வந்துடுவோம்பா. அப்புறம்... அவங்களை ஒரு தடவை தொட்டுப் பார்க்கணும் போலிருக்கு. ப்ளீஸ்பா..."

அவள் அழுகையுடன் நானும் சேர்ந்து கொண்டேன். அவளை அருகில் இழுத்து அணைத்துக் கொண்டு வாய் விட்டழுதேன்.

"இல்லடா. நீங்க ரெண்டு பேரும் அம்மாவும் என் உயிர்டா. உங்களைத் தவிர வேற யாரையும் நான் நேசிக்கலேம்மா. உங்களை விட்டு எங்கயும் போகமாட்டேம்மா. உன் மீது சத்தியம்."

"பின்ன ஏம்பா இப்படி ஆயிட்டீங்க... உடம்பு சரியில்லையா?"

"என் உடம்புக்கென்னமா... நீ உங்கம்மா பேச்சைக் கேட்டுக் கவலைப்படாதே. நான் நல்லாத்தான் இருக்கேன். போய் நிம்மதியா தூங்கு. உங்கம்மா ஒரு அசடு. ஏதாவது உளறிட்டிருப்பா.. மறுபடியும் சொல்றேன். உங்க மூணு பேரையும் விட்டு என்னால் வாழவே முடியாதும்மா. உங்களை விட்டு நான் விலகுவதென்றால் அது ஒரே ஒரு முறை... நான் செத்துப் போகும் போதுதான் நடக்கும்..." சிரிக்க முயன்றேன்.

"ப்ளீஸ்பா... அப்படியெல்லாம் பேசாதீங்க.. எனக்கு பயமா இருக்கு..." பல்லி போல் என்னைக் கவ்விக் கொண்டாள் ஸ்வப்னா...

மறுநாள் அலுவலகம் செல்லவில்லை. மானேஜருக்கு ஃபோன் மூலம் தகவல் தெரிவித்தேன்.

“கொஞ்ச நாளாய் இப்படி அடிக்கடி லீவு போடறீங்க. வந்தாலும் சரியாக வேலை செய்வதில்லை. இப்படியானால் கஷ்டம் மிஸ்டர் குமார்...” சற்றே காட்டமாய்ப் பேசினார் மானேஜர்.

யாருக்கு கஷ்டம்? அவருக்குத்தான். அதனால்தான் இந்த புலம்பல். என் கஷ்டம் அவருக்கென்ன தெரியும்..

பரிசோதனை மையம் சென்று ரிப்போர்ட் வாங்கிக் கொள்ளும்முன் பிர்லா மந்திர் செல்லவேண்டும் போலிருந்தது.

இறைவன் முன் கைகூப்பி விழி மூடிப் பிரார்த்தித்துக் கொண்டேன். என் உடல் நலத்திற்காக... என் அருமைக் குடும்பத்திற்காக... நலனுக்காக. அங்கேயே பத்து நிமிடம் போல் உட்கார்ந்திருந்தேன். மனதிற்கு கொஞ்சம் ஆசுவாசமாக இருந்தது.

எனக்கு நம்பிக்கையுள்ளது. இறைவன் என் கோரிக்கையை கண்டிப்பாய் நிறைவேற்றி வைப்பான்.

பிற்பகலில் ரிப்போர்ட் வாங்கச் சென்றேன். அச்சிறுவன்தான் இருந்தான். என்னைக் கண்டதும் சிரித்தபடி நலம் விசாரிப்பான் என எதிர்பார்த்திருந்த எனக்கு ஏமாற்றம்தான் மிஞ்சியது. என்னைப் பரிதாபமாய்ப் பார்த்தான் பையன். நிஜமாகவே அப்படிப் பார்த் தானா? இல்லை, அவன் பார்வையே எப்போதும் அப்படித்தானா...?

உறையிலிருந்த ரிப்போர்ட்டை எடுத்துப் பார்த்து பிறகு அதை உறையிலிலேயே வைத்து என்னிடம் கொடுத்தான். அப்போதும் ஒரு மாதிரியாகத்தான் இருந்தது அவன் பார்த்த விதம். தூக்கு மேடை நோக்கி நடக்கும் கைதி மீதான பார்வை போன்றா...?

அப்போதே பார்க்கும் பரபரப்பைக் கட்டுப்படுத்திக் கொண்டு வீடு அடைந்தேன்.

என் அறைக்குச் சென்று கதவைத் தாளிட்டுக் கொண்டு கடவுளை வேண்டியபடி உறையைப் பிரித்தேன்.

விடிஆர்எல் ‘நான் ரியாக்டிங்’ என இருந்தது. அப்பாடா... பாதி உயிர் வந்தாற்போலிருந்தது. ஹெச்ஐவி பாசிடிவ் உள்ளவர்களில் நிறைய பேருக்கு விடிஆர்எல் போன்ற இரகசிய நோய்கள் இருக்குமென எங்கோ படித்திருக்கிறேன். எனக்கு அது இல்லையெனில் ஹெச்ஐவி கூட இருக்காது. அநாவசியமாய் இவ்வளவு நாட்கள் நரகம் அனுபவித்தேன்.

சற்றே தெளிவான மனநிலையுடன் இரண்டாம் உறை பிரித்தேன்.

ஹெச்ஐவி பாசிடிவ் என இருந்தது.

வானம் இடிந்து தலை மீது விழுந்தாற்போல்... பூமி பிளந்து இரண்டாக உடைவது போல்... என் பிரபஞ்சம் மொத்தமும் காரிருள் கவ்விவிட்டாற்போல்.... தலை சுற்றி விழுந்து விட்டேன்.

விஜயவாடாவில் ராஜீவ் நகர்....

மாதவியும் நாகமணியும் வெவ்வேறு திசைகளில் வீடு வீடாய்ச் சென்று ஹெச்ஐவி குறித்து விளக்கும் முயற்சியில் ஈடுபட்டனர். அங்கிருந்தவர்களில் பாதிக்கும் மேலானோர் பாலியல் தொழிலில் ஈடுபட்டிருந்தவர்களே.

ஒரு வீட்டின் கதவைத் தட்டினாள் நாகமணி. உள்ளிருந்து குரல் வரவில்லை. நான்கைந்து முறைக்கு மேல் தட்டியபின் பத்து வயது மதிக்கத்தக்க சிறுமி வெளியே வந்தாள்.

"யார் வேணும்?"

"பெரியவங்க யாருமில்லையா?" வீட்டினுள் எட்டிப் பார்த்தாள் நாகமணி.

கட்டிலில் இரு பெண்களும் கீழே பாயில் இரு பெண்களும் படுத்திருந்தனர்.

சத்தம் கேட்டு எழுந்தாள் ஒரு பெண்.

"யாருடி மங்கா... கஸ்டமரா? இப்ப முடியாது, ராத்திரி வரச் சொல்லு..." திரும்பிப் படுத்துக் கொண்டாள்.

"அக்கால்லாம் தூங்கிட்டிருக்காங்க..." என்றாள் சிறுமி.

"பரவாயில்ல. போய் எழுப்பு. அவங்களிடம் பேசணும் நான். பாசிடிவ் பீபுள்ஸ் கேர் சென்டரிலிருந்து வந்திருக்கோம்னு சொல்லு-"

நாகமணியை... அவள் தோளிலிருந்த கதர் பையை மேலும் கீழுமாய்ப் பார்த்த அச்சிறுமி கதவைத் திறந்தபடியே வீட்டு உள்ளே சென்றாள்.

"உன்னிடம் பேசணுமாம். யாரோ வந்திருக்காங்க..."

"அறிவு கெட்டவளே.... தூங்கிட்டிருக்கப்ப எழுப்பாதன்னு எத்தனை வாட்டி சொல்லியிருக்கேன். ராவெல்லாம் கண்ட கண்ட கிராக்கிங்களோட மல்லாட வேண்டியிருக்கு. பகல்லயாச்சும் கொஞ்சம் கண்ணை மூடலாம்னா உன்னோட ரோதனை. எவடி வந்திருக்கா, புத்தி கெட்டவ. போவச் சொல்லுடி.." முகத்தைப் போர்த்திக் கொண்டு திரும்பவும் தூங்கலானாள் அப்பெண்.

முறுவல் குறையவில்லை நாகமணி முகத்தில். மாதவியின் பயிற்சியில் இது போன்ற இடங்களின் நெளிவு சுளிவுகளை நன்கு கற்றுக் கொண்டிருந்தாள். இப்படிப்பட்ட அனுபவங்கள் எத்தனையோ எதிர்கொண்டிருக்கிறாள்.

கதவு மூடப்போன சிறுமியிடம் கூறினாள்: "கவர்ன்மெண்ட் ஆபீசிலர்ந்து வந்திருக்கேன்னு சொல்லு. ரிப்போர்ட் எழுதிட்டுப் போகணும்.." இவ்வாறு கூறினால் கண்டிப்பாய்ச் செவி மடுப்பார்களென மாதவி சொல்லியிருந்தாள்.

அதுவரை அரைகுறை உறக்கத்திலிருந்த ரூபா எனும் அப்பெண் உலுக்கிவிழுந்தாற்போல் எழுந்தாள். மற்ற மூவரையும் எழுப்பி உட்கார வைத்தாள்.

நாகமணி உள்ளே சென்று மூலையிலிருந்த நாற்காலியை இழுத்து உட்கார்ந்து கொண்டாள். கட்டிலில் உட்கார்ந்திருந்த இருவர்... பாய் மீது உட்கார்ந்து சுவரில் சாய்ந்தபடி இருவர். எல்லோருக்குமே இருபத்தைந்து வயதிற்குள்தான் இருக்கும். முகத்தில் சோர்வு... கண்களில் தூக்கம்... உடம்பில் அயர்ச்சி. சுவரில் சாய்ந்திருந்த இருவரில் ஒருத்தி தூங்கி விழுந்தபடி இருந்தாள்.

"நீங்க செய்திட்டிருக்கும் இத்தொழில் எவ்வளவு ஆபத்தானதுன்னு சொல்ல இங்க வரல நான். அதில் சில விஷயங்களிலாவது உங்களை நீங்க காப்பாத்திக்கறது எப்படின்னு சொல்லணும்னுதான். மாசா மாசம் செக்கப் செய்து கொள்றீங்களா?"

மற்ற மூவரையும் பார்த்துவிட்டு ரூபா பதில் கூறினாள்.

"அதுக்கெல்லாம் நேரம் எங்க...? ராவெல்லாம் கஸ்டமருங்களுக்காகக் காத்துக் கிடப்போம். வர்றவங்க சல்லாபம் உல்லாசம்னு உடம்பைப் புண்ணாக்கறது... கட்டைல போறவங்க,

அவங்க வீசற காசுக்காக நரகம் அனுபவிச்சு... இதோ இப்படி பகலல்லாம் அரைகுறை தூக்கத்தில் கழிச்சிட்டிருக்கோம். சிலதுங்க பகல் நேரத்துலகூட வந்து உசிரெடுக்கறாங்க. ஆனாக்கூட மாசா மாசம் செக்கப்புன்னா டாக்டருக்கு காசு குடுக்கணுமில்ல...”

“நீங்க சம்பாதிக்றதுல கொஞ்சமாவது செலவு செய்து சரியான சிகிச்சை செய்துக்கலன்னா உடம்பு கெட்டுடுமில்ல. உடம்பு பாழாயிட்டா வாழ்க்கை சுமையாயிடும்... நீங்க ஹெச்ஐவி பாசிடிவ் பத்தில்லாம் கேள்விப்பட்டிருப்பீங்க. அப்படிப்பட்ட வியாதில்லாம் ஒட்டிக்காம ஜாக்கிரதைப்படணும் தெரியுதா...?

“என்ன ஜாக்கிரதைன்னு இருக்கறதுக்கா. ஆம்பிளைங்க இஷ்டமே தவிர எங்க பேச்சை எவன் கேட்பானுக. ரூபாக்கா எங்களுக்கெல்லாம் உறை குடுத்துதான் உள்ள அனுப்பறாங்க. ஆனால் அடிமையைவிட ஈனமான பொழப்பாச்சே எங்களோடது. ஆம்பிளைப் பெரிய மனுசங்க சிலருங்க அதுக்கு ஒத்துக்க மாட்டானுகளே. நாங்க கட்டாயப்படுத்தினா வாய்க்கு வந்தபடி ஏசறானுக. அடிக்கறானுக. நாங்க வீம்பா உக்காந்தா வந்த பேரமும் போய்டும். இந்த நீசத்தைச் செய்யறது வயித்துக்காகத்தானேக்கா. அவங்க முறைச்சுக்கிட்டுப் போனா எங்களுக்குதானே நஷ்டம். ஆத்திரம் வந்து அவங்களை அடிச்சுத் துரத்தினாலும் நஷ்டம் எங்களுக்குத்தான்.” சுவரில் சாய்ந்திருந்த பெண் வேதனையுடன் குமுறித் தீர்த்தாள்.

“உன் பெயர் என்னம்மா?”

“சுமா. அசல் பெயர் இவலக்கா. இந்த தொழிலுக்கு வந்தப்புறம் பெயரை மறந்துட்டேன். எங்க உடம்பு எங்க சொந்தம் இல்லங்கறது போல எங்க பெயரும் சொந்தமில்ல. ஆம்பிளைங்களுக்கு ‘காண்டம்’ கண்டுபிடிச்சது போல பொம்பிளைகளுக்கும் அப்படி ஏதாவது இருந்தா நல்லா இருக்கும். அப்ப எவன் எவனையோ கெஞ்சி அவமானப்படற இம்சையிலிருந்தாவது தப்பிக்கலாமில்ல. அவன் பிடிவாதம் பிடிச்சாலும் நாங்க ஜாக்கிரதைப் பட்டுக்குவோமே.. அது போல எதுவுமில்லையாக்கா..?” பரிதாபமாய்க் கேட்டாள்.

அவள் சொல்வது நல்ல கருத்து எனத் தோன்றியது நாகமணிக்கு. உண்மைதானே....? பாலியல் தொழிலில் ஈடுபட்டுள்ள பெண்கள் எல்லோரும் அப்படிப்பட்ட கவசங்களைப் பயன்படுத்தினால்

எய்ட்ஸ் மற்றும் பால்வினை நோய்கள் அதிகளவில் தவிர்க்கப் படுமல்லவா? அம்மாதிரி முயற்சிகள் நடந்து கொண்டிருந்தாலும் எல்லாமே ஆரம்ப கட்டத்திலேயே இருப்பதை அறிவாள் நாகமணி.

அதுவரை அரைகுறை உறக்கத்திலிருந்த அந்த இன்னொரு பெண் முழுமையான விழிப்பு பெற்று நிமிர்ந்து உட்கார்ந்தாள்.

"அப்படி ஏதாவது இருந்தா எவ்வளவு உதவியா இருக்கும் தெரியுமா? ராத்திரி அவன் எவனோ.. சரியான ராட்சச ஜன்மம். நாட்டுச் சரக்கு போட்டிருந்தான். நான் தந்த பாதுகாப்பு உறையை வீசியெறிந்தான். 'த்தூ... எதுக்குடி இந்த எழவெல்லாம். வியாதிக்காரன்னு நெனப்பா? இரும்பு உடம்புடி என்னோடது...' என்று கூப்பாடு போட்டான்..."

"உங்கிட்ட இல்லாம இருக்கலாம். ஆனா எனக்கு வியாதி இருக்கலாமில்ல. உனக்கு ஒட்டிக்கக் கூடாதுன்னுதான்னு நான் சொன்னப்ப சினிமாவுல வர்ற வில்லனாட்டம் சிரிச்சான்..."

"என் சங்கதி உனக்கு தெரியாது போல. எந்த எமகாதக வியாதியா இருந்தாலும் என் பேரைக் கேட்டாலே அப்படியே ஓடிடுமே... என்றான்."

"என்ன செய்யறது சொல்லு. அவன் படுத்தற பாடு ஒரு பக்கம், அவனுக்கு என்ன வியாதி இருக்கோங்கற பயம். நரக வேதனைதான் போ..." நீளமாய்ப் பேசி முடித்து அதைவிட நீளமாய்ப் பெருமூச்செறிந்தாள்.

"நீங்க எல்லோரும் கண்டிப்பா ஹெச்ஐவி டெஸ்ட் செய்துக்கணும். ஆறு மாதத்திற்கொரு முறை செய்தே தீரணும்.."

"அந்த டெஸ்டால் என்ன உபயோகம்? அது இருக்குன்னு வச்சுக்க. இனி ஒண்ணும் செய்ய முடியாது. அந்த வியாதியால் செத்துப் போகப்போறோம். இல்லன்னு வச்சுக்க... இதில் சந்தோஷப்பட என்ன இருக்கு...? இப்ப இல்லன்னாலும் என்னிக்கோ ஒரு நாள் வந்து ஒட்டிக்கப்போற தொழில் எங்களோடது... இப்படியே நாற வேண்டியதுதான் எங்களோட பொழைப்பு..." விரக்தி தெரிந்தது ரூபாவின் வார்த்தைகளில்.

"எப்பவாவது காய்ச்சலோ இல்ல வேற வியாதி ஏதாவது வந்தா தெருக்கோடியில இருக்கற டாக்டரம்மாகிட்ட போவோம்.

மருந்து குடுப்பாங்க... அதை விழுங்குவோம்... அவ்வளவுதான்..” என்றாள் சுமா.

மிகவும் வேதனையாக இருந்தது நாகமணிக்கு. எவ்வளவு பரிதாபத்திற்குரியது இவர்கள் வாழ்க்கை? எவ்வளவு ஆதரவற்ற நிலை? காசுக்காக உடலை விற்பது அநாகரிகம்... இந்த அநியாயத்திற்குக் காரணமான சமூகம் வெட்கித் தலை குனிய வேண்டாமா...

“உங்க கருத்தை ஏத்துக்க முடியாது. எது எப்படியானாலும் நீங்க எல்லோரும் கண்டிப்பாக ஹெச்ஐவி டெஸ்ட் செய்துக்கணும். நீங்க சரின்னு சொன்னா நானே கிட்ட இருந்து செய்து வைக்கிறேன். ஹெச்ஐவி பாசிடிவ்னு ரிஸல்ட் வந்தாலும் பீதியடையத் தேவையில்லை. நல்ல மருந்துகள் இருக்கு. அதையெல்லாம் பயன் படுத்திக்கொண்டு மாமூலான வாழ்க்கை வாழலாம். வியாதி உங்க மூலம் இன்னொருவருக்கு வராம ஜாக்கிரதைப்படலாம்...”

சட்டெனச் சிரித்து விட்டாள் ரூபா. ஆனால் சிரிப்பிலும் சோகம் இழையோடியது.

“இங்க தொழில் செய்யற எவள் ஒருத்திக்கு எய்ட்ஸ் இருக்குன்னு தெரிய வந்தாலும் அன்னிலேர்ந்து எந்த நாய் மவனும் இந்த வீட்டு நிழலைக்கூட மிதிக்க மாட்டான். அப்ப நாங்க எய்ட்ஸால இல்ல, பசியால் செத்துப் போகணும். எய்ட்ஸ் வந்தா மூணு வருசத்துக்கோ, பத்து வருசத்துக்கோ செத்துப் போறாங்களாம். பசிங்கற நோய் தாக்கினா முழுசா ஒரு மாசம் கூடத் தாக்குபிடிக்க முடியாது. எந்த டெஸ்டும் வேணாம் எங்களுக்கு. எங்க வழியில் எங்களைப் பொழைக்க விடுங்க...”

ரூபாவின் பேச்சில் அர்த்தமிருப்பதாய்ப் பட்டது நாகமணிக்கு. இத்தொழிலில் இவ்வளவு போட்டி இருக்கிறதா? இதைச் சமாளிப்பது அவ்வளவு எளிதல்ல. இதுவும் நேர்மையான தொழில்தான் எனும் பிரச்சாரம் அதிகளவில் தேவைப்படுகிறது. உடலை வைத்து நடத்தப்படும் வியாபாரம் இது. மற்ற வியாபாரங்கள் போல் சாமார்த்தியமும் சாதுர்யமும் குறுக்கு வழியும் வேண்டியதில்லை. ரூபா கூறுவதுபோல் பசியால் போராட வேண்டி வரும். எய்ட்ஸா... பசியா, ஏதோ ஒன்றைத் தெரிவு செய்ய வேண்டிய கட்டாயத்தில் எய்ட்ஸையே இரு கரம் நீட்டி ஏற்றுக்கொள்ளவும் இவர்கள் தயார் என்பது எவ்வளவு பெரிய அவலம்...? எய்ட்ஸ் பிரச்சாரத்திற்காக கோடிக்கணக்கில் செலவு செய்யும் அரசாங்கம் மேற்சொன்ன

துர்ப்பாக்கிய நிலை... கையாலாகாத்தனம் பற்றியெல்லாம் அக்கறை கொள்ளாததேன்?

எய்ட்ஸ் தொடர்பான சில உண்மைகளை அவர்களுக்கு எடுத்துச் சொன்னாள் நாகமணி. வலுக்கட்டாயமாகவேனும் ஆணுறை பயன்படுத்தும் வகையில் முன்னெச்சரிக்கை மேற்கொள்ளுமாறு வலியுறுத்தினாள். டாக்டரம்மா ஊசி போடும்போதெல்லாம் டிஸ்போஸல் சிரஞ்ச் பயன்படுத்தப்படுகிறதா என்பதில் தீவிர கவனம் செலுத்த வேண்டும் என எடுத்துரைத்தாள்.

"உங்க தொழிலில் இருப்பவர்களுக்கு இந்த வியாதி தாக்கும் வாய்ப்பு அதிகம். ஏற்கெனவே பாலியல் நோய் உள்ளவர்களுக்கு ஹெச்ஐவி பீடிக்கும் வாய்ப்பு பன்மடங்கு கூடும். அப்படிப்பட்டவை ஏதேனும் இருக்கிறதா எனப் பரிசோதனை செய்துகொண்டு அப்படி இருந்தால் அதற்கான சிகிச்சையை உடனே தொடங்கினால் நல்லது..." கண்டிப்பும் கரிசனமுமாய்க் கூறினாள் நாகமணி.

அங்கிருந்த நால்வருள் ஒரு பெண் மட்டும் பாராமுகமாய் ஏதோ தீவிர யோசனையிலாழ்ந்திருப்பது கண்டு, "உன் பெயர் என்னம்மா... ஏன் எதுவுமே பேசவில்லை நீ..?" என அன்பாய் விசாரித்தாள்.

"அவ பேரு கல்பனா. நாலு மாசமா எங்களோட இருக்கா. 'சிலகலூரிபேட'ங்கற ஊர்லர்ந்து வந்திருக்கா. கட்டிக்கறதா நம்ப வச்ச ஒரு கயவாளிப்பய இவளை இழுத்து வந்து குண்டூரில் கொஞ்ச நாள் குடித்தனம் வச்சி... உட்டுட்டுப் போய்ட்டான். எப்ப பார்த்தாலும் கவலையா எரிச்சலா இருப்பா.. நாங்கள்லாம் இருப்பதும் இந்த நரகத்துலதான்... இந்த சேத்துலதான். ஆனால் அப்பப்ப சிரிச்சிட்டும், பேசிட்டும் மேலுக்காவது ஜாலியா இருப்போம். ஆனா இந்த கல்பனாப் பொண்ணு சிரிச்சி பார்த்ததில்ல நாங்க..." ரூபா கூறினாள்.

பாசிடிவ் பீபுள்ஸ் கேர் அமைப்பு குறித்தும்... அவர்களின் நேசமிகு சேவையும் ஆதரவும் குறித்தும் அவர்களுக்கு விவரமாய்க் கூறிவிட்டு அங்கிருந்து கிளம்பினாள் நாகமணி.

நான்கைந்து வீடுகள் சென்று பேசிவிட்டு பனைஓலை போர்த்தி இருந்த குடிசை போன்ற இடத்தை அடைந்தாள். தடுக்குகளால் சிறு சிறு பகுதிகளாய் பிரிக்கப்பட்டிருந்தது அத்தாழ்வாரம். அங்கு இரு இளைஞர்களும் மூன்று இளம் பெண்களும் அமர்ந்து பேசிக்

கொண்டிருந்தனர். அவள் அங்கு வந்திருக்கும் நோக்கத்தைத் தெரிவித்தாள்.

இரு இளைஞர்களில் ஒருவன் "ஓ- எப்படிப் பயன்படுத்தணும்னு எங்களுக்குக் கற்றுத்தர வந்திருக்கயா?" என ஏளனமாய்ச் சிரித்தான்.

"இல்லே- பாதுகாப்பு மேற்கொள்ள வேண்டியதன் அவசியத்தை உங்களுக்குப் புரிய வைக்க வந்திருக்கேன். எய்ட்ஸ் தாக்காமலிருக்கும் உபாயங்களை எடுத்துச் சொல்ல வந்திருக்கேன். ஹெச்ஐவி, எய்ட்ஸ் வந்தப்புறம் அதை எப்படி எதிர்கொள்வது என விவரிக்க வந்திருக்கேன்.." கோபப்படாமல் ஆனால் உறுதியான குரலில் கூறினாள் நாகமணி.

"அப்படியா... சரி... எய்ட்ஸ் எப்படி வரும்னு கொஞ்சம் சொல்றயா...? எங்களுக்குத் தெரியாது..." இன்னொரு இளைஞன் அங்கிருந்த பெண்களைப் பார்த்து கண்சிமிட்டினான்.

எய்ட்ஸ் தாக்கும் சாத்தியக் கூறுகளை ஒவ்வொன்றாய் விளக்கலானாள் நாகமணி.

"பாதுகாப்பில்லாத உடலுறவுன்னா என்ன?

"அசல் சிருங்காரம்னா என்ன?"

இளைஞர்கள் மாறி மாறிக் கேட்க அதை ரசிப்பது போல் சிரித்தனர் அந்த மூன்று பெண்களும். அந்த இளைஞர்கள் தன்னைச் சீண்டி வேடிக்கை பார்க்க நினைத்துள்ளார்கள் என்பது தெளிவாய்ப் புரிந்தது நாகமணிக்கு.

உடனே அச்சூழலினின்று வேகமாய் வெளியேறிவிட வேண்டும் போலிருந்தது. அப்படி நினைப்பது தவறென்பது அதே வேகத்தில் புரிய... அவர்களுக்குப் பயப்பட்டு ஓடக்கூடாது. மிக இதமாய் சாதுர்யமாய் இதை எதிர்கொள்ள வேண்டும்...

கேட்கக்கூடாத கேள்விகளெல்லாம் அவர்கள் கேட்டாலும் மிகவும் பொறுமையாய் ஜாக்கிரதையாய் நாசூக்காய் பதில் சொன்னாள்.

அவளை அழவைக்க வேண்டும், தர்மசங்கடத்திற்காளாக்க வேண்டுமென்பதே அவர்கள் நோக்கமாக இருக்க... அதற்கு இடம் தராமல் பொறுமையாய் சாமர்த்தியமாய் சமாளிக்கும் நாகமணியை சிறுமைப்படுத்தியே தீரவேண்டும் எனக் கங்கணம் கட்டிக்

கொண்டதுபோல்... "இப்படி ஆம்பிளைங்க மத்தியில் நின்னு பச்சை பச்சையாய்ப் பேச வெட்கமாயில்லே உனக்கு? நீ அசல் பொம்பிளைதானா...?" என்றான் ஒருவன்.

"ஒரு காலத்தில் அந்த உறுப்புகளில் வரும் நோய்களை மர்ம நோய்கள் என்பார்கள். ஆனால் எய்ட்ஸ் அப்படி இல்லை. நிசப்தமாய்... பாய் கீழ் தண்ணீராய் இது ஒருவரிடமிருந்து இன்னொருவருக்கு ஒட்டிக்கும். எய்ட்ஸ் நோயாளிகள் விஷயத்தில் நம் நாடு உலகத்திலேயே இரண்டாவது இடத்தில் இருக்கு. ஆப்பிரிக்காவுக்கு அடுத்ததாய் அதிக அளவில் நோயாளிகள் இருப்பது இந்தியாவில்தான். நாட்டின் அதிக ஆபத்தான நிலையில் உள்ள ஆறு இடங்களில் நம்ம ஆந்திரா முதல்ல இருக்கு. இப்படியே போனால் அடுத்த பத்து வருஷத்தில் சில கோடி பேர் இந்த வியாதியால் செத்துப் போவார்கள்.

இதையெல்லாம் மனதில் கொண்டு நாம நிசப்தத்தை உடைக்கவேண்டும். நாமெல்லாம் இதைப் பற்றிப் பேசவேண்டும். எல்லோரையும் பேசவைக்க வேண்டும். கூச்சப்பட்டு வாய் மூடிட்டிருந்தா நாடு மொத்தமும் அழிந்து போகும் அபாயம் இருக்கு. ஆனாலும் வெட்கித் தலை குனிய வேண்டிய காரியங்கள் செய்வது, செய்ய வைப்பது நீங்கதான்... உங்கள் அறியாமையால் வியாதியின் பிடிக்குள் விழுந்துவிடப் போறீங்களோ எனும் கவலையில்தான் உங்களோடு பேசிட்டிருக்கேன். உங்களுக்கு ஏற்கெனவே எய்ட்ஸ் இருக்குமோன்னு தெரியாது. இருக்கக் கூடாதுன்னு ஆசைப்படறேன். ஆனா ஒண்ணு மட்டும் உறுதியாய் சொல்ல முடியும். உங்க மனசுக்கு இப்பவே எய்ட்ஸ் தாக்கியாச்சு. அது அழுகிப் போறதுக்கு முன்னே அதுக்கான மருந்து எடுத்துக்கங்க."

அவளின் அக் கடுமையான தாக்குதலில் பேச்சு மூச்சற்று நின்றார்கள் அவர்கள்.

வெற்றிப் பெருமிதத்துடன் வெளியில் வந்தாள் நாகமணி. அவளை உசுப்பிவிடுவதற்காகவே அருவருப்பான கேள்விகள் அவளை நோக்கி வீசப்பட... அவமானம் மேலிட்டு அங்கிருந்து ஓடி வந்திருந்தால் தன்னை தன்னாலேயே மன்னித்திருக்க முடியாது. அவர்கள் கேள்விகளுக்கு வெகு இயல்பாய் பக்குவமாய் ஆபாசம் துளியுமற்று தக்க பதில்கள் சொல்லி அவர்கள் வாயை அடைத்தது குறித்து தன்னைத்தானே மெச்சிக் கொண்டாள்.

'மாதவி மேடம்... உங்க டிரெயினிங் வீணாகலே...' மனதாரச் சொல்லிக் கொண்டாள்.

மாலை நெருங்கிக் கொண்டிருந்தது. இன்றைக்கு இது போதும் எனத் திரும்பி நடந்தாள். அத்தெருமுனை அடைந்தபோது அங்கு கல்பனா நின்று கொண்டிருந்தாள்.

நாகமணி வியப்படையக்கூட நேரம் தராமல் பரபரவென அவள் முன் வந்து "ரொம்ப நேரமா உனக்காகக் காத்திருக்கேன்..." என்று தலை குனிந்தபடி கூறினாள்.

"ஓ... அப்ப உனக்குப் பேச வரும்னு சொல்லு..." சிரித்தாள் நாகமணி. தலையுயர்த்திப் பார்த்த கல்பனாவின் விழிகளில் நீர் பளபளத்தது.

"சாரி... சும்மா வேடிக்கைக்காக... தப்பா நினைச்சுட்டயா?"

பதில் சொல்லாது தரையைப் பார்த்தபடி நின்றாள் அப்பெண்.

"பரவாயில்லை.. சொல்லு..."

"எனக்கு எய்ட்ஸ் இருக்கு. ரூபாக்காவிடம் கூடச் சொல்லல. விரட்டிடுவாங்களோங்கற பயம். எனக்குள்ள குமைஞ்சிட்டிருக்கேன். எய்ட்ஸ் இருக்குன்னு தெரிஞ்சா அருவருத்து ஒதுக்கிடுவாங்கன்னு தெரியுமே தவிர ஆதரிப்பவங்களும் இருக்காங்கன்னு உங்க சென்டர் பத்தி சொல்லும் வரை எனக்குத் தெரியாதுக்கா. நீ சொன்னதையெல்லாம் கேட்டப்புறம் எனக்குள்ள நம்பிக்கை எட்டிப் பார்த்திருக்கு. எனக்கு வாழணும்னு ஆசையா இருக்குக்கா... உன்னைக் கும்பிட்டுக் கேக்கறேன். என்னை வாழ வைக்கறயா?" கை குவித்துக் கேட்டு விக்கி விக்கி அழலானாள் கல்பனா.

"இதுதான் உன் மௌனத்துக்கான காரணமா? ஹெச்ஐவி இருக்குன்னு உள்ளுக்குள்ள வேதனைப்பட்டு உட்கார்ந்திருந்தா உனக்கு மட்டுமில்ல... சமூகத்திற்கே பெரு நஷ்டம். உனக்கு ஹெச்ஐவி இருக்குன்னு தெரிஞ்சுகூட உன்னிடம் வரும் ஆண்களுடன் சேர்வதும், அதை அவர்களுக்குத் தொற்ற வைப்பதும் மகாபாவம்னு உனக்குத் தோணலயா? போகட்டும்... இப்பவாவது வாய் திறந்தே. நாளைக்கு எங்க சென்டருக்கு வா. அதுக்குள்ள மேடம் கிட்ட பேசறேன். கவலைப்படாத. எப்பேர்ப்பட்ட எதிரியா இருந்தாலும் சரி... தைரியமாப் போராடினால் கண்டிப்பா வெற்றி கிடைக்கும்.

போராடித் தோற்றுப் போனாலும் பரவாயில்லே. அது அவமானமில்லே. ஒரு ஆத்ம திருப்தியாவது மிஞ்சும்..."

"அக்கா... நான் இன்னும் எத்தனை நாள் உயிரோடிருப்பேன்? ராத்திரி நேரங்கள்ல எப்படியும் தூங்க முடியாது. பகல்ல இந்தப் பீதியில் தூக்கம் வராது..."

"தகுந்த மருந்துகள் சாப்பிட்டு மனசை நிம்மதியா வச்சிட்டா நிறைய நாள் வாழலாம். சர்க்கரை, பி.பி. இருப்பவங்க வாழ்நாள் முழுக்க மருந்து சாப்பிட்டு வியாதியை ஒரு கண்ட்ரோல்ல வைப்பதில்லையா? ஹெச்ஐவி கூட அப்படித்தான். மருந்துகளால் சமாளிக்க முடியும்..."

"உன் பேச்சைக் கேக்கறப்ப இதுவரை இல்லாத தெம்பு வரதுக்கா. நீ சொல்றதெல்லாம் நிஜம்தானா... மருந்து சாப்பிட்டா நிறைய நாள் உயிரோடிருக்க முடியுமா?"

"உம்... என்னைப் பாரு. நான் உயிரோடில்லே?" கல்பனாவிற்கு முதலில் புரியவில்லை.

"என்னக்கா சொல்றே..?

"நானும் உன்னைப் போல் ஹெச்ஐவி பாசிடிவ்.." சிரித்தபடி நாகமணி கூற... அதிர்ச்சியில் உறைந்து போனாள் கல்பனா.

"நாளைக்கு வந்துடு... மறந்துடாதே..." நாகமணி அங்கிருந்து நகர்ந்தாள்.

ஒரு வாரம் கழித்து மாநில அரசு ஏற்பாடு செய்திருந்த 'நம்பிக்கை' எனும் தலைப்பிலான நிகழ்ச்சிக்குச் செல்ல வேண்டி வந்தது. வேறு வேலைகளில் மாதவி மும்முரமாக இருந்ததால் நாகமணி மட்டும் கலந்து கொண்டாள்.

தொலைக்காட்சிக்காரர்கள் ஏராளமானோர் வந்திருந்தனர். ஒருவர் கல்லூரி மாணவர்களை பேட்டி கண்டு கொண்டிருந்தார். எய்ட்ஸ் என்றால் என்ன... எப்படி வருகிறது அது... எய்ட்ஸ் நோயாளிகள் பால் சமூகம் எவ்வாறு நடந்துகொள்ள வேண்டும் என நிறைய கேள்விகள்...

அது முடிந்ததும் பத்து வயதுச் சிறுமியை அழைத்து மேடையில் நிற்க வைத்தார்கள். படித்துக் கொண்டிருக்கிறாள். விசாலமான விழிகள். முகத்தில் பட்டுப் போன்ற மென்மை. மிரட்சி மிகு பார்வை.

"உன் பெயர் என்ன பாப்பா?" தொலைக்காட்சி நிருபர்...

"லட்சுமி..."

"உன் அப்பா பெயர்?"

"ஸ்ரீனிவாசுலு..."

"உங்க அப்பா அம்மா எங்க இருக்காங்க?"

"செத்துப் போய்ட்டாங்க...?"

"ரெண்டு பேருமா..? எப்படிம்மா..?"

"வியாதி வந்து..."

"என்ன வியாதி?

என்ன சொல்வதெனத் தெரியாது தடுமாறுகிறவள் போல் சுற்றுமுற்றும் பார்த்தாள். மேடையிலிருந்தவர்களைத் தலை திரும்பிப் பார்த்தாள்.

அவள் அகன்ற விழிகளில் நீர் நிறைந்துவிட்டது.

"என்ன வியாதி அவங்களுக்குன்னு உனக்குத் தெரியாதா?" மீண்டும் கேட்டார் டிவிக்காரர்.

"எய்ட்ஸ்..."

"அப்படின்னா என்னன்னு தெரியுமா உனக்கு?"

"தெரியாது..." வெறித்த பார்வையுடன் கூறினாள் சிறுமி.

"உனக்கு என்ன வியாதி இருக்குன்னு தெரியுமா?"

தெரியும் என்பது போல் அழுதபடி தலையாட்டினாள்.

"என்னன்னு சொல்லு..."

"எனக்கும் எய்ட்ஸ்தான்..."

நெஞ்சையடைப்பது போலிருந்தது நாகமணிக்கு.

ஒரு சிறுமியை அவ்வளவு பேர் நடுவில் நிற்கவைத்து அப்படிப் பட்ட கேள்விகள் கேட்பதால் விளையப்போகும் நன்மை என்ன என அவளுக்குப் புரியவில்லை. பிஞ்சு இதயத்தை இப்படிக் காயப்படுத்துவது தவறல்லவா?

சிலுவையைச் சுமக்கும் குட்டி ஏசுவாய்த் தென்பட்டாள் அச்சிறுமி. அந்த விசால விழிகளினின்று அருவியெனக் கொட்டிக் கொண்டிருப்பது கண்ணீரல்ல... உதிரத்துளிகள்!

“நீ நல்லாப் பாடுவியாமே..?”

ஆம் என்பதுபோல் தலையசைத்தாள்.

“சரி... இப்ப ஒரு பாட்டு பாடறயாம்மா?”

“...பூமி என்தேசம் நமோ நமாமி

என் தேசம் சதா ஸ்மராமி...”

அழுதபடியே இருவரிகள் பாடியவள் தொண்டையில் ஏதோ அடைத்துக் கொண்டாற்போல் நிறுத்தி... வாய்விட்டு அழலானாள்.

நாகமணிக்கு ஏகத்திற்குக் கோபம் வந்தது. அத்தொலைக்காட்சி நிருபரை கடுமையாகத் திட்டவேண்டுமென நினைத்துக் கொண்டாள்.

சீனுவின் ஞாபகம் வந்தது.

எப்பாவமும் அறியாது தாயின் கருவினின்று வந்த ஹெச்ஐவியால் சித்ரவதை அனுபவிக்கும் ஆயிரமாயிரம் குழந்தைகள் மனதில் வந்தனர்.

கடவுள் இருக்கிறார் என்பது உண்மைதானா... இருந்தால் சூதுவாதறியாத இப்படியான இளம் உள்ளங்கள் ஏன் இம்சைப் படுத்தப்படுகின்றன? இவர்களுக்கு எதற்காக இச்சித்ரவதை? இவர்களின் எத்தவறுக்கென இப்படியொரு கொடூர தண்டனை விதிக்கப்படுகிறது?

வாழ்க்கையின் இவ்வளவு சோகம் ஏன் எனப் புரியவில்லை நாகமணிக்கு. சம்பந்தா சம்பந்தமற்ற அவலங்கள். புண்ணிய பாவங்களுக்கெல்லாம் அப்பாற்பட்ட துன்பங்களும் கொடுமைகளும் எப்படி...?

நீண்ட நாட்களுக்குப் பின் அன்றிரவு அவளுக்கு உறக்கம் அண்டவில்லை.

நினைவுச் செதில்களைப் பிளந்துகொண்டு கசப்பு அனுபவங்கள் அடுக்கடுக்காய்...

எரியும் பூந்தோட்டம்

எவரோ கடும் சினமுற்றுச் சபித்தாற்போல் எப்படியெல்லாம் அலைகழிக்கப்பட்டு சின்னாபின்னமாகச் சிதைந்து விட்டது வாழ்க்கை?

விகசித்த மலர்களுடன், கனிகளுடன் செழிப்பாக உல்லாசமாக மகிழ்ச்சியாக இருக்க வேண்டிய தன் வாழ்க்கை மொட்டை மரமாகி... பாலைவனத்தில் தனிமைப்பயணம் போல்... எவ்வித ஆதாரமும் ஆதரவுமின்றி...

நீரோடை போல் மாதவி மட்டும் தன் பாதையில் எதிர்ப் பட்டிராவிடில்... நிழல் தரும் விருட்சம் போல் இந்த ஆசிரமத்தின் ஆதரவு கிடைத்திராவிடில் என்னவாகியிருக்குமோ வாழ்க்கை...

இந்நேரத்தில் மரணம் கூடச் சம்பவித்திருக்குமோ?

ஆப்பிரிக்காவில் எய்ட்ஸ் தாக்கிய இலட்சக்கணக்கான நோயாளிகள் நினைவில் வர... மனமெங்கும் வருத்தம் படர்ந்தது.

தனக்குக் கிடைத்துள்ள ஆதரவும் அடைக்கலமும் அனைவருக்கும் கிடைத்தால் எவ்வளவு நன்றாக இருக்கும்..?

கோடிக்கணக்கில் எய்ட்ஸ் பிரச்சாரத்திற்காகச் செலவு செய்யும் அரசாங்கத் தன்னார்வத் தொண்டு நிறுவனங்கள் புறக்கணிக்கப் படும் எய்ட்ஸ் நோயாளிகளின் மறுவாழ்வுத் திட்டங்கள் குறித்து ஆலோசித்து அவற்றை சீராய்ச் செயல்படுத்தும் முனைப்பும் மேற்கொண்டால் எத்தகைய நன்மை பயக்கும்...!

அன்றிரவு அத்தனை நாள் குமுறலுக்கும் ஆதங்கத்திற்கும் வடிகால் போல் அழுது தீர்த்தாள். அன்று "நம்பிக்கை" நிகழ்ச்சியில் சந்தித்த சிறுமி லட்சுமியை நினைத்து அழுதாள். எய்ட்ஸ் தாக்கிய கோடானு கோடிப் பேரை நினைத்து அழுதாள். இனி வரும் காலத்தில் அக்கொடிய நோய் தாக்கப் போகிறவர்களை நினைத்து அழுதாள். நெஞ்சு வெடித்துவிடுவதுபோல் கதறியழுதாள்.

அன்று ஞாயிற்றுக்கிழமை. பத்து நாட்களாய் மாதுரியுடன் பேச முயன்று கொண்டிருக்கிறேன். நான் அவளை நெருங்கும் போதெல்லாம் முகத்தைத் திருப்பிக் கொண்டு அங்கிருந்து சென்றுவிடுவாள் அவள்.

வீட்டில் எங்களிடை பேச்சு வார்த்தை இல்லை. சிரிப்பில்லை... மகிழ்ச்சியில்லை. எங்களுடன்... எங்களால்... பிள்ளைகளும் உற்சாகத்தைத் தொலைத்திருந்தனர். வீடெங்கும் நிசப்தம்.. மயான அமைதி...

எவ்வளவு அசடு இந்த மாதுரி! இன்னொரு பெண்ணை நான் கல்யாணம் செய்து கொள்ளத் தீர்மானமே செய்து விட்டாற் போன்ற பிரமையில் உழல்கிறாளே தவிர வேறு விதமாய் யோசிக்கவே மாட்டாளா? எப்படி யோசிப்பாள்? நாங்களிருவரும் சந்தோஷமாக இருந்து எத்தனை நாட்களாகிவிட்டன? ஒரே வீட்டிலிருந்தாலும் இரு வேறு துருவங்களாய் நாட்களை இழுத்துக் கொண்டிருக்கிறோமே...?

யாருக்கோ பிறந்தநாள் எனச் சென்றிருந்தனர் பிள்ளைகள்.

மாதுரி சமையலறையில் இருந்தாள். பாத்திரங்கள் சத்தம் தவிர மற்றபடி பெருநிசப்தம். அந்த மௌனம் கோபம், எரிச்சல் மற்றும் பொறுமையின்மையைப் பேசியது.

"மாதுரி..."

பதில் இல்லை.

சமையலறை அருகே சென்று எட்டிப் பார்த்தேன். வெண்டைக்காய் நறுக்கிக் கொண்டிருந்தாள் அவள்.

"மாதுரி..."

தலை திருப்பிப் பார்த்தவள் முகத்தில் சலனமில்லை. எத்தகைய உணர்ச்சியுமற்ற பார்வை.

"உன்னுடன் பேசணும்..."

"சொல்லுங்க..."

"இப்படி இல்லே. பக்கத்தில் உட்கார்ந்து ஆற அமர நிதானமாய்ப் பேசவேண்டிய விஷயம்..."

"நான் நிம்மதியா... தெளிவாத்தான் இருக்கேன். நீங்க என்ன சொன்னாலும் என்னால் தாங்கிக்க முடியும். மனம் கல்லாய் இறுகி ரொம்ப நாளாச்சு..."

"ப்ளீஸ் மாதுரி... இப்படியெல்லாம் பேசாதே. ரொம்ப வருத்தமா இருக்கு..."

"ஓ... வருத்தம்னா என்னன்னு தெரியுமா உங்களுக்கு? வேதனைப்படுத்துவது தவிர வேதனைப்படுவது உங்களுக்குத் தெரியாதுன்னுதான் நினைச்சுட்டிருந்தேன்..."

"தயவு செய்து இதே ரீதியில் பேசாதே மாதுரி.. வேலையெல்லாம் அப்புறம் பார்த்துக்கலாம். கொஞ்சம் நேரம் ஹாலில் வந்து உட்காரு.. நிறையப் பேசணும். எங்கிட்ட நேரம்கூட இல்லே..."

"அப்ப... கல்யாணத் தேதி முடிவாயிட்டதுன்னு சொல்லுங்க..."

"கல்யாணம் என்னடி பைத்தியம். முதலில் நீ வெளியே வா சொல்றேன். வந்து என் பக்கத்தில் உட்காரு..."

"இவ்வளவு நடந்தப்புறம் இன்னும் முக்காடு எதுக்கு? இன்னும் எத்தனை நாள்னு மறைச்சு வைப்பீங்க?"

"ப்ளீஸ் மதூ..."

வெளியில் வந்த மாதுரி சோபாவில் என்னருகில் இல்லாமல் எதிர் இருக்கையில் அமர்ந்தாள்.

"இப்ப சொல்லுங்க அந்த முக்கியமான விஷயம் என்னன்னு. டைவர்ஸ் பேப்பரில் கையெழுத்து போடணுமா? நோ பிராப்ளம்... கொடுங்கள் போடறேன்..."

அவளை உறுத்துப் பார்த்தேன். பரிதாபமாய் இருந்தது. அவளை அள்ளி நெஞ்சோடு சேர்த்துக் கொண்டு 'மதூ... நீ என் உயிர். உன்னைத் தவிர வேறு யாரும் எனக்கு வேண்டாம். ஒரு தடவை தப்பு செய்துட்டேன். என்னை நம்பு. ஒரு முறைதான். ஒரே ஒரு முறை. இனி எப்போதும் இப்படி நடக்காது. நம்பு மாதுரி. உன் மேல் ஆணை. பிள்ளைகள் மேல் ஆணை. என்னை எப்பாடுபட்டாவது காப்பாற்றிக்கொள்ள மாட்டாயா?' என்று முறையிட்டுக் கதற வேண்டும் போலிருந்தது.

"மதூ... நீ பிஎஸ்ஸி ஃபர்ஸ்ட் கிளாஸ்ல பாஸ் செய்திருக்கே இல்லே. அந்த சர்டிபிகேட் எல்லாம் பத்திரமா இருக்கில்லே?"

அப்படிப்பட்ட கேள்வியை எதிர்பார்த்திராத அவள் சந்தேகமாய் என்னைப் பார்த்தாள்.

"இருக்கு. அதுக்கென்ன இப்ப?"

"கோபப்படாதே மாதுரி. நான் சொல்வதைக் கவனமாய்க் கேள். தப்பாய்ப் புரிஞ்சுக்காதே ப்ளீஸ். நமக்கு குழந்தைகளின் எதிர்காலம் முக்கியம்."

"குறைந்த பட்சம் குழந்தைகள் மீது அக்கறை இருக்கு. தேங்க்ஸ்.."

அவள் கிண்டலைப் பொருட்படுத்தாமல் பேசினேன்.

"நீ ஏதாவது வேலையில் சேருவது நல்லது மது. பாடம் கற்றுக் கொடுப்பது உனக்கு மிகவும் பிடிக்கும்னு சொல்லியிருக்கே. எனக்குத் தெரிந்த கார்ப்போரேட் ஸ்கூல் இருக்கு. அவர்களிடம் பேசியிருக்கேன். ஐந்தாயிரம் வரை சம்பளம் கிடைக்கும்."

என்னை வெறித்துப் பார்த்த மாதுரியின் விழிகளில் நீர் திரண்டது.

"எவ்வளவு தெளிவாச் சொல்றீங்க என் வழி என்னோடது, உன் வழி உன்னோடதுன்னு. சரி... அதுக்கும் நான் ரெடியா இருக்கேன். தப்பாதில்லையா?"

'ஆமாம் மது... தப்பாது. நான் செத்துப் போனப்புறம் அது தப்பாது. அதனால்தான் இப்போதிருந்தே பழகிக்கச் சொல்றேன்.' மனதிற்குள் சொல்லிக் கொண்டேன்.

"நாளைக்கு அந்த பிரின்ஸிபாலிடம் போய்ப் பேசு. உன் சர்டிபிகேட்டுகளை எடுத்துக்க மறந்துடாதே...."

"அவைகளுடன் புருஷன் கைவிட்ட அபாக்கியவதி எனும் சர்டிபிகேட்டும் தேவைப்படுமோ என்னவோ?"

அச்சொற்களின் கூர்மையால் என் இதயத்திலிருந்து உதிரம் கீழே வடிவது போல் பிரமை என்னுள்.

பிள்ளைகள் பிறந்த நாள் கொண்டாட்டம் முடிந்து திரும்பி வந்தனர்.

வீட்டிலிருக்கப் பிடிக்காமல் வெளியில் சென்றேன்.

என்.டி.ஆர். கார்டன் சென்று உட்கார்ந்தேன். பதினைந்து ரூபாய் செலவு செய்தால் போதும். உள்ளே எங்கும் பசுமைத் தாண்டவம்.

குழந்தைகள்... பெரியவர்கள் எல்லோருடைய முகத்திலும் மகிழ்ச்சி... புத்துணர்வு... நம்பிக்கை..

என் வாழ்க்கை மட்டும் ஏன் இப்படியாகிவிட்டது? என் குடும்பத்தில் மட்டும் ஏன் இவ்வளவு இருள்? மரணம் போன்ற காரிருள்...?

பிற்பகல் கடந்தும் பசியெடுக்கவில்லை. மர நிழலில் பெஞ்சில் உட்கார்ந்து கொண்டேன். பூங்காவிற்குள் பயணிக்கும் சின்ன ரயிலிலிருந்து குழந்தைகள் டாடா சொன்னார்கள்.

'கையசைத்து விடைபெற வேண்டியது நீங்கள் இல்லை பிள்ளைகளே... நான்? இந்த உலகினின்று விடைபெறப் போகும் நான்.. என் குடும்பத்தை விட்டு. எல்லோரையும் விட்டு.. நிரந்தரமாய் விடைபெறப் போகிறேன். எனக்கு வாழவேண்டும் போலில்லை. வாழும் தகுதியும் எனக்கில்லை. நான் தவறிழைத்தவன். அதனால் வாழும் உரிமையை இழந்தவனானேன். டாடா மை டியர் சில்ரன்... பை..பை...'

மாதுரி, குழந்தைகள் ஞாபகம் வர சரசரவெனக் கண்ணீர் பெருகியது.

அவர்களை இப்படி பூங்காவிற்குக் கூட்டி வந்து எத்தனையோ யுகங்களாகி விட்டன போலிருந்தது. இறந்து போகுமுன் அவர்களுடன் இது போன்ற இடங்களுக்கு வந்து உற்சாகமாய் நேரம் கழித்தால்...

சே.. பிரயோஜனமில்லை. எவர் முகத்திலும் உயிர்ப்பு இருக்காது. நடந்துசெல்லும் சடலங்களாய்... ரயிலேறிய சவங்களாய்... கண்களைத் திறந்து வைத்து பூந்தோட்ட வனப்பைப் பார்த்துக் கொண்டிருந்தாலும் மூளையின் சங்கேதம் கிடைக்காத மூளைச் சாவு மனிதர்கள் போல்..

மெல்ல மெல்ல இருள் படர்ந்து கொண்டிருந்தது. என் வாழ்க்கையில் அடர்ந்த இருள் ஒரேடியாய் ராட்சத மழையாய்ப் பொழிந்து... மொத்தத்தையும் மூழ்கடித்து...

வீட்டுக்குப் போகவேண்டும் என்று எவரும் என்னிடம் சொல்லவில்லை. மத்தியானம் சாப்பிட்டீர்களா எனக் கேட்கவில்லை. நான் இன்னொரு திருமணம் செய்துகொள்ளவிருக்கும் அந்தக் கற்பனைச் சுந்தரியுடன் எந்த ஹோட்டலிலோ பகல் உணவை ஒரு பிடி பிடித்திருப்பேன் என்று மாதுரி நினைத்துக் கொண்டிருப்பாள். சரியான அசடு...

சாப்பாட்டு மேஜையைச் சுத்தம் செய்துவிட்டு உள்ளே சென்று படுத்துக் கொண்டாள் மாதுரி.

கொஞ்சமாய் மோர் சாதம் சாப்பிட்டேன். சாப்பிட்ட பத்து நிமிடங்களுக்கெல்லாம் வாந்தியாகிவிட்டது. சமீபமாய் வயிற்றுக்கு எதுவும் ஒத்துக்கொள்வதில்லை.

கட்டிலின் மறு ஓரத்தில் படுத்திருந்தாள் மாதுரி. இக்கோடியில் நான். எங்களிடை இன்னும் இருவர் படுத்துக் கொள்ளுமளவிலான இடைவெளி.

குழந்தைகள் எங்களுடன் படுக்க நேரிட்டால் இட நெருக்கடி கூடாதென விசாலமாய்ச் செய்யப்பட்ட கட்டில். இப்போது அதுவே சங்கடமாக இருக்கிறது. கையை எவ்வளவு நீட்டினாலும் அகப்படாத மாதுரி.

மாதுரி... எனக்கு வாழ வேண்டும் போலில்லை. தற்கொலை செய்து கொள்ளப்போகிறேன். அதற்குள் ஒரு தடவை பிரியமாய்ப் பேசமாட்டாயா மாதுரி... ஒரு காலத்து மாதுரி போல்... என் மாதுரிபோல்... என் காதல் தேவதையாய்... — ரகசியமாய் அழுது கொண்டிருந்தது என் இதயம்.

“மாதுரி...”

அவளிடம் அசைவில்லை.

“குழந்தைகளை கவனமாய்ப் பார்த்துக்கொள். நான் இல்லை என்பதற்காக எந்தக் குறையும் இருக்கக்கூடாது அவர்களுக்கு...” என் குரல் குமுறியது.

“அவர்கள் என் குழந்தைகள். ஒன்பது மாதம் சுமந்து பெற்று பாலூட்டி வளர்த்த குழந்தைகள்.. அவர்களைப் பாதுகாக்க நீங்கள் என்னிடம் உத்தரவாதம் பெற வேண்டிய அவசியமில்லை.” என் பக்கம் திரும்பாமலே பேசினாள் அவள்.

‘ஒரு தடவை என் பக்கம் திரும்பி என்னை அணைத்துக் கொள்ள மாட்டாயா... என்னை உன் நெஞ்சோடு சேர்த்துக்கொள்ள மாட்டாயா மாதுரி...’

சுதீராவும் நானும் கடைசியாகச் சந்தித்தபோது அவள் விழைந்தது ஞாபகம் வந்தது.

'ப்ளீஸ்... என்னை அன்பாய் அணைத்துக் கொள் குமார்....' அவளின் அந்த இறுதிக் கெஞ்சல்... கோரிக்கை...

சாரி சுதி... உன் ஆசையின் தீவிரமும் ஆழமும் அப்போது எனக்கு முழுமையாய்ப் புரியவில்லையே...

"மதூ... உன்னை நான் எவ்வளவு நேசிக்கிறேன்னு உனக்குத் தெரியுமா... நான் இருந்தாலும் இல்லாவிட்டாலும்..." சொல்ல நினைத்ததை முடிக்க முடியாமல் துக்கம் பீறிட்டுக் கிளம்ப தலையணையில் முகம் புதைத்து அழுதேன்.

என்ன நினைத்தாளோ என்னவோ, என் பக்கம் திரும்பி என் தோள் மீது கை பதித்தாள் அவள்.

"நீங்க அழுதால் என்னால் தாங்க முடியாது. ஏன் இவ்வளவு அவஸ்தைப்பட்டுட்டிருக்கீங்க. நீங்க படறது மட்டுமில்லாமல் எங்களையும் எவ்வளவு சங்கடப்படுத்திட்டிருக்கீங்க தெரியுமா? உங்கள் மேல் எங்க மூணு பேருக்கும் கொள்ளைப் பிரியம்னு நான் சொல்லித்தான் புரியவைக்கணுமா? புருஷனா மட்டுமில்லாம ஒரு நல்ல நண்பனாகவும் உங்களை நினைச்சிட்டிருக்கேன். உங்களை நீங்களே ஏன் இவ்வளவு இம்சைப்படுத்திக்கறீங்க? எங்கள் மீது அளவில்லாத அன்பு இருப்பதால்தான் எங்களைப் பிரிய முடியாமல் இப்படி குமைந்திட்டிருக்கீங்கன்னு எனக்குத் தெரியும்.

உங்களுக்கு இன்னொரு பெண் வேண்டுமென்றிருந்தால் 'நான் அவளைக் கல்யாணம் செய்துக்கப் போறேன்'னு தைரியமா சொல்லுங்க. எனக்கு வருத்தமா இருந்தாலும் உங்களுக்காக டைவர்ஸ் தரவும் தயாரா இருக்கேன்..."

"அப்படி எதுவுமே இல்லே மது..."

"போதுங்க உங்க பொய். நீங்க இப்படி நாளுக்கு நாள் நிம்மதி இல்லாம தவிப்பதுடன் உடம்பும் துரும்பாயிட்டிருப்பதை என்னால் தாங்க முடியலே. எங்க இருந்தாலும் நீங்க சந்தோஷமாய் இருந்தால் போதும். உங்கள் மனதில் என்ன இருக்குன்னு இப்பவாவது சொல்லுங்க. 'மதூ... எனக்காக இதைச் செய்.. இப்படி செய்'னு நீங்க சொன்னால் மனப்பூர்வமாய் செய்வேன். கத்தியை நீட்டி 'எனக்காக உன் கழுத்தை அறுத்துப்பியா' என்றால் அதையும் செய்யத் தயார். உங்களை அவ்வளவு தூரம் நேசிக்கிறேன் நான். இன்னும் எதுக்கு மூடி மறைக்கறீங்க..? மனம் விட்டுப் பேசுங்கள்..."

“சாரி மது. என்னை மன்னித்து விடு...”

ப்ளீஸ் மதூ... மன்னித்து விட்டேன்னு சொல்லு. தேவதை போல் நீ இருக்கும்போது அந்நியப் பெண்ணுடன் தொடர்பு கொண்டேன். நீ மன்னித்துவிட்டால் நிம்மதியாய்க் கண்ணை மூடுவேன்...

“எங்களை விட்டு நீங்க பிரிந்து போவதால் வருத்தம் இல்லே. ஆனால் இப்படிப்பட்ட நிலையில் பிரியப் போகிறோம் என்பதை நினைத்தால்தான் வேதனையா இருக்குங்க. விரோதிகள் போல் சண்டை போட்டுக்கொண்டு... ஒருவரையொருவர் அருவருத்துக் கொண்டு... வேண்டாங்க.. நாம் நல்ல நண்பர்களாய்ப் பிரிந்து போவோம்... எப்படியும் பிரியப்போறீங்க. இப்பவாவது சொல்லுங்க... யார் அந்தப் பெண்?”

மரணம்... நான் அணைக்கப் போகும் பெண்ணின் பெயர் மரணம். அவ்வளவுதான் மது. உன்னையும் குழந்தைகளையும் மறந்து நான் மோகித்தது மரண தேவதையைதான். நான் அவளை விட்டு விலக நினைத்தாலும் அவள் என்னை விடமாட்டாள்.

என்னிடமிருந்து பதில் கிடைக்காததால் மாதுரிக்கு மறுபடியும் கோபம் வந்தது.

“நீங்க இப்படித்தான். எனக்குத் தெரியும், நீங்க மாறவே மாட்டீங்க. மாறுவீங்கன்னு நினைப்பது என் முட்டாள்தனம்.” எரிச்சலைக் கொட்டிவிட்டு அப்பக்கம் திரும்பிப் படுத்தாள்.

★ ★ ★

ஹெச்ஐவி நோயாளிகளின் பிரச்னைகளை நாடாளு மன்றத்தில் விவரிப்பதற்காக நாடெங்குமிருந்து பத்து ஹெச்ஐவி பாசிடிவ் பிரதிநிதிகளைத் தேர்ந்தெடுத்தது ‘நேஷனல் எய்ட்ஸ் கண்ட்ரோல் ஆர்கனைசேஷன்.’ ஆந்திர மாநிலத்திலிருந்து இந்த அரிதான கௌரவத்திற்குத் தகுதியானவளாய் நாகமணி தேர்ந்தெடுக்கப்பட்டிருந்தாள்.

இதன் ஒரு பகுதியாய் நிஜாமாபாத்தில் மாநாடு ஏற்பாடு செய்யப்பட்டிருந்தது. டாக்டர் சமரம் சிறப்பு விருந்தினராக அழைக்கப்பட்டிருந்தார். மேடையில் நாகமணியுடன் மாதவியும் இருந்தாள். அவர்கள் பின்னால் சிகப்பு எழுத்துக்களால் எழுதப் பட்டிருந்த பெரிய பேனர்... ‘அவள் எய்ட்ஸை வென்று விட்டாள்...!’

பேசுவதற்காக எழுந்தார் நகர மேயர்.

"எய்ட்ஸ் என்ற சொல்லைக் கேட்டாலே போதும். மரணம் மிக அருகில் வந்தே விட்டதாய் பீதிக்காளாகின்றனர் மக்கள். நாட்களை எண்ணிக்கொண்டு மரணத்தை எதிர்பார்த்துக் கொண்டிருப்பார்கள். அளவற்ற அவநம்பிக்கை மற்றும் கையாலாகாத்தனத்துடன் குமைந்து கொண்டிருப்பார்கள்.

ஓங்கோல் நகரத்தைச் சேர்ந்த நாகமணி ஆரம்ப நாட்களில் இப்படிப்பட்ட மன நிலையில்தான் உழன்று கொண்டிருந்தார். நாட்கள் கடக்கக் கடக்க பாசிடிவ் பீபுள்ஸ் கேர் சென்டர் ஆதரவு மற்றும் உதவியுடன் தன்னைத்தானே ஒரு ஒளிக் கிரணமாய் மாற்றிக் கொண்டுள்ளார் இவர். தன்னைப் போலவே சக மனிதர்களின் வாழ்க்கையிலும் இருள் விரட்டியக்கப்படுவதில் பெரு முனைப்பு மேற்கொண்டுள்ளார்.

எண்ணற்ற ஹெச்ஐவி பாசிடிவ் நோயாளிகளின் விரக்தியும் வெறுமையும் அவநம்பிக்கையும் நிறைந்த வாழ்க்கையில் நம்பிக்கைத் தீபத்தை ஏற்றி வைத்துள்ளார். எய்ட்ஸ் தாக்கியுள்ள பீதியால் தற்கொலைக்கு முனைந்த பரிதாப ஜீவிகளுக்கு புது வாழ்க்கையைக் காண்பித்துள்ளார்.

நம் பார்லிமெண்டில் எய்ட்ஸ் குறித்து சொற்பொழிவாற்றும் நல்வாய்ப்பையும் அங்கீகாரத்தையும் பெற்ற நாகமணியை மனமார வாழ்த்துகிறேன். அவர் மனஉறுதிக்கும் போராடும் குணத்திற்குமான சிறந்த நிரூபணம் இது. ஏராளமான ஹெச்ஐவி பாசிடிவ் நோயாளிகளுக்கு இன்று ஒரு நல்ல வழிகாட்டியாய் விளங்குகிறார் நாகமணி. அவர் வாழ்க்கை பெரும் துயரத்தில் அல்லாடிக் கொண்டிருப்பவர்களுக்கான ஒரு மகத்தான பாடம். சிறந்த மனிதர்கள் எவருமே பிறப்பிலேயே அப்படி இருப்பதில்லை. துன்பக் கொழுந்துகளிடை எரிந்து எரிந்து தன்னைத் தானே வளைத்துக் கொள்கிறார்கள். அதற்கு மாதவி போன்றவர்கள், பாசிடிவ் பீபுள்ஸ் கேர் செண்டர் போன்ற அமைப்புகள் தம் பங்கு உதவிக்கரம் நீட்டுவது போற்றுதலுக்குரிய விஷயம்..."

மாதவி முதலில் தான் நிறுவிய அந்த தொண்டு நிறுவனத்தின் கொள்கைகள்... வளர்ச்சி... சாதித்துள்ள அம்சங்கள் குறித்து விளக்கி விட்டு மேற்கொண்டு பேச ஆரம்பித்தாள்.

“நான் ஒரு ஆசிரியை. கல்லூரியில் விரிவுரையாளராய் கௌரவமான பணியில் இருந்து கொண்டு ஹெச்ஐவி பாசிடிவ் பிடியில் சிக்கியபோது அனுபவித்த வேதனையை விவரிக்க வார்த்தைகள் இல்லை. ஆனால் அந்த நோய் முன் தலைகுனிந்து கிடக்க விரும்பவில்லை. என்னைப் போன்ற பலருக்கு அடைக்கலத்துடன் தன்னம்பிக்கையும் அளிக்கும் விதத்தில் இனி வரும் என் வாழ்நாட்கள் அமைய வேண்டுமெனும் குறிக்கோளுடன் இந்த அமைப்பை ஆரம்பித்தேன்.

கல்வியறிவற்ற நாகமணியை... அவள் முன்னேற்றம் குறித்து அறிந்துகொண்ட பிறகு என் முயற்சி வீணாகவில்லை எனும் திருப்தி ஏற்பட்டுள்ளது. நாகமணியின் கணவர் லாரி கிளீனராக பணி புரிந்தார். திருமணமான போதே அவருக்கு எய்ட்ஸ் இருந்தது. அவ்வியாதியினாலேயே கணவனையும் மகனையும் பறி கொடுத்தவர் நாகமணி. என்னிடம் வந்தபோது எலும்புக்கூடாய் இருந்த நாகமணி குறுகிய காலத்திலேயே நார்மலான நிலையை அடைந்துவிட்டார். தன் வியாதியை உடலளவில் மட்டுமன்றி மனரீதியாகவும் எதிர்கொண்டு அதனுடன் கடுமையாய்ப் போராடினார். தன்னைத் தான் பாதுகாத்துக் கொள்வதுடன் நின்று விடாது சக நோயாளிகளுக்கும் விழிப்புணர்வு ஏற்படுத்த விடாமுயற்சியுடன் பாடுபட்டு வருகிறார். அவரின் இச்சிறப்பான செயலுக்கான அங்கீகாரம்தான் அரசாங்கம் அவரை டெல்லிக்கு அழைத்திருப்பது.

எனக்குப் பின் பாசிடிவ் பீபுள்ஸ் கேர் சென்டர் நிர்வாகத்தை நாகமணியிடம் ஒப்படைக்க நான் முடிவு செய்திருப்பதை இச்சபை மூலமாய்த் தெரிவித்துக் கொள்வதில் மகிழ்ச்சியடைகிறேன்...”

இறுதியாய் நாகமணி பேச எழுந்தாள்.

அவள் முகம் அலாதியான ஒளியுடன் மிளிர்ந்தது. அவளுக்கு ஹெச்ஐவி பாசிடிவ் என யாருமே நம்ப மறுக்கும் விதமாய் ஆரோக்கியமாய் மிகுந்த களையுடன் காணப்பட்டாள்.

“எய்ட்ஸ்... இவ்வார்த்தையை முதன் முதலாய் ஓங்கோல் நகர டாக்டர் மூலம் கேள்விப்பட்டேன். அதுவரை ஹெச்ஐவி குறித்தும் எய்ட்ஸ் குறித்தும் எதுவுமே தெரியாது எனக்கு. நான் எய்ட்ஸை ஜெயித்துவிட்டதாய்ச் சொல்கிறார்கள். உண்மைதான். எய்ட்ஸை ஜெயிப்பதென்பது அப்படியொன்றும் சிரமம் கிடையாது. மாதவி

போன்ற உன்னதமான பெண்கள் பாசிடிவ் பீபுள்ஸ் கேர் சென்டர் போன்ற மனப்பூர்வமான சேவைக் குறிக்கோளுடன் நடத்தி வரும் அமைப்புகள்... 'ஹெவி ஆக்டிவேடட்' போன்ற ரிட்ரோ வைரஸ் மருந்துகள்- சத்தான உணவு வகைகள்... மனோதைரியம் ஆகியவற்றின் துணையுடன் எய்ட்ஸை வெல்வது சாத்தியம்தான்.

ஆனால் பிரச்னையெல்லாம் இந்த சமூகத்தை ஜெயிப்பதில்தான் வருகிறது.

என் கணவருக்கும் எய்ட்ஸ் இருப்பது தெரிந்ததும், எனக்கும் என் மகனுக்கும் ஹெச்ஐவி பாசிடிவ் என்பது வெளிப்பட்டதும் ஊர் உலகம் நடந்து கொண்ட விதம்- அப்போதெல்லாம் எப்படியான நரக வேதனை அனுபவித்தேன் என்பதை இப்போது நினைத்தாலும் உடம்பெல்லாம் நடுக்கம் பரவுகிறது. உலகில் எவருக்கும் இந்த அவலமும் கொடுமையும் நேரக்கூடாது என எந்நேரமும் என் மனம் பிரார்த்திக்கிறது. சேற்றில் புரளும் பன்றியைக்கூட அவ்வளவு கேவலமாய் நடத்தியிராது இச்சமூகம்.

கௌரவத்துடன் வாழும் உரிமையைப் பறித்துக் கொள்ளும் அதிகாரத்தை இச்சமூகத்திற்கு யார் கொடுத்தார்கள்? உடல் உழைப்பை நம்பி... கூலி வேலை செய்து வயிறு நிரப்பிக் கொண்டிருந்த என்னை பிச்சைக்காரியாக்கியது இச்சமூகம்தான். நிழலைப் போல் என்னைத் தொடர்ந்து துரத்தித் துரத்தியடித்தது. திக்கற்று, ஆதரவற்று ரயில்வே ஸ்டேஷனில் கையேந்தி காலம் தள்ளினேன். இந்த ஊரில் ஆரோக்கியமாதா தேவாலயம் அருகில் பிச்சை எடுத்தேன். என்னுடன் பிச்சை எடுத்தவர்கள்கூட என்னைக் கல்லால் அடித்துத் துரத்தினார்கள். வரும் நாட்களில் நாம் எய்ட்ஸ் குறித்து பெரிய அளவில் பிரசாரம் செய்து கொண்டிருப்பது போலவே எய்ட்ஸ் நோயாளிகளிடம் அனுதாபமும் பரிவும் காட்ட வேண்டியதன் அவசியத்தையும் மிகத் தீவிரமாகப் பிரசாரம் செய்ய வேண்டும்.

சமூகம் என்னை அருவருத்து அவமானித்து ஒதுக்கிய போது அன்பாய் ஆதரவாய் நடந்து கொண்ட டாக்டர் மூர்த்தி, எனக்கு ஹெச்ஐவி இருப்பது தெரிந்தும் உனக்கு நானிருக்கேன் எனத் தைரியம் சொல்லி வாழ்ந்த வரை எனக்கு பாதுகாப்பாக இருந்த மஸ்தானம்மா, என்னை அன்புடன் அரவணைத்து ஆதரித்து படிப்பு சொல்லிக்கொடுத்து ஒரு கௌரவமான வாழ்க்கையை எனக்குப் பிரசாதித்த மாதவி மேடம்... இவர்கள் அனைவரும் என் தெய்வங்கள்.

எய்ட்ஸ் நோயாளிகளுக்கும் இதயம் உண்டு எனும் விஷயத்தைத் தயவு செய்து என்றும் நினைவுபடுத்திக் கொள்ளுங்கள். நீங்கள் அளிக்கும் அன்பு, ஆதரவு, அரவணைப்பு, அனுதாபம் இவை யெல்லாம் அமிர்தம் போல் வேலை செய்து அந்நோயாளிகளைப் பிழைக்க வைக்கும் சக்திகள்... அருமருந்துகள்.

எய்ட்ஸ் பரவுவதன் ஒரே காரணம் பாலியல் தொழிலாளிகள் தாம் என நினைத்திருந்தேன் நான். சமீபமாய் சாதாரண மக்களிடம் ஹெச்ஐவி அதிகமாகியிருப்பது தெரியவருகிறது. ஒழுங்கீனத் தொடர்புகள் இதற்கான காரணமாக இருக்கலாம். நம் மாநிலத்தில் இதை அதிகம் அறிய முடிவது வருத்தம் தருகிறது.

எய்ட்ஸை அருவருக்கமாட்டேன் நான். எப்பாவமும் அறியாத பெண்களை, குழந்தைகளை அதற்காளாக்கும் கணவன்களைத் தான் வெறுக்கிறேன். சமூக நிர்பந்தங்களுக்குப் பயந்து சமூகப் புறக்கணிப்பைக் கடுமையாக எதிர்கொள்ள வேண்டிவரும் எனும் பீதியுடன் வியாதியை மறைத்து வைக்கும் அவர்களால்தான் ஆபத்து அதிகம்.

இச்சபை மூலம் மீடியாக்கள் முன் நான் வைக்கும் விண்ணப்பம் ஒன்றே. உயிர்க்கொல்லி நோய்... இன்னும் வேறு சில பயங்கர வியாதிகளையும் தோற்றுவிக்கும் நோய்... மரணப் பிடியில் எய்ட்ஸ் நோயாளிகள்... போன்ற வாக்கியங்களை தயவு செய்து பயன்படுத்த வேண்டாம். எய்ட்ஸ் போன்றே உயிர்களைப் பறிக்கும் வேறு நோய்கள் நிறைய இருக்கின்றன. இதய நோய் மற்றும் நெஞ்சு வலியால் மாரடைப்பால் ஏராளமானோர் அன்றாடம் இறந்து கொண்டிருக்கின்றனர். சர்க்கரை வியாதியும் ஆபத்தானதுதான். குடல் மற்றும் நுரையீரல் கோளாறுகள், கான்சர்... டி.பி... இப்படி எத்தனை எத்தனையோ. இப்படி இருக்கும் போது ஒரு எய்ட்ஸை மட்டும் ஏன் பூதக் கண்ணாடி வைத்து பார்ப்பது போல் பெரிதுபடுத்துகிறீர்கள்? எய்ட்ஸால் ஒரு நோயாளி உயிர் நீத்தால் ஏன் அதைக் கட்டம் கட்டி எழுத வேண்டும்?

எய்ட்ஸ் உயிர்க் கொல்லி வியாதி கிடையாது. எய்ட்ஸ் தாக்கியவர்களெல்லாம் பாவம் செய்தவர்களும் அல்ல. அவர்களும் மனிதர்கள்தாம். பாராபட்சமும் பாராமுகமும் காட்ட வேண்டாம். அவர்களுக்கும் விழைவிருக்கும் வாழவேண்டுமென. அவர்களின் தன்மானத்தைச் சிதைக்க வேண்டாம். அவர்கள் சுய மரியாதையுடன்

வாழ உங்களாலான உதவி செய்யுங்கள். அவர்களை அன்புடன் தேற்றுங்கள். அவர்களை நீங்கள் நேசிக்காவிடினும் பரவாயில்லை... அருவருக்காதீர்கள். ஆதரிக்காவிட்டாலும் பரவாயில்லை. அவமானத்திற்காளாக்கி மேலும் காயப்படுத்தாதீர்கள். அவர்கள் ஏற்கெனவே காயப்பட்டு பெரும் வலியால் துடிதுடித்துக் கொண்டிருப்பவர்கள். குற்ற உணர்வுடன் சுருங்கிப் போன இதயங்கள். உங்கள் வார்த்தைகளால் பார்வையால் செய்கைகளால் மேலும் வதைக்காதீர்கள். உங்கள் எல்லோரையும் கையெடுத்துக் கும்பிடறேன்.. ஹெச்ஐவி இருப்பவர்களை மனிதர்களாய் வாழவிடுங்கள். அவர்களிடம் மனிதாபிமானத்துடன் நடந்து கொள்ளுங்கள்...” உருக்கமாய் பேசி முடித்த நாகமணிக்கு சால்வை அளித்து சன்மானித் தார்கள். அவள் விழிகளினின்று சரம் சரமாய் ஆனந்தக் கண்ணீர்...

அவளுக்கு எய்ட்ஸ் குறித்து எல்லாவற்றையும் விவரித்து மருந்துகள் கொடுத்த டாக்டர் மூர்த்தியை நினைத்து அவள் இதயம் நன்றியால் நிறைந்தது.

கடந்த பதினைந்தாண்டுகள் ஹெச்ஐவி, எய்ட்ஸ் துறையில் மிகுந்த முயற்சிகள் மேற்கொண்டு வாசவி மஹிளா மண்டலி மூலம் குடும்ப உறுப்பினர்களுக்கு கௌன்சிலிங் மற்றும் சிகிச்சை... எய்ட்ஸ் குறித்த விழிப்புணர்வு நிகழ்வுகள் நடத்தும் டாக்டர் சமரம் அவர்களை... மற்றும் அவரைப் போன்ற எத்தனையோ நல்லிதயங்களை நினைத்து அவளது உணர்வு அம்மனிதர்கள் காலடியில் பூமாலையானது. அவர்களை மானசீகமாக விழுந்து வணங்கினாள். மாதவி போன்ற இலட்சியப் பெண்களை நினைத்து அடிபணிந்தாள்.

தனக்கு நடைபெற்ற பாராட்டு விழா மற்றும் மரியாதைகள் நினைத்து பொங்கிப் பூரித்து நிலை குலைந்துவிடாமல் தன்னைத் தாயாய்ப் பாதுகாத்த மஸ்தானம்மாவிற்குக் கண்ணீர் அஞ்சலி செய்தாள்.

‘..இன்னொரு பிறவி இருக்கிறதோ இல்லையோ எனத் தெரியாது. அப்படி இருந்தால் தாயாகப் பிறந்து நன்றிக் கடன் தீர்த்துக் கொள்வேன் மஸ்தானம்மா...’ .... நெகிழ்ச்சியுடன் நினைத்துக் கொண்டாள்.

★ ★ ★

ஒரு மாதகாலமாய் வேலைக்குப் போய்க் கொண்டிருக்கிறாள் மாதுரி. எங்களிடையே பேச்சு வார்த்தை நின்று நீண்ட நாட்களாகி விட்டன. சமையல் செய்து வைத்து விட்டுப் போவாள். நானே பரிமாறிக்கொண்டு சாப்பிட வேண்டும். ஒரு எட்டாத மனுஷியாய்... காச நோயாளியை 'க்வாரண்டைனில்' அமுழ்த்தியதுபோல்...! நான் கோரியதும் இதுதானே...; எனக்கு எய்ட்ஸ் எனத் தெரிந்தால் எப்படி நடந்து கொள்வாளோ அவள்? என்னுடன் ஒரே வீட்டில் இருக்க ஒப்புக் கொள்வாளா? குழந்தைகளுடன் வேறு வீடு பார்த்து கொள்வாளோ?

வேலைக்குப் போவது நன்றாகவே பழகிவிட்டது மாதுரிக்கு. நான் இறந்துவிட்டால் 'காம்பன்சேடரி கிராண்ட்' கீழ் அவளுக்கு எங்கள் வங்கியில் படிப்புக்கேற்ற வேலை கொடுப்பார்கள். இத்தனை காலமாய் வீட்டிலேயே இருந்து பழக்கமாகிவிட்டவளுக்கு இப்போது வெளியில் சென்று வேலை பார்க்கவும் பழகிவிட்டதால் அந்தக் கவலையும் தீர்ந்துவிட்டது. வேலைக்குப் போகுமாறு அவளை நான் வற்புறுத்திய நோக்கம் நிறைவேறிவிட்டது. பலத்த நம்பிக்கை வந்துவிட்டது என்னுள். நான் இல்லாவிடினும் மாதுரியால் குடும்பத்தை நடத்திச்செல்ல முடியும்.

செத்துப் போக வேண்டும் எனும் விழைவு என்னுள் வலுப் பெற்று... என் வியாதி முற்றுவதற்குள் மடிந்துவிட வேண்டும். தற்கொலை எனும் சந்தேகம் எவருக்கும் வராதபடி... தற்செயலாய் நடந்ததுபோல்... வேகமாய் வரும் கார் அல்லது லாரி முன் பாய்ந்து விட வேண்டும். அவ்வளவுதான். நான் வேண்டுமென்றே குறுக்கே வந்ததாய் டிரைவர் சொன்னாலும் யாரும் நம்பாத அளவில் செயல்பட வேண்டும். யாரும் நம்பவும் மாட்டார்கள். தண்டனை யினின்று தப்பித்துக்கொள்ளும் தற்காப்பு முயற்சியில்தான் டிரைவர் அப்படிச் சொல்வதாய் எல்லோரும் நினைத்துக் கொள்வார்கள்.

என் மேல் எனக்கே அருவருப்பாக இருந்தது. தப்பு செய்தது நான். ஆனால் எத்தனை பேருக்கு தண்டனை விதித்துக் கொண்டிருக்கிறேன்...? எப்பாவமுமறியாத மாதுரிக்கும் பிள்ளை களுக்கும் நரகத்தைக் கண்முன் நிறுத்தியிருக்கிறேன். இப்போதானால் யாரோ பாவம் அந்த டிரைவர்... அவர் செய்யாத குற்றத்திற்காக அவரைப் பொறுப்பாக்க நினைக்கும் என் கொடூர மனம்...

எத்தனை பாவங்களை மூட்டை கட்டிக் கொண்டிருக்கிறேன்? என்ன செய்ய...? சுதீரா போல் தற்கொலை செய்து கொள்ள முடியாது. அப்படிச் செய்தால் சமூகம் விதவிதமாய் தன் விருப்பதிற்கேற்ப கற்பனை சாம்ராஜ்யம் நடத்தத் துவங்கும். நல்ல வேலை... பெண்டாட்டி பிள்ளைகளுடன் அழகான குடும்பம்... எதற்காக இந்தப் பாதக முடிவு என ஆலோசிக்கும். எனக்கிருக்கும் 'இமேஜ்' காரணமாய் எய்ட்ஸ் சந்தேகம் எவருக்கும் எழாது. ஆனால் அப்போது மாதுரி குறித்து கீழ்த்தரமாய் நினைக்க வாய்ப்பு இருக்கிறது. அவ்வாறு நடந்தால் ஏற்கெனவே நரகத்தில் உழலும் என் ஆன்மா கூடுதல் சித்ரவதை அனுபவிக்குமே..?

சரி... என்றைக்கு இறந்து போகவேண்டும்? எந்த நாளானால் நல்லது? யோசனையிலாழ்ந்தேன். அத்தனை துயரத்திடையும் சிரிப்பு வந்தது. என் சாவுக்கு நானே முகூர்த்தம் கணித்துக் கொண்டிருக்கிறேன்! நான் பிறந்தது நல்ல நேரமா... தெரியாது. நிச்சயமாய் கெட்ட நேரமாய்த்தான் இருக்க வேண்டும். அதனால்தான் இப்படி திடீரென வரக்கூடாத வியாதியெல்லாம் வந்து... சாவை மேற்கொண்டு...

மனிதன்தான் எப்படிப்பட்ட சந்தர்ப்பவாதி!

சுதீராவுடன் இணைந்திருந்த போது என்ன நினைத்தேன்? மகிழ்ச்சி மிகுந்த நாள்... என் வாழ்க்கையின் பொற்காலக் கணங்கள் என்றெல்லாம்... உல்லாசத்தில் மிதந்து.... உற்சாகக் காற்றில் கரைந்து... இறுதியில் இதெல்லாம் என் மரணத்திற்கு நானே காலம் கணித்துக் கொள்வதில் வந்து முடிந்தது.

செத்துப் போகுமுன் ஆற்ற வேண்டிய கடமைகளை நினைவு படுத்திக் கொண்டேன். வங்கிக் கணக்கில் மாதுரி பெயர்தான் 'நாமினி'யாய் உள்ளது. வைப்பு நிதியும் அவள் மற்றும் குழந்தைகள் பெயரில். ஆகையால் பிரச்னை இருக்காது. எங்கள் வீடு வங்கியில் கடன் பெற்று என் பெயரில் வாங்கியது. உயில் எழுதத் தேவையில்லை.

நாளை காலை பதினொன்றிலிருந்து பதினொன்றரை மணிக்குள் உயிரை மாய்த்துக்கொள்வதாய் முடிவு செய்தேன். நாளைக்கு வியாழக்கிழமை பணி தினம். எங்கள் அலுவலகத்தில் அனைவரும் இருப்பார்கள்... மாதுரிக்கு தேவையான உதவி செய்வார்கள்.

இரவு உணவு இறங்கவில்லை. ரேடியோவில் பாடல் ஒலித்துக் கொண்டிருந்தது... 'ஜென்மமெடுத்தேன்டா... அனுபவித்தேன்டா...' என்று. நான் அனுபவித்தது என்ன? வாழ்க்கையை அனுபவிப்பது என்றால் என்ன? சாப்பிடுவது.. உறங்குவது.. படித்து முடித்து வேலை தேடிக் கொள்வது.. திருமணம் முடித்து குழந்தைகள் பெற்றுக் கொள்வது.. இவைதானா அந்த அனுபவம்? நான் வாழ்ந்திருந்த காலத்திலாவது வாழ்க்கையை வாழ்க்கையாய் வாழ்ந்திருக்கிறேனா? வாழ்க்கையில் எதுவுமே அனுபவிக்க வில்லையோ நான்? அப்படித்தான் தோன்றியது. என்னைப் போல் நிறையப் பேருக்கு வாழ்க்கையை அனுபவிப்பது எப்படி என்பது தெரியாதென நினைக்கிறேன். எல்லாமே 'ரொட்டீன்...' இயந்திரமாய் அந்தக் கணத்தில்.. அந்த நிமிடத்தில்... அந்தப் பணியில்.. மனதார ஈடுபட்டு.. லயித்து ஐக்கியமாகி... என்றாவது... எவ்விஷயத்தையாவது அனுபவித்திருக்கிறேனா... அம்மாதிரியான ஒரு பரமார்த்தமான உணர்வுகள் அனுபவித்ததுண்டா?

இத்தனை காலமும் எவ்வளவு அர்த்தமற்ற நாட்கள்! இந்த விஷயம் நினைவில் வர... மிகவும் வருத்தமாக இருந்தது. நான் மட்டும்தான் இப்படியா? சொல்லப்போனால் எவராவது நிஜமாய் வாழ்ந்து கொண்டிருக்கிறார்களா? வாழ்க்கை என்பது எவ்வளவு அற்புதமானது? ஆனால் எவ்வளவு அற்பமாய் அதைக் கழிக்கிறார்கள்..?

குழந்தைகளின் அறைக்கு வந்தேன். பையன் தூங்கிக் கொண்டிருந்தான். ஸ்வப்னா படித்துக் கொண்டிருந்தாள்.

"இன்னும் தூங்கலயாம்மா?"

"இல்லேப்பா. நாளைக்கு டெஸ்ட் இருக்கு..."

கட்டிலில் அவளருகில் உட்கார்ந்து நெற்றியில் விழுந்த அவள் கூந்தலைச் சரிசெய்தேன். அழகாய் சந்தோஷமாய்ச் சிரித்தாள் அவள்.

"என் மேல் உனக்குக் கோபம் இல்லயாம்மா?"

"எதுக்கு கோவம்பா? நீங்க ரொம்ப நல்ல அப்பா. ஆனா அம்மா அப்பப்ப அழறப்பதான் மனசுக்கு ரொம்ப கஷ்டமா இருக்கு. அம்மாவை அழவைக்காதீங்கப்பா..."

"அப்படியேம்மா. இனிமேல் அம்மாவை அழவிடமாட்டேன்... சரிதானா... நாளைக்கு ஒரு நாள்தான். அப்புறம் நம்ம பிரச்னையெல்லாம் சரியாயிடும்மா..."

"நாளைக்கு என்ன நடக்கப் போறதுப்பா...?" ஆவலுடன் கேட்டாள் குழந்தை.

தப்பாய்ப் பேசிவிட்டோம் எனத் தோன்றியது. என் தற்கொலை ஒரு விபத்து போல்தான் அமைய வேண்டுமே தவிர திட்டமிட்டதாய்த் தெரியவே கூடாதே...

"நாளையிலிருந்து அம்மாவிடம் முன்பு போல் அன்பாய் இருப்பேன்னு சொல்றேம்மா."

"ஆமாம்பா. அம்மாவைப் பார்த்தீர்களா... எப்பவும் கவலைப் பட்டுட்டே இருக்கறதால ரொம்ப இளைச்சிப் போயிருக்காங்க. இப்பல்லாம் எடுத்ததுக்கெல்லாம் எரிச்சல் படறாங்க. பாவம் அம்மா..."

ஸ்ரீஹர்ஷாவின் பக்கத்தில் அமர்ந்து உடம்பெங்கும் தடவிக் கொடுத்தேன். பீறிட்ட கண்ணீரை உள்ளேயே நெட்டித் தள்ளினேன்.

"நம் வீட்டில் எனக்கடுத்து நீதானே பெரியவள்.. தம்பியை பத்திரமா பார்த்துக்க.. அவனை அடிக்கக் கூடாது... என்ன?"

"இல்லப்பா... அடிக்க மாட்டேன்... அவன்தான் ஏதோ ஒரு சாக்கு வச்சு எப்பவும் சண்டை போடறான்..."

"போகட்டும்மா. உன்னைவிட சின்னவன் இல்லையா. அக்கான்னா அம்மாவுக்குச் சமம்.."

ஸ்வப்னா அழகாய்ச் சிரித்தாள்.

"சரிப்பா. அவன் என்ன சொன்னாலும் நான் அவனுடன் சண்டை போடமாட்டேன். பிராமிஸ்..."

"குட் கேர்ள்..." சிரித்தபடி சொன்னேன். "அப்புறம்.. நல்லாப் படிக்கணும். அம்மா மனம் கோணாதபடி நடந்துக்கணும்."

"சரிப்பா..." என்றபடி புத்தகத்தைத் திறந்தாள்.

அறையை விட்டு வெளியில் வந்தேன்.

மாதுரி ஹாலில் இல்லை. எங்கள் அறைக்குச் சென்று பார்க்க... கட்டிலில் படுத்திருந்தாள்.

மிகவும் பதற்றமாக இருந்தது எனக்கு. வெறுமை... பொறுமையின்மை... இருப்புக் கொள்ளாத் தன்மை. டிவி வைத்தேன். பாட்டு ஓடிக்கொண்டிருந்தது. ரிமோட்டை அழுத்தி வேறு சேனல்... அங்கிருந்து இன்னொரு சேனல்... பொறுமை அடியோடு பறிபோன நிலை.

வாழ்க்கையின் தப்பிதங்களினின்று தப்பித்துக்கொள்ள ரிமோட் ஏதேனும் இருந்தால் நன்றாக இருக்கும். ரிமோட் பயன்படுத்தி சேனலை மாற்றுவதுபோல ஒரு வாழ்க்கையிலிருந்து இன்னொரு வாழ்க்கை... ஒரு அனுபவத்திலிருந்து இன்னொரு அனுபவத்திற்கு...

தவறுகள் இல்லாத வாழ்க்கை... தப்புகளே செய்யாத வாழ்க்கை...

டிவி—9ல் ஒரு பேட்டி ஓடிக் கொண்டிருந்தது.

'எய்ட்ஸ் பூதத்தை தன் கைப்பிடிக்குள் அடக்கி வெற்றியாளராக மாறிய பெண்ணுடன் பேட்டி...' எனக் கேட்டதும் அங்கேயே நின்றுவிட்டேன்.

எய்ட்ஸ் விஷயத்தில் வெற்றியாளர் எனும் சொல்லே நம்ப முடியாமல்... மரணம் தவிர மற்றொரு கதியில்லாத எய்ட்ஸ் விஷயத்தில் தோல்வி தவிர வெற்றி கூடவா..?

கலவரமும் பீதியும் கலந்த உணர்வுகளுடன் சோபாவில் அப்படியே உறைந்து போனேன்.

பேட்டி காண்பவர் பேசிக் கொண்டிருந்தார்.

"இத்தலைமுறையில் நாம் எதிர்கொள்ளும் மூன்று பயங்கரமான அம்சங்களில் இரண்டு உலக யுத்தம் எனக் கொண்டால் மூன்றாம் அம்சம் எய்ட்ஸ். படிப்பறிவு இல்லாவிட்டாலும் மன உறுதி மற்றும் கடினமான பயிற்சி மூலம் எய்ட்ஸ் எனும் உயிர்கொல்லி நோயுடன் போராடி ஜெயித்த நாகமணி அவர்களைக் குறித்து இப்போது தெரிந்து கொள்ளலாமா...

"...... வணக்கம் நாகமணி அம்மா..."

புகைப்படக் கருவிகள் அனைத்தும் ஒரு பெண்ணின் மீது குவிந்தன. "வணக்கம்..." எனக் கை கூப்பினாள் அவள்.

அவளை உற்றுப் பார்த்தேன். முப்பது வயதுக்குள்தான் இருக்கும். பார்த்த மாத்திரத்தில் ஒரு ஒளி தென்பட்டது அவள் முகத்தில். புன்னகையில் வெற்றியின் உவகை. முகத்தில் ஆழ்ந்த தன்னம்பிக்கை.

மிகவும் ஆரோக்கியமாய்த் தெரிகிறாள். இவளுக்கு எய்ட்ஸா? இளைத்துத் துரும்பாகியிருந்த என் உடம்பைக் குனிந்து பார்த்துக் கொண்டேன். ஜீவனிழந்த என் முகம் மனதில் வந்தது. எனக்குத்தான் எய்ட்ஸ்.. அவளுக்கல்ல.

"உங்களைப் பற்றிய முக்கியமான தகவல்களைச் சொல்வீர்களா?"
— பேட்டி காண்பவர்.

"என் புருஷன் லாரி கிளீனராக இருந்தார். கல்யாணத்துக்கு முன்பே அவருக்கு ஹெச்ஐவி இருந்திருக்கு. கல்யாணமான ஐந்து வருடங்கள் கழித்து எய்ட்ஸ் வந்து இறந்துவிட்டார். அவர் மூலம் எனக்கும் என் குழந்தைக்கும் அந்த வியாதி தொற்றிக்கொண்டது. என் பிள்ளையும் எய்ட்ஸால்தான் செத்துப்போனான். பாசிடிவ் பீபுள்ஸ் கேர் சென்டரில் சேர்ந்ததால் நான் இன்னும் பிழைச்சிருக்கேன்."

"உங்களுக்கு வியாதியை ஒட்ட வைத்த உங்கள் கணவர் மீது கோபம் வரவில்லையா?"

"வராமல் இருக்குமா? அவர் படிக்காதவர். எய்ட்ஸ் போன்ற வியாதிகள் குறித்த கவனம் அவருக்கிருக்க வாய்ப்பில்லை. ஆனால் படித்தவர்கள் நிறையபேர் அவர்களுக்கு ஹெச்ஐவி இருப்பது தெரிந்தும் அதை மூடி மறைத்து திருமணம் செய்துகொள்கிறார்கள். வியாதி முற்றி வெளிப்படையான பின் பழியை அபாண்டமாய் மனைவிமேல் போடுபவர்களை அதிகம் காணலாம். அப்படிப் பட்டவர்களை நினைத்தால் ஆத்திரம் பொங்குகிறது. என்னைப் போன்ற அப்பாவிப் பெண்கள் எத்தவறும் செய்யாமலே இது போன்ற வியாதிகளுக்கு பலியாகிக் கொண்டிருக்கின்றனர். இதெல்லாம் நடக்காமல் தடுக்க வேண்டுமென்றால் அதற்கு ஒரே வழி... திருமணத்திற்கு முன் கண்டிப்பாய் ஹெச்ஐவி டெஸ்ட் செய்துகொள்ள வேண்டும். அரசாங்கம் அதைச் சட்டமாகவே அமல்படுத்த வேண்டும். அப்படிச் செய்வதன் மூலம் என்னைப் போன்ற ஏராளமான பெண்களின் வாழ்வு நாசமாவதைத் தடுக்க முடியும். சித்ரவதை எனும் படுகுழியில் விழுவதிலிருந்து அவர்களைக் காப்பாற்ற முடியும்."

"உங்களுக்கும் உங்கள் கணவருக்கும் இந்த வியாதி இருப்பது தெரியவந்தபோது உங்களுக்கு என்ன தோன்றியது?"

"என் புருஷனுக்கு எய்ட்ஸ். எனக்கு ஹெச்ஐவி பாசிடிவ். இந்த உண்மை தெரிந்ததும் மிகவும் வருத்தமாகவும் பயமாகவும் இருந்தது. இச்சமூகம் எங்களை விலக்கி வைத்தது. புழுவை விட ஈனமாய்ப் பார்த்தது. துரத்தித் துரத்தியடித்தது. மக்களிடையே இந்த வியாதி தொடர்பான விழிப்புணர்வின் தேவை இன்று மிக அதிகமாய் உள்ளது. ஹெச்ஐவி பாசிடிவ் தாக்கி பாதிக்கப்பட்டவர்கள் தீண்டாத்தகாதவர்கள் அல்லர். சமூகம் எப்போது இவர்களை சக மனிதர்களாய் பாவித்து ஆதரவு காட்டுகிறதோ அப்போதுதான் வியாதியால் அவதிப்படும் ஒவ்வொரு நோயாளியும் தைரியமாய் வெளிப்படையாய் அவர் ஹெச்ஐவி பாசிடிவ் எனச் சொல்லிக் கொள்ள முன் வரமுடியும். ஆனால் மாறவேண்டியது இன்னும் நிறைய இருக்கிறது."

"உங்கள் உடல்நிலை இப்போது எப்படி இருக்கிறது?"

"நீங்கதான் பார்த்திட்டிருக்கீங்களே? நான் எல்லோரையும் போல் எல்லா வேலைகளும் செய்கிறேன். முறையான பயிற்சி... மன அமைதி... சத்தான ஆகாரம்.. ஆண்டி ரிட்டோ வைரஸ் மருந்துகள்.... சக மனித ஆதரவு... இவை எல்லாவற்றின் மூலம் எய்ட்ஸ் நம் வழியில் வராமல் காத்துக் கொள்ளலாம். வாழும் காலத்தை நீட்டித்துக் கொள்ளலாம். புத்துணர்ச்சியுடன் வாழலாம். எல்லாவற்றையும் விட முக்கியமாய் சமூகத்திற்குப் பயனுள்ள வகையில் வாழ்க்கையை அமைத்துக் கொள்ள முடியும்..."

"ஹெச்ஐவியால் பாதிக்கப்பட்டவர்கள் அதை வெளியில் சொல்லத் தயங்குவதன் காரணம் சமூகம் அவர்கள் மேல் திணிக்கும் அவநம்பிக்கையும் புறக்கணிப்பும்தானா?"

"அதுவும் ஒரு காரணம். சமூகம் விலக்கி வைப்பது அந்நோயாளிகளுக்கு மட்டுமே ஒரு தண்டனையாகிறது. என் விஷயத்தையே எடுத்துக் கொள்ளுங்கள். எனக்கு ஹெச்ஐவி இருப்பது தெரிந்ததும் என்னைக் கூலி வேலைக்கு அமர்த்திக் கொள்ள எல்லோருமே மறுத்து விட்டனர். வீட்டு வேலைக்கு வைத்துக்கொள்ளவும் எவருமே முன்வரவில்லை. ஒரு வேளை கஞ்சிக்கே பஞ்சமாகிவிட வேறு வழியின்றி கையேந்திப் பிழைக்கத்

தொடங்கினேன். இப்போது பாசிடிவ் பீபுள்ஸ் கேர் சென்டர் ஆதரவு எனக்குக் கிடைத்திருப்பதால் எனக்கு ஹெச்ஐவி இருப்பதை தைரியமாய் வெளி உலகுக்கு அறிவிக்க முடிகிறது. அரசாங்கம் ஹெச்ஐவி நோயாளிகளின் பொருளாதாரச் சிக்கல்கள் குறித்து ஆலோசித்துப் பார்க்க வேண்டும். சமீபத்தில் நம் மாநில உயர்நீதி மன்றம் மிகவும் பரபரப்பான தீர்ப்பு ஒன்றை வெளியிட்டுள்ளது. ஹெச்ஐவி இருப்பது தெரியவரும் மாத்திரத்தில் வேலையில் இருப்பவர்களை பணி நீக்கம் செய்யும் அதிகாரம் கிடையாதென்பதே அது. இவ்வாறான சட்டங்கள் இன்னும் நிறைய வரவேண்டும். தீண்டாமை சட்ட ரீதியாய் குற்றமெனக் கருதப்படுவதுபோல் எய்ட்ஸ் நோயாளிகளின் பால் காட்டும் பாரபட்சம் குற்றப் பட்டியலில் சேர்க்கப்பட வேண்டும்..."

"பொருளாதார ரீதியிலான மேல்தட்டு மக்கள் தங்களுக்கு ஹெச்ஐவி இருப்பதை அறிவித்த சந்தர்ப்பங்கள் உண்டா?"

"பொருளாதார ரீதியாய் மட்டுமல்ல. சமூக ரீதியாய் உயர்ந்த அந்தஸ்த்தில் இருக்கும் நபர்கள் உண்மையை வெளிப்படுத்தி எடுத்துக்காட்டாய் நின்ற தருணங்கள் நிறையவே உண்டு. நெல்சன் மண்டேலாவின் மகன் மரணமடைந்த போது தன் பிள்ளையைப் பலி கொண்டது எய்ட்ஸ்தான் என வெளிப்படையாய் அறிவித்தார் அவர். எய்ட்ஸ்கூட மற்ற எல்லா வியாதிகளையும் போன்றதுதான் என்பதை உலகிற்குத் தெரியப்படுத்த வேண்டுமென்றால் எய்ட்ஸ் காரணமாய் இறந்து போன நம் உறவினர்கள், நண்பர்களைக் குறித்து மறைத்து வைக்கக் கூடாது என்று பத்திரிகையாளர் சந்திப்புக்கு ஏற்பாடு செய்து அக்கூட்டத்தில் வெளிப்படுத்தினார். ஜாம்பியா ஜனாதிபதி கென்னத் கௌண்டா கூட தன் மகன் எய்ட்ஸால் இறந்து போனதாய் அறிவித்தார்..."

"தாங்கள் சார்ந்துள்ள பாசிடிவ் பீபுள்ஸ் கேர் சென்டர் குறித்து விவரமாய்க் கூறுங்கள்..." என்ற கோரிக்கை முன் வைக்கப்பட்ட போது அதற்கு அழகாய் பதில் கூறினாள் நாகமணி.

"முதலில் தப்பே செய்யாதீர்கள். திருமணத்திற்கு முன் உடலுறவு ஜோலிக்கே போகாதீர்கள். வாழ்க்கைத் துணைவி அல்லது துணைவருக்கு விசுவாசமாய் இருங்கள். அப்படி நடந்து கொள்ளாதவர்கள் குறைந்தபட்சம் பாதுகாப்பு முறைகளை மேற்கொள்ளுங்கள். வியாதி வந்துவிட்டதோ எனும் சந்தேகத்திற்கு

வாய்ப்பிருக்கும் பட்சத்தில் அதை நினைத்து நினைத்துக் குமைந்து போகாமல் ஹெச்ஐவி டெஸ்ட் செய்து கொள்ளுங்கள். அது பாசிடிவ் என வந்தால் ப்ளட் டெஸ்ட் செய்து உறுதியாய்த் தெரிந்து கொள்ளுங்கள். வியாதி இருப்பது தெரிய வந்தால் அதைரியத்திற்காளாக வேண்டாம். ஹெச்ஐவி இருப்பதை தைரியமாய் வெளிப்படுத்தி அந்நோயுடன் போராடுங்கள்...”

“வெஸ்டன் பிளட் டெஸ்ட் கண்டிப்பாய் செய்து கொள்ள வேண்டுமா?”

“ஆமாம். ஹெச்ஐவி ரிப்போர்ட் பாசிடிவ் என்று வந்தால் அவர்கள் கண்டிப்பாய் அந்த டெஸ்ட் செய்து கொள்ள வேண்டும். ஒவ்வொரு சமயம் ரிப்போர்ட் தப்பாகக்கூட இருக்கலாம். நாணய மிகுந்த செயல்முறைகளை மேற்கொள்ளாத உத்தரவாதமற்ற பரிசோதனை மையங்களில் டெஸ்ட் செய்து கொண்டால் தவறான ரிப்போர்ட் வரும் வாய்ப்புண்டு. சில சமயம் தவறான பாசிடிவ் வரலாம். ஆனால் ஹெச்ஐவி இல்லாமல் போகலாம்...”

எனக்கு எரிச்சலாக இருந்தது. தொடர்ந்து கேட்கப் பொறுமை இல்லை. மிகவும் பலவீனமாய் நிராசையாய் உணர்ந்தேன். டிவியை அணைத்துவிட்டேன்.

சொல்வது மிக எளிது. அனுபவிப்பவர்களுக்கு தானே தெரியும்? பேசுபவர்களுக்கென்ன... தெருவில் பிச்சையெடுக்கும் நிலைமை. தனக்கு ஹெச்ஐவி இருப்பது வெளியில் சொல்லும் மாத்திரத்தில் நஷ்டமேதும் ஏற்படப்போவதில்லை. பாசிடிவ் பீபுள்ஸ் கேர் சென்டர் போன்ற தொண்டு நிறுவனங்கள் அடைக்கலம் அளிக்கின்றன. மருந்துகள், சத்தான உணவு போன்றவை இலவசமாய்க் கிடைக்கின்றன.

ஆனால் என்னால் அப்படிச் செய்ய முடியுமா? சமூகத்தில் எனக்கென ஒரு மதிப்பும் மரியாதையும் உண்டு. அருமையான மனைவி மக்கள் உள்ளனர். ஊர் உலகத்திற்கு என்னைப் பற்றித் தெரிய வந்தால் என் கௌரவம் என்னாவது? என் பிள்ளைகள் தலை நிமிர்ந்து நடக்க முடியுமா... என் மகளுக்குக் கல்யாணம் நடக்குமா? மானமே காற்றில் பறந்த பின் வாழ்ந்து என்ன பயன்?

என் அறைக்கு வந்தேன்.

மாதுரி... மறுபக்கம் திரும்பிப் படுத்திருந்தவள்... பெண்மை, மென்மை, தாய்மை, இனிமை, நளினம், காதல், பாசம், பந்தம் இப்படி எல்லாமே சம பங்கில் கலந்து இவளை உருவாக்கியிருக்கிறான் பிரம்மன்.

செத்துப் போகுமுன்பாவது மாதுரியிடம் உண்மையைச் சொல்லிவிட வேண்டுமெனும் எண்ணம்... உன் மீதான என் அன்பு எல்லையற்றது எனக் கதறும் விழைவு... நான் தப்பு செய்து விட்டேன் எனக் குமுறும் தவிப்பு... தன்னிரக்கத்துடன் எனக்கு நானே தண்டனை விதித்துக் கொள்ளத் தீர்மானித்திருப்பதை அவளிடம் வெளிப்படுத்தும் தாபம்...

இப்படிச் செய்வதால் மாதுரி என்னை மன்னித்து விடுவாளா? ஜீவச்சவமாய் வாழ்வதை விட மடிந்து போவதே மேல்... கௌரவமிகு மரணம்... விபத்துகள் மூலம் இறந்துபோனால் அனுதாபம்... அதே எய்ட்ஸால் மரணித்தது தெரிந்தால்... ஐயோ...

எல்லாவற்றையும் கொட்டி கடிதம் எழுதி வைத்தால்...? அப்படியானால் பத்து பேருக்குத் தெரியும் வாய்ப்பை நானே அமைத்துக் கொடுப்பதாய் ஆகிவிடாதா...? மாதுரியின் கைக்குக் கிடைப்பது போல் பதிவுத் தபாலில் அனுப்பினால்... அந்த ஆலோசனை கூடப் பிடிக்கவில்லை எனக்கு. மாதுரி இப்படியே என்னை அருவருத்துக் கொண்டே இருந்தால் நல்லது... விரைவில் என்னை மறந்து விடுவாள்.

உறக்கம் வரவில்லை. ஆலோசனைகள்... பால்யத்திலிருந்து இக்கணம் வரை நடந்த நிகழ்ச்சிகள்... இனிய நினைவுகள்... கசப்பு அனுபவங்கள்...; என்னவெல்லாம் சாதிக்க நினைத்திருந்தேன். ஸ்வப்னாவை டாக்டராக வேண்டுமென்று... ஸ்ரீஹர்ஷாவை கலெக்டராக்க வேண்டுமென... எல்லாக் கனவுகளும் நொறுங்கிப் போய்....

நாளைக்கு நான் எதிர்சென்று அணைத்துக் கொள்ளப் போகும் மரணத்தை நினைக்கும்போது அச்சமேற்பட்டது. அப்படியென்று வாழ்க்கையைத் தொடர நினைப்பது. அதற்கும் மேலாய்க் கலவரமூட்டுகிறது. எது அதிக அளவில் கலவரப்படுத்துகிறதென யோசித்துப் பார்த்தேன். நிச்சயமாய் வாழ்க்கைதான் அதிகமாய்ப் பயமுறுத்துகிறது. எய்ட்ஸ் என்பது ஊருக்குத் தெரிந்த பின் வாழ்க்கை கண்முன்னான கொடிய விபத்தாய்...

மாதுரியை இறுதியாய் ஒரு முறை அணைத்துக்கொள்ள வேண்டுமெனும் ஏக்கம்... ச்சீ... என்று அருவருத்தபடி விலக்கித் தள்ளிவிடுவாளோ எனும் பயம்...

எத்தனை வித பயங்கள் என் வாழ்க்கையை ஆளுமை செய்தபடி

காலையில் குழந்தைகள் பள்ளிக்கூடம் புறப்பட்டனர்.

"போய்ட்டு வரோம்பா...."

அவர்கள் அருகில் சென்று இருவரையும் கண் நிறையப் பார்த்தேன். ஸ்ரீஹர்ஷாவை இழுத்து நெஞ்சோடு பொத்திக் கொண்டேன்.

"விஷமம் செய்யாமல் நல்லா பிள்ளையாய் நடந்துக்கணும். அம்மாவையும் அக்காவையும் பாடாய்ப் படுத்தக் கூடாது; சமத்தா இருக்கணும், என்ன?"

"சரிப்பா..."

இருவரும் டாடா காட்டினர். "பை...!"

'இதுதாண்டா நான் உங்களைக் கடைசியாய் பார்ப்பது. உங்களை விட்டு நிரந்தரமாய்ப் பிரியப் போறேன்டா...'

என் டிபன் பாக்ஸை மேஜை மீது வைத்த மாதுரி என்னை ஒரு மாதிரியாய்ப் பார்த்தாள்.

சட்டெனப் பொங்கிய கண்ணீரை நான் மறைத்துக்கொள்ளத் தேவையின்றி மறுபடியும் என் பக்கம் திரும்பாமலே சென்று விட்டாள் அவள்.

'போய்ட்டு வரேம்மா. என் இறுதிப் பயணத்தின் ஒரே ஆறுதல் உன் அன்புதான். உன்னை மிகவும் நோகடித்து விட்டேம்மா. என்னை மன்னித்து விடு. மரணிக்கும் கணம் வரை எனக்கு உன் ஞாபகம்தான். உன் தியானம்தான். வாழ்நாள் முழுவதும் துணை யிருப்பேன் என வாக்கு கொடுத்து உன்னைத் தனியே தவிக்கவிட்டுப் போகிறேன். நான் என் தப்புக்கு தண்டனை விதித்துக் கொண்டிருக் கிறேனா அல்லது எஞ்சிய வாழ்க்கையில் உனக்கு தண்டனை தருகிறேனா, தெரியவில்லை. உன்னிடம் மன்னிப்பு கோரும் தகுதிகூட எனக்கில்லை. பாசமும் நேசமும் மன்னிப்புக்கு மறுபெயரென்றால் நீ என்னை மன்னித்து விடுவாய் எனும் நம்பிக்கையுடன் விடை பெறுகிறேன்....'

மனதுள் முனகிக் கொண்டேன். கண்ணீர் அருவியாய்க் கொட்டியது. பத்தரை மணி வரை வீட்டிலேயே நேரம் கடத்தினேன். எனக்கு நன்கு பழக்கமான பிரியமான ஒவ்வொரு அங்குலத்தையும் தொட்டுப் பார்த்து... ஒவ்வொரு இடத்தையும் தடவிக் கொடுத்து... இனிய ஞாபகங்களாய்ப் பத்திரப்படுத்திய ஒவ்வொரு பொருளையும் ஆசையுடன் பார்த்து... சுவரில் இருந்த குழந்தைகளின் புகைப் படங்களைப் பாசமாய் வெறித்து...

அலுவலகத்திலிருந்து தொலைபேசி அழைப்பு...

அன்று வரப்போவதில்லையென்றும் லீவு லெட்டர் அனுப்பி வைப்பதாகவும் சொன்னேன்.

இரு நிமிடங்கள் கடக்குமுன்பே நவீனாவிடமிருந்து அழைப்பு. “உடம்பு சரியில்லையா சார்..?” அக்குரலில் உண்மையான கரிசனம் தெரிந்தது.

இந்தப் பெண்ணை காரணமேயின்றி எத்தனை முறை கரித்துக் கொண்டிருக்கிறேன்? எப்படியும் இன்னும் ஒரு மணி நேரத்தில் இவ்வுலகை விட்டே போகப்போகிறேன் அல்லவா... அவளிடம் அன்பாய்ப் பேசினால் என்ன....

‘இல்லே நவீனா. கொஞ்சம் வேலை இருக்கு...’ மென்மையாய்க் கூறினேன்.

“கேர்ள்பிரெண்டுடன் அப்பாயிண்ட்மெண்டா?” குறும்பு தெறித்தது அவ்வார்த்தைகளில்.

“இல்லை. மரணத்துடன்தான் அப்பாயிண்ட்மெண்ட்” வலியுடன் நினைத்துக் கொண்டேன்.

நான் பேசாமலிருக்கவே அவளே மீண்டும் பேசினாள்.

“சாரி சார். இப்படிப் பேசுவது எனக்குப் பழக்கமாயிட்டது. உங்களுக்குக் கோபம் வந்திருந்தால் மன்னிச்சுடுங்க சார்... நான் சொல்றேன்னு தப்பா நினைக்காதீங்க. சந்தோஷமா இருங்க சார். கொஞ்ச நாளா ஏதோ டென்ஷனாவே தெரியறீங்க. இளைச்சுட்டீங்க. கறுத்துப் போய்ட்டீங்க கூட... கிளாமர் பாய் போலிருந்த நீங்க ஏன் இப்படி ஆயிட்டீங்க? உங்களைக் கேட்பதும் சரியாப் படலே எனக்கு. உங்களை விடச் சின்னவள் நான். ஆனாலும் சொல்றேன் சார். எவ்வளவு பெரிய பிரச்னைகளுக்கும் தீர்வுங்கறது உண்டு சார். அதன் நுனி கிடைத்தால் போதும். பி ஹாப்பி சார்...”

ஆம்.... தீர்வைக் கண்டு பிடித்துவிட்டேன். மரணம்...! இன்னும் சில நிமிடங்களில்...

"தாங்க்யூ. உன்னை நிறைய தடவை திட்டியிருக்கேன். எரிச்சல் பட்டிருக்கேன். ஏதோ டிப்ரெஷன். தப்பா நினைக்காதே...."

"பரவாயில்லே சார். நீங்க இப்படிப் பேசுவதுதான் வருத்தமா இருக்கு. நான் உங்க வெல்விஷர் சார். மறந்துடாதீங்க..."

"சிவில் எக்ஸாமுக்குத் தயாராயிட்டிருக்கயா? இந்த தடவை நிச்சயம் கிடைத்துவிடும். இது மூன்றாம் முறை இல்லையா?"

"ஆமாம் சார். சென்ற முறை இண்டர்வியூ வரை போய் தேர்வாகாததால் மிகவும் விரக்தியாக இருந்தது. அதனால் இம்முறை இன்னும் வெறியுடன் படிச்சிட்டிருக்கேன். கண்டிப்பா தேர்வாயிடுவேன். நினைத்ததைச் சாதிக்கும்வரை விடப்போவது இல்லை. பிடிவாதக்காரி சார் நான்..." சிரித்தபடி சொன்னாள்.

"ஆல் த பெஸ்ட் நவீனா. கலெக்டரானப்புறம் எங்களை எல்லாம் மறந்துடமாட்டியே...?"

நேரம் பார்த்தேன். பத்து நாற்பது.

ஸ்கூட்டரை வெளியில் எடுத்தேன்.

இலக்கில்லாப் பயணம். இல்லை.. இல்லை.. என் இலக்கு இறப்பு!

தில்ஷுக் நகர் தாண்டி... வனஸ்தல்லிபுரம் கடந்து.. நடந்து நடந்து.. மனதில் வேறொரு சிந்தனை வரவிடவில்லை. வாழ வேண்டுமெனும் சபலத்திற்கு... நப்பாசைக்காளாகி விடுவேனோ எனும் பயத்துடன் நடந்தேன்.

ஒரே ஒரு ஆலோசனை.... சிந்தனை — மரணம்!

ராமோஜி ஃபிலிம்சிடி சாலையைக் கடந்தேன். எதிரில் லாரிகள் வேகமாய் வந்து கொண்டிருந்தன. எம வேகம்...? என் ஸ்கூட்டர் வேகத்தையும் அதிகரித்தேன். வேகமாய்... அதிவேகமாய். லாரி அருகில்... மிக அருகில் நெருங்கிக் கொண்டிருக்கிறது. இன்னும் அருகில்... என் மரணம் போல் நெருங்கிக் கொண்டிருக்கும் லாரி...

ஸ்கூட்டரை சற்றே வலது பக்கமாய்த் திருப்பினேன். ஒரு கணம்... ஒரே ஒரு கணம்... அவ்வளவுதான்... படீரென பிரம்மாண்டமான சத்தம்.

எங்கும் இருள்... பேரிருள்....

மெல்லக் கண் திறந்தேன். முதலில் எல்லாமே மங்கலாய்த் தென்பட்டன. இது சொர்க்கமா நரகமா? எதிரில் மாதுரி... சில கணங்களில் இன்னும் தெளிவாய்... மாதுரி. இங்கு எப்படி இவள்? எப்படி வந்தாள்? எப்போது வந்தாள்? கண்களில் நீருடன்... அழுது அழுது அவள் முகம் வீங்கிக் காணப்பட்டது. நான்தான் செத்துப் போய்விட்டேனே? என் ஆன்மாவுக்கு மாதுரி தெரிகிறாளா...?

திரும்பிப் பார்த்தேன். என் உறவினர்கள் கவலை படர்ந்த முகங்களுடன்...

கட்டிலில் என் காலடியில் ஸ்வப்னா... ஸ்ரீ ஹர்ஷா...

சுற்றிலும் பார்வையைச் செலுத்தினேன். எங்கள் படுக்கையறை இல்லை இது. மருத்துவமனை அறை.

சட்டென எழுந்திருக்கப் போனேன். என்னை யாரோ இரும்புச் சங்கிலியால் பிணைத்து விட்டாற்போல்... உடம்பு என் சுவாதீனத்தில் இல்லை. தலையில் கடுமையான வலி.. குத்தல். உடம்பெல்லாம் தீயில் பொசுக்கிக் கொண்டிருப்பது போல்...

"நான் பிழைத்தே இருக்கேனா?" கிணற்றிலிருந்து வருவது போல் என் குரல் எனக்கே கேட்காத வகையில்.. இக் கேள்வியைக் குறிப்பாக யாரிடமும் கேட்கவில்லை நான். என்னை நானே கேட்டுக் கொண்டேன்.

மாதுரி கட்டிலில் உட்கார்ந்து என் மார்பு மீது இரு கைகளையும் வைத்து "அபசகுனமாய்ப் பேசாதீங்க. ஆண்டவன் நம்மேல் கருணை காட்டியிருக்கிறார். நான்கு நாட்கள் ஐசியுவில் இருந்தீர்கள். அந்த நான்கு நாட்களும் எப்படிப்பட்ட நரகம் அனுபவித்தேன் தெரியுமா. வேண்டாத தெய்வம் இல்லை. நானும் குழந்தைகளும் மிகவும் அதிர்ஷ்டம் செய்தவர்கள்.. நீங்க நல்லபடி பிழைச்சு எழுந்துட்டீங்க." வாய் விட்டழுதாள்.

எனக்கு ஒரே குழப்பமாக இருந்தது. என்ன இது, இப்படி ஆகிவிட்டது? என் வியாதி எவருக்கும் தெரியாமலே இந்த உலகை விட்டுப் போய்விடவேண்டும் என்றல்லவா நினைத்திருந்தேன்...? இப்போது இப்படி மருத்துவமனையில் உடம்பெங்கும் கட்டுகளுடன்.

டாக்டர் வந்தார் இரு நர்ஸ்களுடன்...

"இப்ப எப்படி இருக்கு?" டாக்டர் கேட்டார்.

எது எப்படி இருப்பதாய்க் கேட்கிறார் டாக்டர் எனப் புரியவில்லை. வலி அதிகமாய் இருப்பதைச் சொல்லவா? மிகவும் குழப்பமாய் இருப்பதைச் சொல்லவா...? செத்துப் போகாமல் பிழைத்து விட்டதால் இனி எதிர்கொள்ளவிருக்கும் அதிபயங்கரமான விளைவுகளைக் குறித்த கலவரம் குறித்துச் சொல்லவா?

"எனக்குச் செத்துப் போகணும் போலிருக்கு டாக்டர்"

"வலி அதிகமா இருக்குன்னு நினைக்கிறேன். வலி தெரியாமல் இருக்க இன்ஜெக்ஷன் கொடுங்க சிஸ்டர்..."

"நோ டாக்டர். எனக்குக் கொஞ்சம் விஷம் கொடுங்க டாக்டர். வாழணும்னு இல்லே எனக்கு..."

நம்பமுடியவில்லை என்பதுபோல் என்னைப் பார்த்த டாக்டர் சிரித்தார்.

"பிரசவ வைராக்கியம் போல் ஆக்ஸிடெண்ட் வைராக்கியமா? கை கால் முறிவு... தண்டு வடம் பாதிப்பு போன்ற பெரிய பெரிய சங்கடங்கள் நேர்ந்து நீங்கள் இப்படிப் பேசினாலும் அர்த்தமிருக்கு யூ ஆர் வெரி லக்கி! அவ்வளவு பெரிய ஆக்ஸிடெண்ட் நடந்து உயிருக்கு ஆபத்தில்லாம தப்பியிருக்கீங்க. லக்கி ஃபெல்லோ...! நாங்க டாக்டரெல்லாம் ரொம்ப சிரமப்பட்டு ரெண்டு ஆபரேஷன் செய்து உங்களைப் பிழைக்க வைத்திருக்க... நீங்க என்னடான்னா செத்துப் போகணும் போலிருக்குன்னு சொல்றீங்க..." கோபமும் ஆதங்கமுமாய்க் கூறிய டாக்டர் நர்ஸ் பக்கம் திரும்பி... "அடுத்த ஆபரேஷனுக்கு தயார் பண்ணுங்க" என உத்தரவிட்டு வெளியேறினார்.

எனக்கு இரண்டு ஆபரேஷன் செய்திருக்கிறார்களா? நான் அதிர்ஷ்டக்காரனா? உயிர் பிழைத்ததை அதிர்ஷ்டமென்கிறார்களா இவர்கள்? பைத்தியக்காரர்கள். நான் பிழைத்ததுதான் பெரிய துரதிர்ஷ்டம். எனக்கு எய்ட்ஸ் எனத் தெரிந்தால் என்னை 'லக்கி ஃபெலோ' என்பாரா இந்த டாக்டர்....?

திடீரென எனக்கு ஒரு விஷயம் ஞாபகம் வந்தது. அறுவைச் சிகிச்சைக்கு முன் ரத்தப்பரிசோதனை செய்திருப்பார்கள் அல்லவா? எனக்கு எய்ட்ஸ் இருக்கும் சங்கதி இந்நேரம் டாக்டர்களுக்கெல்லாம் தெரிய வந்திருக்குமே? பின் 'லக்கி

ஃபெலோ' என எப்படிச் சொன்னார்? ரத்தப் பரிசோதனை செய்யாமலே அறுவை சிகிச்சை செய்திருப்பார்களா? எமர்ஜென்சி கேஸ் அல்லவா... அப்படித்தான் இருக்க வேண்டும்.

என்னைச் சித்ரவதை செய்யும் சந்தேகம். என் மூளையைப் பிடுங்கும் பீதி...

என்னவோ சொல்லிக் கொண்டிருந்தாள் மாதுரி. எதுவும் கேட்கவில்லை எனக்கு. ஸ்வப்னா 'அப்பா' என்றது தெரிகிறது... அடுத்து என்ன சொன்னாளெனத் தெரியவில்லை. எனக்கு ரத்தப் பரிசோதனை செய்தார்களா இல்லையா? இந்தப் புள்ளியில்தான் என் எண்ணங்கள் சுற்றிச் சுற்றி வந்தன. பொறுமையின்மை.. எரிச்சல்...

"அந்த டாக்டரைக் கூப்பிடுங்கள். நான் பேசணும்"

"இப்பதானே போனார் அவர். இன்னும் ஒரு மணியில் உங்களுக்கு இன்னொரு ஆப்ரேஷன் செய்யப் போகிறார்கள். அதற்கான ஏற்பாடுகள் செய்யச் சொன்னாரே..." என்றாள் நர்ஸ்.

"இல்லை. இப்பவே அவரிடம் பேசியாகணும் நான்."

"என்ன விஷயம்னு சொல்லுங்க. டாக்டர் ரவுண்ட்சில் இருப்பார்."

"அதெல்லாம் எனக்குத் தெரியாது. நீங்க அவரைக் கூப்பிடப் போறீங்களா இல்லையா?" எரிச்சலுடன் குரல் உயர்த்தினேன்.

அந்த நர்ஸ் என்னை கலவரத்துடன் பார்த்தாள்.

"தலையில் பட்ட அடியால் இருக்கலாம்..." என்று பக்கத்தில் இருந்த இன்னொரு நர்சை அர்த்தத்துடன் பார்த்தாள்.

"எனக்கு ஒண்ணும் புத்தி பேதலிக்கலே. நீங்க டாக்டரைக் கூப்பிடுங்க. உடனே பேசணும். இப்பவே. இந்த நிமிஷமே..." அறையிலிருந்த என் மனைவி... பிள்ளைகள்... உறவினர்கள் அனைவருமே என்னைத் திகைப்புடன் பார்த்தனர்.

அந்த நர்ஸ் வெளியில் ஓடினாள்.

மாதுரி சில்லென இருந்த என் நெற்றியில் கை வைத்துப் பார்த்தாள். அவள் விழிகளில் ஏகத்திற்குக் கலவரம். என் புத்தி பேதலித்து விட்டதோ என நினைக்கிறாளா... மூளை சேதமடைந்து விட்டது எனப் பயப்படுகிறாளா? இல்லை மாதுரி... என் ரத்தம்தான்

பாழாகிவிட்டது. பழுது பார்க்க முடியாதளவு பாழாகி விட்டது.

டாக்டர் வந்தார். அவர் முகத்தில் கவலை. "சொல்லுங்க குமார்." அருகில் வந்து நின்றார்.

"டாக்டர்... உங்களிடம் கொஞ்சம் தனியாய்ப் பேசணும். இந்த அறையில் உங்களையும் என்னையும் தவிர வேறு எவரும் இருக்கக் கூடாது." அவர் நெற்றியில் சுருக்கக் கோடுகள், ஏதோ யோசிப்பவர் போல்.

அறையை விட்டு வெளியேறுமுன் என்னை வியப்பாகவும் வேதனையுடனும் நோக்கினாள் மாதுரி.

அனைவரும் சென்றதும்... "யெஸ் குமார். இப்ப சொல்லுங்க..."

"ஆபரேஷனுக்கு முன் எனக்கு பிளட் டெஸ்ட் செய்தீர்களா?"

"செய்தோமோ... ஏன்..?"

"என்னென்ன டெஸ்ட் செய்தீர்கள்?"

"பொதுவாக எப்போதும் செய்யும் டெஸ்டுகள்தான். பிளட் ஷுகர்.. பிளட் குரூப்.. பிளட் கிளாடில் டைம்..."

இடைமறித்துக் கேட்டேன். "ஹெச்ஐவிகூடச் செய்தீர்களா?"

"இப்போதெல்லாம் ஆப்ரேஷன் செய்யும்முன் ஹெச்ஐவி டெஸ்ட் கட்டாயமாகிவிட்டது. அவ்வகையில் உங்களுக்கும் செய்தோம்."

என் இதயத்துடிப்பு பன்மடங்கு அதிகரித்தது. செய்தார்களா? ஐயோ.. நடக்கக் கூடாது நடந்து விட்டதே.. எந்த விஷயம் ஊருக்குத் தெரியக் கூடாதென்று வெகுவாய் ஜாக்கிரதைப்பட்டேனோ அது இப்போது வெட்ட வெளிச்சமாகி விட்டிருக்கிறது. என் மனைவி. என் பிள்ளைகள்... என்னென்ன அவமானங்களை எதிர்கொள்ள வேண்டி வருமோ? எத்தகைய இழிவுகளைச் சகித்துக் கொள்ள வேண்டி வருமோ?...

"அது சரி... ஏன் இப்படிக் கேட்கிறீர்கள்" என் மீது டாக்டருக்கு சந்தேகம் ஏற்பட்டிருக்கலாம்.

அக் கேள்விக்குப் பதில் சொல்லாமல் இன்னொரு கேள்வி கேட்டேன். "அந்த ரிப்போர்ட்டில் என்ன வந்தது?"

"ஏன்... நெகடிவ்தான்..." குழப்பத்துடன் கூறினார்.

"என்...ன...?" பெரிதாய்க் கத்திவிட்டேன். டாக்டர் உலுக்கி விழுந்தார். என்னைத் திகைப்புடன் பார்த்தார்.

"என்ன சொல்றீங்க டாக்டர். நிஜமாய் நெகடிவ்தான் வந்ததா...?" பீறிட்டெழுந்த ஆனந்தம். கூடவே ஐயமும்...!

"ஆமாம். ஏன்...?"

"அந்த ரிப்போர்ட்டை நான் பார்க்கலாமா?"

கட்டிலின் பின்புறம் மாட்டியிருந்த ஒரு பெரிய உறையிலிருந்து ரிப்போர்ட்களை வெளியில் உருவி அதினின்று ஒரு தாள் எடுத்து எனக்குக் காண்பித்தார்.

ஹெச்ஐவி...1 — நெகடிவ்

ஹெச் ஐவி...2 — நெகடிவ் என எழுதப்பட்டிருக்கிறது.

ஆளுயரத்திற்குப் பொங்கியெழுந்த சமுத்திர அலைகளென என்னுள் பரவசம்! எனக்கு ஹெச்ஐவி இல்லை. நான் ஹெச்ஐவி பாசிடிவ் கிடையாது. கிடையவே கிடையாது. மறுகணம் சந்தேகம். இந்த ரிப்போர்ட் சரிதானா? ஒருவேளை இது தவறாக இருந்தால்? ஏன் இருக்கக் கூடாது...?

"டாக்டர்... ஃப்ளீஸ்.. இந்த ரிப்போர்ட் சரிதானா?"

அவருக்கு இப்போது விஷயம் சற்றே புரிந்தது போலிருக்கிறது.

"எங்களிடம் ஃபால்ஸ் ரிப்போர்ட் வரும் வாய்ப்பே இல்லை... வெகு கவனத்துடன் செய்யப்பட்ட டெஸ்டுகள் இவை. இவ்விஷயத்தில் நாங்கள் மிகுந்த எச்சரிக்கை மேற்கொள்கிறோம். சின்ன சின்னப் பரிசோதனை மையங்களில் நீங்கள் சந்தேகப் படுவதுபோல் தவறான ரிப்போர்ட் வரும் வாய்ப்புண்டு. அவர்கள் சரியான... நம்பகமான செயல் முறைகளைப் பின்பற்ற மாட்டார்கள். இங்கு அப்படி நடக்காது. இது நூற்றுக்கு நூறு சரியான ரிப்போர்ட். உங்கள் சிடிபீயுடன் ஒப்பிட்டுப் பார்த்தால் புரிந்துவிடும் இந்த ரிப்போர்ட் கரெக்ட்தான்னு..."

"அதெப்படி...?"

"உங்கள் வெள்ளை ரத்த அணுக்களின் எண்ணிக்கை நார்மலாய் இருக்கு. உங்களுக்கு ஹெச்ஐவி இருக்கும் வாய்ப்பே கிடையாது" சிரித்தபடி சொன்னார் டாக்டர்.

எனக்கு நம்பிக்கை ஏற்பட்டது. அளவற்ற ஆனந்தம் கூட. எனக்கு ஹெச்ஐவி இல்லை.

“நான் இப்படிச் சந்தேகப்பட்டது, கேட்டதெல்லாம் யாருக்கும் தெரிய வேண்டாம் டாக்டர். ப்ளீஸ்...”

“ஐ கேன் அண்டர்ஸ்ட்டாண்ட் குமார். டோன்ட் ஓர்ரி...”

சிரித்தபடி அறையை விட்டுச்சென்றார் டாக்டர். இவ்வளவு அழகான சிரிப்பை இதுவரை என் வாழ்க்கையில் கண்டதே இல்லை நான்.

மனம் மிக இலேசாக இருந்தது. ஒரு பெரிய பாரம் ஏதோ விலகி விட்டாற்போல்... காற்றில் மிதக்கும் உணர்வு. இவ்வளவு அற்புதமான கணங்கள் இதுவரை நான் அறியாதது.

முதலில் மாதுரி உள்ளே வந்தாள். பின்னாலேயே பிள்ளைகள்.. உறவினர்கள்...

மாதுரியைப் பார்த்ததும் என்னுள் துயரம் மடைதிறந் தாற்போல் பொங்கியது. எவ்வளவு கஷ்டப்படுத்தி விட்டேன் இவளை? எப்படியெல்லாம் சிரமப்படுத்தியிருக்கிறேன்... இல்லாத வியாதியை ஊகித்துக் கொண்டு எப்படிப்பட்ட நரகத்தை அவள் முன் உருவாக்கியிருக்கிறேன்.

எவ்வளவு முயன்றும் நிற்காத கண்ணீர்ப் பெருக்கு.

“ஏன் அழறீங்க...?” பதறியபடி கேட்டவள் என்னை ஆசுவாசப் படுத்தும் விதமாய் அணைத்துக் கொண்டாள்.

“டாக்டர் கவலைப்படும்படி ஏதாவது சொன்னாரா? எதுவானாலும் மறைக்காமல் என்னிடம் சொல்லுங்கள். ப்ளீஸ்” அழுதபடி பேசினாள். “ஏதாவது ஆபத்துன்னு சொன்னாரா?”

“மதூ... உன்னுடன் தனியாய்ப் பேசணும் நான்...”

ஏதோ சொல்லி மற்றவர்களை வெளியில் அனுப்பி வைத்து விட்டு என்னருகில் அமர்ந்தாள் மாதுரி.

“மதூ... இப்படி கிட்ட வந்து உட்கார். உன்னிடம் ஒரு முக்கியமான விஷயம் சொல்லணும்.”

“உங்கள் வாழ்க்கையில் வந்த அந்த இன்னொரு பெண்ணைப் பத்திதானே? நீங்கள் இப்படி அடிபட்டு ஆஸ்பத்திரியில் இருக்கறப்ப அந்தத் தகராறு எதுக்கு?”

"இன்னிக்கு நான் ரொம்ப சந்தோஷமா இருக்கேன் மாதுரி. உன்னுடன் மனம் விட்டு நிறைய பேசணும் போலிருக்கு. இவ்வளவு காலம் உன்னை ரொம்பவே இம்சைப் படுத்திவிட்டேன். மன்னித்து விடு மதூ. விஷயத்தை எப்படிச் சொல்வதுன்னு தெரியாமல் உள்ளுக்குள்ள மருகிட்டிருந்தேன். செய்த ஒரு தப்புக்கு பயங்கரமான தண்டனை அனுபவித்து விட்டேன். நான் சிரமப்பட்டதில்லாமல் உன்னையும் ஏகத்துக்கு அழவைத்து விட்டேன்." என் கண்களில் மறுபடியும் வெள்ளம்.

"என்ன தப்பு செய்தீர்கள்?" அவள் விழிகளில் கலவரம்.

"செய்யக்கூடாத தப்பு செய்துவிட்டேன் மது. சென்னை கான்ஃப் ரன்ஸ்காகப் போயிருந்தபோது என் பழைய நண்பன் சுதாகரைச் சந்தித்ததாய்ச் சொன்னேன் இல்லையா? சுதாகர் இல்லை... சுதீரா... கல்லூரி நாட்களில் அவளை மிகவும் நேசித்தேன்."

"அப்ப உங்க வாழ்க்கையில் இருக்கும் அந்த இன்னொரு பெண் சுதீரான்னு சொல்லுங்க. அவளைக் கல்யாணம் செய்து கொள்ளும் எண்ணத்தில்தான் இத்தனை நாட்களாய் என்னையும் குழந்தைகளையும் அவ்வளவு அலட்சியப்படுத்தியிருக்கீங்க இல்லையா? எப்படி இவ்வளவு பெரிய துரோகம் செய்ய மனம் வந்தது உங்களுக்கு?" மறுபடியும் அழ ஆரம்பித்தாள் அவள்.

கொஞ்ச நேரம் மௌனமாய் இருந்து பிறகு சொன்னேன்.

"சுதீரா இப்ப இல்லை. தற்கொலை செய்து கொண்டு விட்டாள்."

வெகுவாய் அதிர்ச்சியடைந்தாள் மாதுரி.

"ஏன்... எங்களை விட்டு உங்களால் விலக முடியாமல் இருப்பதாலா...?"

"இல்லை... அவளுக்கு ஹெச்ஐவி பாசிடிவ். அதனால்தான்..."

இவ்வளவு தூரம் வந்தபின் இனியும் தயங்கக்கூடாதென மாதுரியிடம் எல்லாவற்றையும் சுருக்கமாய் எடுத்து சொன்னேன்.

"மதூ... நான் தப்பு செய்தேன் என்பது இரண்டாம் பேச்சுக்கு இடமில்லாத நிஜம். தேவதைபோல் நீ இருக்கும்போது இன்னொரு பெண் மேல் ஆசைப்பட்டது.. சபலப்பட்டது எல்லாமே மன்னிக்கவே முடியாத தப்பு. பெரிய குற்றமிழைத்து விட்டேன்.

அவளுக்கு ஹெச்ஐவி எனத் தெரிந்த கணம் முதல் எப்படிப்பட்ட நரகத்தை அனுபவித்துக் கொண்டிருந்தேன் தெரியுமா. எனக்கும் அந்த வியாதி ஒட்டியிருக்குமோ எனும் கொடூர அச்சத்தால் துடிதுடித்துக் கொண்டிருந்தேன். நீ நலமாக இருக்க வேண்டு மென்றுதான் மது, உன்னை விட்டு விலகி விலகி ஓடினேன். என் மூலம் உனக்கு அந்த வியாதி வந்துவிடக் கூடாது... என்னைப் போல் நீயும் நம் பிள்ளைகளை அநாதைகளாக்கி விட்டுப் போகக் கூடாது... இதெல்லாம் என் மனதில் சூறாவளியாய்ச் சுழன்று கொண்டிருந்து என்னையும், என்னால் உங்களையும் சித்ரவதைக்கு ஆளாக்கிக் கொண்டிருந்தன. வேண்டுமென்றே உன்னுடன் சண்டை துவக்கி சச்சரவு வளர்த்தேன். நான் இறந்து போனபின் பொருளாதார ரீதியாய் நீ சிரமப்படக் கூடாதென்றுதான் உன்னை வேலைக்கனுப்பினேன். எல்லாமே உன் மீதும் குழந்தைகள் மீதும் உள்ள அன்பினாலும் பாசத்தாலும்தான் மது...”

என்னை அப்படியே பின்னிப் பிணைந்து அழலானாள் மாதுரி.

“என்ன காரியம் பண்ணியிருக்கீங்க... இவ்வளவு காலமாய் என்னை நீங்கள் புரிந்துகொண்டது இவ்வளவுதானா? உள்ளுக் குள்ளே குமைஞ்சிட்டிருந்தீங்களே தவிர என்னிடம் ஒரு வார்த்தை, ஒரே ஒரு வார்த்தை சொல்லியிருந்தால் உங்கள் துணைவியாய் என் முழு ஒத்துழைப்பை உங்களுக்குத் தந்திருக்க மாட்டேனா..? நீங்க ஹெச்ஐவி பாசிடிவ் எனத் தெரிந்த மாத்திரத்தில் உங்களிடமிருந்து அப்படியே விலகிவிடுவேன் என எப்படி நினைக்க முடிந்தது உங்களால்? உங்கள் சுக துக்கங்களில் பங்கு கொள்ள மனமில்லையென்றால் நான் எப்படி உங்கள் மனைவி எனக் கூறிக்கொள்ள முடியும்? அப்போது கணவன் மனைவி எனும் பந்தத்திற்கே பொருளில்லாமல் போகிறதே? குறைந்த பட்சம் இப்போதாவது சொன்னீர்களே...? வருத்தப்படாதீர்கள். தப்புதான்... ஆனால் நடந்தது நடந்துவிட்டது. இப்போது நீங்கள் தனியாள் கிடையாது. உங்களுக்குத் துணையாய் நான் இருக்கேன். ரெண்டு பேருமா சேர்ந்து அந்த நோயுடன் போராடலாம். கணவன் மனைவி காதலுடன் பாசத்துடன் இணைந்திருந்தால் ஹெச்ஐவி என்ன, அந்தக் கடவுளுடன் கூடப் போராடி வெல்லலாம்.”

“முழுவதும் கேள் மாதுரி. எனக்கு ஹெச்ஐவி இருக்குன்னு ஊர் உலகுக்குத் தெரியுமுன்பே இந்த உலகத்தவிட்டே போய்விடத் தீர்மானித்து தற்கொலைக்கு முயற்சித்தேன். இந்த ஆக்ஸிடெண்ட்

தற்செயலாய் நடக்கலே. நானே வலியச் சென்று தேடிக் கொண்டதுதான்..."

"என்ன சொல்றீங்க நீங்க...? ஐயோ... அந்த ஆண்டவன் அருள் நமக்கிருப்பதால் தப்பித்தோம். ஆனாலும் எப்படிப்பட்ட பிரச்னையாக இருந்தாலும் எதிர்கொண்டு மனம் தளராமல் போராட வேண்டுமே தவிர கோழைபோல் இப்படி தற்கொலைக்குத் துணிவீர்களா? ஹெச்ஐவி என்பது க்ளினிகலி சமாளிக்கக்கூடிய நோய்தான். அது வராமல் எச்சரிக்கையாக இருக்க வேண்டும். அப்படி வந்துவிட்டால் அப்படியே நிலைகுலைந்து வாழ்க்கையை முடித்துக்கொள்ள நினைப்பது முட்டாள்தனம். படித்தவர்களான நாமே இப்படி நடந்துகொண்டால் எப்படி? முதலில் உங்கள் உடம்பு சரியாகட்டும். பிறகு ஹெச்ஐவியை எப்படி ஒரு வைராக்கியத் துடன் எதிர்கொள்வது என்பதைத் தீவிரமான முனைப்புடன் ஆலோசிக்கலாம்..."

இப்படிப்பட்ட பெண் வாழ்க்கைத் துணைவியாகக் கிடைக்க எவ்வளவு பெரிய அதிர்ஷ்டசாலியாக இருக்க வேண்டும் நான்...?

"மது... மதூ..." நெகிழ்ச்சியில் எனக்கு பேச்சே வரவில்லை.

"எனக்கு ஹெச்ஐவி இல்லை. டாக்டர் உறுதியாய்ச் சொல்லி விட்டார். இதற்கு முன் நான் பரிசோதனை செய்து கொண்ட இடத்தில் வந்தது ஃபால்ஸ் ரிப்போர்ட். ரொம்ப சந்தோஷமா இருக்கு மது. என் வேதனையை... மனக் குமுறலை உன்னிடம் பகிர்ந்து கொள்ள முடியாமல் தவித்துக் கொண்டிருந்தது எவ்வளவு பெரிய முட்டாள்தனம்னு இப்போது புரிகிறது. இக்கணம் நான் அனுபவித்துக் கொண்டிருக்கும் ஆனந்தத்தை அதே அளவில் உன்னிடம் பகிர்ந்துகொள்ள எனக்குத் தெரியலே மது..."

மாதுரியின் முகமெங்கும் பரவசம்...! நீண்ட நாட்களுக்குப் பின் அம்முகத்தில் ஒளிக்கீற்றுகள்...!

"உங்களுக்கு ஹெச்ஐவி இருந்திருந்தாலும் என் அன்பு துளியும் குறைந்திருக்காது தெரியுமா. தெய்வம் நமக்கு ஆதரவா இருக்கு... உங்களுக்கு அந்த வியாதி இல்லை. இனி எப்போதும் என்னிடம் எதையும் மறைக்காதீர்கள்.. ப்ளீஸ்... வேறொரு பெண்ணுடன் உறவு இருந்தாலும் சரி..." குறும்பாய்க் கண் சிமிட்டினாள் மாதுரி.

“இனி அப்படியெல்லாம் நடக்காது மாதுரி. பட்டது கொஞ்சமா நஞ்சமா.. புத்தி வந்தாச்சு. கனவில்கூட...”

“சும்மா சீண்டிப் பார்த்தேன். எந்தப் பெண்ணும் தன் புருஷன் இன்னொரு பெண்ணுடன உறவு கொண்டிருப்பதைச் சகித்துக் கொள்ள மாட்டாள். அது அவள் பெண்மைக்கும் தன்மானத்திற்கும் மிகப் பெரிய அவமானமில்லையா. அதைவிடக் கொடுமை வேறெதுவும் கிடையாது...”

“உண்மைதான் மதூ... என்னை மன்னித்துவிடு...” உண்மையான கழிவிரக்கத்துடன் வேண்டினேன்.

★★★